노래로 배우는 한국어 1

ภาษาไทย(타이어)
หนังสือแปล(번역판)

• 노래 (คำนาม) : เพลง, บทเพลง, การขับร้องเพลง
เพลงที่ใส่ทำนองในเนื้อร้องซึ่งแต่งให้ตรงกับกฎการสัมผัสจังหวะ หรือการขับร้องเพลงดังกล่าว

• 로 : โดย..., ด้วย...
คำชี้ที่แสดงวิธีการหรือวิธีทางของงานใด ๆ

• 배우다 (คำกริยา) : เรียน, เล่าเรียน, เรียนรู้, ศึกษา
ได้รับความรู้ใหม่

• -는 : ...ที่...
วิภัตติปัจจัยที่แสดงการที่ทำให้คำพูดข้างหน้าทำหน้าที่เป็นคุณศัพท์ขยายนามและเหตุการณ์หรืออากัปกิริยาเกิดขึ้นในปัจจุบัน

• 한국어 (คำนาม) : ภาษาเกาหลี
ภาษาที่ใช้ในประเทศเกาหลี

※ 이 책의 폰트는 '함초롬 바탕체'를 사용하였습니다.

< 저자(ผู้แต่ง) >

㈜한글2119연구소

• 연구개발전담부서

• ISO 9001 : 품질경영시스템 인증

• ISO 14001 : 환경경영시스템 인증

• 이메일(อีเมล) : gjh0675@naver.com

< 동영상(ภาพเคลื่อนไหว) 자료(ข้อมูล) >

HANPUK_ภาษาไทย(การแปล)
https://www.youtube.com/@HANPUK_Thai

HANPUK

제 2024153361 호

연구개발전담부서 인정서

1. 전담부서명: 연구개발전담부서

   [소속기업명: (주)한글2119연구소]

2. 소　재　지: 인천광역시 부평구 마장로264번길 33
   상가동 제지하층 제2호 (산곡동, 뉴서울아파트)

3. 신고 연월일: 2024년 05월 02일

과학기술정보통신부

「기초연구진흥 및 기술개발지원에 관한 법률」제14조의
2제1항 및 같은 법 시행령 제27조제1항에 따라 위와 같이
기업의 연구개발전담부서로 인정합니다.

2024년 5월 13일
한국산업기술진흥협회장

G-CERTI *certificate*

hereby certifies that

Hangul 2119 Research Institute Co., Ltd.

Rm. 2, Lower level, Sangga-dong, 33, Majang-ro 264beon-gil, Bupyeong-gu, Incheon, Korea

meets the Standard Requirements & Scope as following

ISO 9001:2015
Quality Management Systems

Creation of Media Content, Publication of Korean Paper and Electronic Textbooks, Production and Release of Albums for Korean Language Education

Certificate No: GIS-6934-QC	Code : 08, 39
Initial Date : 2024-05-21	Issue Date : 2024-05-21
Expiry Date : 2027-05-20	Valid Period : 2024-05-21 ~ 2027-05-20

Signed for and on behalf of GCERTI
President I.K.Cho

G-CERTI *Certificate*

hereby certifies that

Hangul 2119 Research Institute Co., Ltd.

**Rm. 2, Lower level, Sangga-dong, 33, Majang-ro 264beon-gil,
Bupyeong-gu, Incheon, Korea**

meets the Standard Requirements & Scope as following

ISO 14001:2015
Environmental Management Systems

**Creation of Media Content, Publication
of Korean Paper and Electronic Textbooks, Production and
Release of Albums for Korean Language Education**

Certificate No: GIS-6934-EC	**Code** : 08, 39
Initial Date : 2024-05-21	**Issue Date** : 2024-05-21
Expiry Date : 2027-05-20	**Valid Period** : 2024-05-21 ~ 2027-05-20

Signed for and on behalf of GCERTI
President I. K. Cho

< 목차(สารบัญ) >

< 1 >

한글송

한글(ฮันกึล) 송(เพลง)

[발음(การออกเสียง)]

< 전주(การบรรเลงประกอบ) >

바 빠 파 다 따 타 가 까 카 자 짜 차 사 싸 하 마 나 아 라
바 빠 파 다 따 타 가 까 카 자 짜 차 사 싸 하 마 나 아 라
ba ppa pa da tta ta ga kka ka ja jja cha sa ssa ha ma na a ra

자음 열아홉 개 소리
자음 여라홉 개 소리
jaeum yeorahop gae sori

아 어 오 우 으 이 애 에 외 위 야 여 요 유 얘 예 와 워 왜 웨 의
아 어 오 우 으 이 애 에 외 위 야 여 요 유 얘 예 와 워 왜 웨 의
a eo o u eu i ae e oe wi ya yeo yo yu yae ye wa wo wae we ui

모음 스물한 개 소리
모음 스물한 개 소리
moeum seumulhan gae sori

< 1 절(ท่อนเพลง) >

다 같이 말해 봐
다 가치 말해 봐
da gachi malhae bwa

아설순치후
아설순치후
aseolsunchihu

다 함께 불러 봐
다 함께 불러 봐
da hamkke bulleo bwa

아설순치후
아설순치후
aseolsunchihu

우리 모두 느껴 봐
우리 모두 느껴 봐
uri modu neukkyeo bwa

발음 기관을 본뜬
바름 기과늘 본뜬
bareum gigwaneul bontteun

기역, 니은, 미음, 시옷, 이응
기역, 니은, 미음, 시옫, 이응
giyeok, nieun, mieum, siot, ieung

다섯 글자
다섣 글짜
daseot geulja

세상의 모든 소리를 들어 봐
세상에 모든 소리를 드러 봐
sesange modeun sorireul deureo bwa

또 하고 싶은 말을 다 외쳐 봐
또 하고 시픈 마를 다 외처 봐
tto hago sipeun mareul da oecheo bwa

신비로운 사연
신비로운 사연
sinbiroun sayeon

감추었던 비밀
감추언떤 비밀
gamchueotdeon bimil

진실을 전해 줘
진시를 전해 줘
jinsireul jeonhae jwo

< 후렴(สร้อยเพลง) >

아 야 어 여 오 요 우 유 으 이
아 야 어 여 오 요 우 유 으 이
a ya eo yeo o yo u yu eu i

가 나 다 라 마 바 사 아 자 차 카 타 파 하
가 나 다 라 마 바 사 아 자 차 카 타 파 하
ga na da ra ma ba sa a ja cha ka ta pa ha

이제부터 들려 줘 너의 마음을
이제부터 들려 줘 너에 마으믈
ijebuteo deullyeo jwo neoe maeumeul

지금부터 전해 줘 너의 사랑을
지금부터 전해 줘 너에 사랑을
jigeumbuteo jeonhae jwo neoe sarangeul

아 야 어 여 오 요 우 유 으 이
아 야 어 여 오 요 우 유 으 이
a ya eo yeo o yo u yu eu i

가 나 다 라 마 바 사 아 자 차 카 타 파 하
가 나 다 라 마 바 사 아 자 차 카 타 파 하
ga na da ra ma ba sa a ja cha ka ta pa ha

모음 스물하나에 자음 열아홉을 더해
모음 스물하나에 자음 여라호블 더해
moeum seumulhanae jaeum yeorahobeul deohae

마흔 가지 소리로 세상을 느껴 봐
마흔 가지 소리로 세상을 느껴 봐
maheun gaji soriro sesangeul neukkyeo bwa

< 2 절(ท่อนเพลง) >

하늘과 땅이 만나 ㅗ, ㅜ
하늘과 땅이 만나 ㅗ, ㅜ
haneulgwa ttangi manna o, u

사람과 만난다면 ㅏ, ㅓ
사람과 만난다면 ㅏ, ㅓ
saramgwa mannandamyeon a, eo

하루면은 충분해
하루며는 충분해
harumyeoneun chungbunhae

하늘, 땅, 사람을 본뜬
하늘, 땅, 사라믈 본뜬
haneul, ttang, sarameul bontteun

아 어 오 우 야 여 요 유 으 이
아 어 오 우 야 여 요 유 으 이
a eo o u ya yeo yo yu eu i

열 글자
열 글짜
yeol geulja

세상의 모든 소리를 들어 봐
세상에 모든 소리를 드러 봐
sesange modeun sorireul deureo bwa

또 하고 싶은 말을 다 외쳐 봐
또 하고 시픈 마를 다 외처 봐
tto hago sipeun mareul da oecheo bwa

신비로운 사연
신비로운 사연
sinbiroun sayeon

감추었던 비밀
감추얻떤 비밀
gamchueotdeon bimil

진실을 전해 줘
진시를 전해 줘
jinsireul jeonhae jwo

< 후렴(สร้อยเพลง) >

아 어 오 우 야 여 요 유 으 이
아 어 오 우 야 여 요 유 으 이
a eo o u ya yeo yo yu eu i

가 나 다 라 마 바 사 아 자 차 카 타 파 하
가 나 다 라 마 바 사 아 자 차 카 타 파 하
ga na da ra ma ba sa a ja cha ka ta pa ha

이제부터 들려 줘 너의 마음을
이제부터 들려 줘 너에 마으믈
ijebuteo deullyeo jwo neoe maeumeul

지금부터 전해 줘 너의 사랑을
지금부터 전해 줘 너에 사랑을
jigeumbuteo jeonhae jwo neoe sarangeul

아 어 오 우 야 여 요 유 으 이
아 어 오 우 야 여 요 유 으 이
a eo o u ya yeo yo yu eu i

가 나 다 라 마 바 사 아 자 차 카 타 파 하
가 나 다 라 마 바 사 아 자 차 카 타 파 하
ga na da ra ma ba sa a ja cha ka ta pa ha

모음 스물하나에 자음 열아홉을 더해
모음 스물하나에 자음 여라호블 더해
moeum seumulhanae jaeum yeorahobeul deohae

마흔 가지 소리로 세상을 느껴 봐
마흔 가지 소리로 세상을 느껴 봐
maheun gaji soriro sesangeul neukkyeo bwa

들려 줘요
들려 줘요
deullyeo jwoyo

이 소리 들리나요.
이 소리 들리나요.
i sori deullinayo.

달콤하게, 부드럽게 우리 모두 말해 봐요.
달콤하게, 부드럽께 우리 모두 말해 봐요.
dalkomhage, budeureopge uri modu malhae bwayo.

< 전주(การบรรเลงประกอบ) >

바 빠 파 다 따 타 가 까 카 자 짜 차 사 싸 하 마 나 아 라

ㅂ : 한글 자모의 여섯째 글자. 이름은 '비읍'으로, 소리를 낼 때의 입술 모양은 'ㅁ'과 같지만 더 세게 발음되므로 'ㅁ'에 획을 더해서 만든 글자이다.

พีอึบ(พ, บ)

อักษรลำดับที่หกในตัวอักษรฮันกึล เป็นตัวอักษรที่ตอนที่เปล่งเสียงชื่อพีอึบแล้วลักษณะของริมฝีปากเหมือนกัน 'ㅁ' แต่ออกเสียงหนักกว่าจึงเพิ่มเส้นที่ 'ㅁ' ขึ้นอีก

ㅃ : 한글 자모 'ㅂ'을 겹쳐 쓴 글자. 이름은 쌍비읍으로, 'ㅂ'의 된소리이다.

ซังพีอึบ(ป)

ตัวอักษรฮันกึลที่เขียนตัว 'ㅂ' ซ้อนต่อกัน ออกเสียงเป็น 'ㅂ' หนัก มีชื่อว่าซังพีอึบ

ㅍ : 한글 자모의 열셋째 글자. 이름은 '피읖'으로, 'ㅁ, ㅂ'보다 소리가 거세게 나므로 'ㅁ'에 획을 더하여 만든 글자이다.

พีอึบ(พ)

อักษรลำดับที่สิบสามในตัวอักษรฮันกึล เป็นตัวอักษรที่ขีดเส้นเพิ่มลงไปอีกเส้นที่ 'ㅂ' เพราะเปล่งเสียงชื่อพีอึบแล้วออกมาหนักกว่า 'ㅂ'

ㄷ : 한글 자모의 셋째 글자. 이름은 '디귿'으로, 소리를 낼 때 혀의 모습은 'ㄴ'과 같지만 더 세게 발음되므로 한 획을 더해 만든 글자이다.

ทีกึด(ท, ด)

อักษรลำดับที่สามในตัวอักษรฮันกึล เป็นตัวอักษรที่ตอนที่เปล่งเสียงชื่อเป็นทีกึดแล้วลักษณะของลิ้นเหมือนกัน 'ㄴ' แต่ออกเสียงหนักกว่าจึงเพิ่มเส้นขึ้นอีกเส้นหนึ่ง

ㄸ : 한글 자모 'ㄷ'을 겹쳐 쓴 글자. 이름은 쌍디귿으로, 'ㄷ'의 된소리이다.

ซังทีกึด(ต)

ตัวอักษรฮันกึลที่เขียนตัว 'ㄷ' ซ้อนต่อกัน ออกเสียงเป็น 'ㄷ' หนัก มีชื่อว่าซังทีกึด

ㅌ : 한글 자모의 열두째 글자. 이름은 '티읕'으로, 'ㄷ'보다 소리가 거세게 나므로 'ㄷ'에 한 획을 더하여 만든 글자이다.

ทีอึท(ท)

อักษรลำดับที่สิบสองในตัวอักษรฮันกึล เป็นตัวอักษรที่ขีดเส้นเพิ่มลงไปอีกเส้นที่ 'ㄷ' เพราะเปล่งเสียงชื่อทีอึทแล้วออกมาหนักกว่า 'ㄷ'

ㄱ : 한글 자모의 첫째 글자. 이름은 기역으로 소리를 낼 때 혀뿌리가 목구멍을 막는 모양을 본떠 만든 글자이다.

คียอก(ก, ค)

อักษรตัวแรกในตัวอักษรฮันกึล เป็นตัวอักษรที่ทำเลียนแบบลักษณะตอนที่เปล่งเสียงชื่อคียอกแล้วโคนลิ้นกั้นอยู่ที่ลำคอ

ㄲ : 한글 자모 ‘ㄱ’을 겹쳐 쓴 글자. 이름은 쌍기역으로, ‘ㄱ’의 된소리이다.

ซังคีย็อก(ก)

ตัวอักษรฮันกึลที่เขียนตัว 'ㄱ' ซ้อนต่อกัน ออกเสียงเป็น 'ㄱ' มีชื่อว่าซังคีย็อก

ㅋ : 한글 자모의 열한째 글자. 이름은 ‘키읔’으로 ‘ㄱ’보다 소리가 거세게 나므로 ‘ㄱ’에 한 획을 더하여 만든 글자이다.

คีอึก(ค)

อักษรลำดับที่สิบเอ็ดในตัวอักษรฮันกึล เป็นตัวอักษรที่ขีดเส้นเพิ่มลงไปอีกเส้นที่ 'ㄱ' เพราะเปล่งเสียงชื่อคีอึกแล้วออกมาหนักกว่า 'ㄱ'

ㅈ : 한글 자모의 아홉째 글자. 이름은 ‘지읒’으로, ‘ㅅ’보다 소리가 더 세게 나므로 ‘ㅅ’에 한 획을 더해 만든 글자이다.

ชีอึช(ช, จ)

อักษรลำดับที่เก้าในตัวอักษรฮันกึล เป็นตัวอักษรที่ตอนที่เปล่งเสียงชื่อเป็นชีอึชแล้วเสียงออกมาหนักกว่า 'ㅅ' จึงเพิ่มเส้นที่ 'ㅅ' ขึ้นอีกเส้นหนึ่ง

ㅉ : 한글 자모 ‘ㅈ’을 겹쳐 쓴 글자. 이름은 쌍지읒으로, ‘ㅈ’의 된소리이다.

ซังชีอึช(จ)

ตัวอักษรฮันกึลที่เขียนตัว 'ㅈ' ซ้อนต่อกัน ออกเสียงเป็น 'ㅈ' หนัก มีชื่อว่าซังชีอึช

ㅊ : 한글 자모의 열째 글자. 이름은 ‘치읓’으로 ‘지읒’보다 소리가 거세게 나므로 ‘지읒’에 한 획을 더해서 만든 글자이다.

ชีอึช(ช)

อักษรลำดับที่สิบในตัวอักษรฮันกึล เป็นตัวอักษรที่ขีดเส้นเพิ่มลงไปอีกเส้นที่ 'ㅈ' เพราะเปล่งเสียงชื่อชีอึชแล้วออกมาหนักกว่า 'ㅈ'

ㅅ : 한글 자모의 일곱째 글자. 이름은 ‘시옷’으로 이의 모양을 본떠서 만든 글자이다.

ซีโอซ(ซ)

อักษรลำดับที่เจ็ดในตัวอักษรฮันกึล เป็นตัวอักษรที่ทำเลียนแบบลักษณะฟันในตอนที่เปล่งเสียงชื่อเป็นซีโอซ

ㅆ : 한글 자모 ‘ㅅ’을 겹쳐 쓴 글자. 이름은 쌍시옷으로, ‘ㅅ’의 된소리이다.

ซังซีโอซ(ซ)

ตัวอักษรฮันกึลที่เขียนตัว 'ㅅ' ซ้อนต่อกัน ออกเสียงเป็น 'ㅅ' หนัก มีชื่อว่าซังซีโอซ

ㅎ : 한글 자모의 열넷째 글자. 이름은 ‘히읗’으로, 이 글자의 소리는 목청에서 나므로 목구멍을 본떠 만든 ‘ㅇ’의 경우와 같지만 ‘ㅇ’보다 더 세게 나므로 ‘ㅇ’에 획을 더하여 만든 글자이다.

ฮีอึด(ฮ)

อักษรลำดับที่สิบสี่ในตัวอักษรฮันกึล เป็นตัวอักษรที่ขีดเส้นเพิ่มที่ 'ㅇ' เพราะเปล่งเสียงชื่อฮีอึดแล้วเสียงที่ออกมาจากหลอดลมมีลักษณะเหมือนกับทำเลียนแบบ 'ㅇ' แต่ออกมาหนักกว่า 'ㅇ'

ㅁ : 한글 자모의 다섯째 글자. 이름은 ‘미음’으로, 소리를 낼 때 다물어지는 두 입술 모양을 본떠서 만든 글자이다.

มีอึม(ม)

อักษรลำดับที่ห้าในตัวอักษรฮันกึล เป็นตัวอักษรที่ทำเลียนแบบลักษณะริมฝีปากทั้งสองตอนที่เปล่งเสียงชื่อเป็นมีอึม

ㄴ : 한글 자모의 둘째 글자. 이름은 ‘니은’으로 소리를 낼 때 혀끝이 윗잇몸에 붙는 모양을 본떠 만든 글자이다.
นีอึน(น)
อักษรลำดับที่สองในตัวอักษรฮันกึล เป็นตัวอักษรที่ทำเลียนแบบลักษณะตอนที่เปล่งเสียงชื่อนีอึนแล้วปลายลิ้นแตะอยู่ที่ฟันบน

ㅇ : 한글 자모의 여덟째 글자. 이름은 ‘이응’으로 목구멍의 모양을 본떠서 만든 글자이다. 초성으로 쓰일 때 소리가 없다.
อีอึง(อ, ง)
อักษรลำดับที่แปดในตัวอักษรฮันกึล เป็นตัวอักษรที่ทำเลียนแบบลักษณะหลอดลมในตอนที่เปล่งเสียงชื่อเป็นอีอึง

ㄹ : 한글 자모의 넷째 글자. 이름은 ‘리을’로 혀끝을 윗잇몸에 가볍게 대었다가 떼면서 내는 소리를 나타낸다.
รีอึล, พยัญชนะรีอึล
อักษรลำดับที่สี่ในตัวอักษรฮันกึล ชื่อว่า 'รีอึล' ซึ่งแทนเสียงที่เปล่งออกมาโดยการแตะปลายลิ้นที่เพดานปากแล้วปล่อยออก

자음 열아홉 개 소리

자음 (คำนาม) : 목, 입, 혀 등의 발음 기관에 의해 장애를 받으며 나는 소리.
พยัญชนะ
เสียงที่ออกมาโดยได้รับการปิดกั้นด้วยอวัยวะการออกเสียง เช่น ที่ลำคอ ริมฝีปาก ลิ้น เป็นต้น

열아홉 : 19

개 (คำนาม) : 낱으로 떨어진 물건을 세는 단위.
ชิ้น, แผ่น, ท่อน, ก้อน, อัน, แท่ง, ลูก(ลักษณนาม)
หน่วยนับสิ่งของที่แยกเป็นชิ้น ๆ

소리 (คำนาม) : 물체가 진동하여 생긴 음파가 귀에 들리는 것.
เสียง
การที่หูได้ยินคลื่นเสียงที่เกิดขึ้นจากการสั่นของวัตถุ

아 어 오 우 으 이 애 에 외 위 야 여 요 유 얘 예 와 워 왜 웨 의

ㅏ : 한글 자모의 열다섯째 글자. 이름은 ‘아’이고 중성으로 쓴다.
สระอา(า)
อักษรลำดับที่สิบห้าในตัวอักษรฮันกึล มีชื่อว่า 'อา' ใช้เป็นสระ

ㅓ : 한글 자모의 열일곱째 글자. 이름은 ‘어’이고 중성으로 쓴다.
สระออ(อ)
อักษรลำดับที่สิบเจ็ดในตัวอักษรฮันกึล มีชื่อว่า 'ออ' ใช้เป็นสระ

ㅗ : 한글 자모의 열아홉째 글자. 이름은 ‘오’이고 중성으로 쓴다.
สระโอ(โ)
อักษรลำดับที่สิบเก้าในพยัญชนะและสระฮันกึล เป็นสระที่ออกเสียงว่า 'โอ'

ㅜ : 한글 자모의 스물한째 글자. 이름은 ‘우’이고 중성으로 쓴다.
สระอู(อุ)
อักษรลำดับที่ยี่สิบเอ็ดในตัวอักษรฮันกึล มีชื่อว่า 'อู' ใช้เป็นสระ

ㅡ : 한글 자모의 스물셋째 글자. 이름은 ‘으’이고 중성으로 쓴다.
สระอือ(อึ)
อักษรลำดับที่ยี่สิบสามในตัวอักษรฮันกึล มีชื่อว่า 'อือ' ใช้เป็นสระ

ㅣ : 한글 자모의 스물넷째 글자. 이름은 ‘이’이고 중성으로 쓴다.
สระอี(อี)
อักษรลำดับที่ยี่สิบสี่ในตัวอักษรฮันกึล มีชื่อว่า 'อี' ใช้เป็นสระ

ㅐ : 한글 자모 ‘ㅏ’와 ‘ㅣ’를 모아 쓴 글자. 이름은 ‘애’이고 중성으로 쓴다.
สระแอ(แ)
ตัวอักษรฮันกึลที่เขียนรวมกันระหว่าง 'ㅏ' กับ 'ㅣ' มีชื่อว่า 'แอ' ใช้เป็นสระ

ㅔ : 한글 자모 ‘ㅓ’와 ‘ㅣ’를 모아 쓴 글자. 이름은 ‘에’이고 중성으로 쓴다.
สระเอ(เ)
ตัวอักษรฮันกึลที่เขียนรวมกันระหว่าง 'ㅓ' กับ 'ㅣ' มีชื่อว่า 'เอ' ใช้เป็นสระ

ㅚ : 한글 자모 ‘ㅗ’와 ‘ㅣ’를 모아 쓴 글자. 이름은 ‘외’이고 중성으로 쓴다.
สระเว
ตัวอักษรฮันกึลที่เขียนรวมกันระหว่าง 'ㅗ' กับ 'ㅣ' มีชื่อว่า 'เว' ใช้เป็นสระ

ㅟ : 한글 자모 ‘ㅜ’와 ‘ㅣ’를 모아 쓴 글자. 이름은 ‘위’이고 중성으로 쓴다.
สระวี
ตัวอักษรฮันกึลที่เขียนรวมกันระหว่าง 'ㅜ' กับ 'ㅣ' มีชื่อว่า 'วี' ใช้เป็นสระ

ㅑ : 한글 자모의 열여섯째 글자. 이름은 ‘야’이고 중성으로 쓴다.
สระยา
อักษรลำดับที่สิบหกในตัวอักษรฮันกึล มีชื่อว่า 'ยา' ใช้เป็นสระ

ㅕ : 한글 자모의 열여덟째 글자. 이름은 ‘여’이고 중성으로 쓴다.
สระยอ
อักษรลำดับที่สิบแปดในตัวอักษรฮันกึล มีชื่อว่า 'ยอ' ใช้เป็นสระ

ㅛ : 한글 자모의 스무째 글자. 이름은 ‘요’이고 중성으로 쓴다.
สระโย
อักษรลำดับที่ยี่สิบในตัวอักษรฮันกึล มีชื่อว่า 'โย' ใช้เป็นสระ

ㅠ : 한글 자모의 스물두째 글자. 이름은 '유'이고 중성으로 쓴다.
สระยู
อักษรลำดับที่ยี่สิบสองในตัวอักษรฮันกึล มีชื่อว่า 'ยู' ใช้เป็นสระ

ㅒ : 한글 자모 'ㅑ'와 'ㅣ'를 모아 쓴 글자. 이름은 '얘'이고 중성으로 쓴다.
สระแย
ตัวอักษรฮันกึลที่เขียนรวมกันระหว่าง 'ㅑ' กับ 'ㅣ' มีชื่อว่า 'แย' ใช้เป็นสระ

ㅖ : 한글 자모 'ㅕ'와 'ㅣ'를 모아 쓴 글자. 이름은 '예'이고 중성으로 쓴다.
สระเย
ตัวอักษรฮันกึลที่เขียนรวมกันระหว่าง 'ㅕ' กับ 'ㅣ' มีชื่อว่า 'เย' ใช้เป็นสระ

ㅘ : 한글 자모 'ㅗ'와 'ㅏ'를 모아 쓴 글자. 이름은 '와'이고 중성으로 쓴다.
สระวา
ตัวอักษรฮันกึลที่เขียนรวมกันระหว่าง 'ㅗ' กับ 'ㅏ' มีชื่อว่า 'วา' ใช้เป็นสระ

ㅝ : 한글 자모 'ㅜ'와 'ㅓ'를 모아 쓴 글자. 이름은 '워'이고 중성으로 쓴다.
สระวอ
ตัวอักษรฮันกึลที่เขียนรวมกันระหว่าง 'ㅜ' กับ 'ㅓ' มีชื่อว่า 'วอ' ใช้เป็นสระ

ㅙ : 한글 자모 'ㅗ'와 'ㅐ'를 모아 쓴 글자. 이름은 '왜'이고 중성으로 쓴다.
สระแว
ตัวอักษรฮันกึลที่เขียนรวมกันระหว่าง 'ㅗ' กับ 'ㅐ' มีชื่อว่า 'แว' ใช้เป็นสระ

ㅞ : 한글 자모 'ㅜ'와 'ㅔ'를 모아 쓴 글자. 이름은 '웨'이고 중성으로 쓴다.
สระอุเว
ตัวอักษรฮันกึลที่เขียนรวมกันระหว่าง 'ㅜ' กับ 'ㅔ' มีชื่อว่า 'อุเว' ใช้เป็นสระ

ㅢ : 한글 자모 'ㅡ'와 'ㅣ'를 모아 쓴 글자. 이름은 '의'이고 중성으로 쓴다.
สระอึย
ตัวอักษรฮันกึลที่เขียนรวมกันระหว่าง 'ㅡ' กับ 'ㅣ' มีชื่อว่า 'อึย' ใช้เป็นสระ

모음 스물한 개 소리

모음 (คำนาม) : 사람이 목청을 울려 내는 소리로, 공기의 흐름이 방해를 받지 않고 나는 소리.
สระ, เสียงสระ
เสียงที่ออกมาจากช่องคอของคน เป็นเสียงที่ออกมาโดยไม่ได้รับการปิดกั้นการไหลผ่านของอากาศ

스물한 : 21

개 (คำนาม) : 낱으로 떨어진 물건을 세는 단위.
ชิ้น, แผ่น, ท่อน, ก้อน, อัน, แท่ง, ลูก(ลักษณนาม)
หน่วยนับสิ่งของที่แยกเป็นชิ้น ๆ

소리 (คำนาม) : 물체가 진동하여 생긴 음파가 귀에 들리는 것.
เสียง
การที่หูได้ยินคลื่นเสียงที่เกิดขึ้นจากการสั่นของวัตถุ

< 1 절(ท่อนเพลง) >

다 같이 <u>말하+[여 보]</u>+아.
            말해 봐

다 (คำวิเศษณ์) : 남거나 빠진 것이 없이 모두.
ทั้งหมด, ไม่เหลือ
ทั้งหมดโดยที่ไม่ขาดหายหรือไม่เหลือ

같이 (คำวิเศษณ์) : 둘 이상이 함께.
ด้วยกัน, พร้อมกัน, ร่วมกัน
สองสิ่งขึ้นไปด้วยกัน

말하다 (คำกริยา) : 어떤 사실이나 자신의 생각 또는 느낌을 말로 나타내다.
พูด, บอก, กล่าว, เล่า
แสดงข้อเท็จจริงใด ๆ หรือความคิดหรือความรู้สึกของตัวเองเป็นคำพูด

-여 보다 : 앞의 말이 나타내는 행동을 시험 삼아 함을 나타내는 표현.
...ดู, ลอง..., ลอง...ดู
สำนวนที่แสดงว่าเป็นการทดลองทำการกระทำที่ปรากฏในคำพูดข้างหน้า

-아 : (두루낮춤으로) 어떤 사실을 서술하거나 물음, 명령, 권유를 나타내는 종결 어미.
วิภัตติปัจจัยลงท้ายประโยคที่ใช้ในการลดระดับภาษาโดยทั่วไป
(ใช้ในการลดระดับอย่างไม่เป็นทางการ) วิภัตติปัจจัยลงท้ายประโยคที่แสดงการบอกเล่าข้อเท็จจริงใด ๆ หรือการถาม การสั่ง
หรือการชักชวน <คำสั่ง>

아설순치후

아 → 어금니 (คำนาม) : 송곳니의 안쪽에 있는 크고 가운데가 오목한 이.
ฟันกราม
ฟันที่ใหญ่และตรงกลางเว้าซึ่งอยู่ด้านในของเขี้ยว

설 → 혀 (คำนาม) : 사람이나 동물의 입 안 아래쪽에 있는 길고 붉은 살덩어리.
ลิ้น
ก้อนเนื้อสีแดงยาวที่อยู่ข้างล่างภายในปากของมนุษย์และสัตว์

순 → 입술 (คำนาม) : 사람의 입 주위를 둘러싸고 있는 붉고 부드러운 살.
ริมฝีปาก
เนื้อที่นิ่มสีแดงอยู่บริเวณรอบ ๆ ปากของคน

치 → 이 (คำนาม) : 사람이나 동물의 입 안에 있으며 무엇을 물거나 음식물을 씹는 일을 하는 기관.
ฟัน
อวัยวะที่อยู่ภายในปากของคนหรือสัตว์ และทำหน้าที่เคี้ยวอาหารหรือกัดบางสิ่ง

후 → 목구멍 (คำนาม) : 목 안쪽에서 몸속으로 나 있는 깊숙한 구멍.
หลอดลม, หลอดอาหาร, ช่องคอ
ช่องที่ลึกลงไปด้านในของคอลงไปยังภายในร่างกาย

다 함께 부르(불ㄹ)+[어 보]+아.
불러 봐

다 (คำวิเศษณ์) : 남거나 빠진 것이 없이 모두.
ทั้งหมด, ไม่เหลือ
ทั้งหมดโดยที่ไม่ขาดหายหรือไม่เหลือ

함께 (คำวิเศษณ์) : 여럿이서 한꺼번에 같이.
ด้วยกัน, ร่วมกัน
หลาย ๆ คนทำร่วมกันในคราวเดียวกัน

부르다 (คำกริยา) : 곡조에 따라 노래하다.
ร้องเพลง, ขับเพลง
ร้องเพลงตามทำนอง

-어 보다 : 앞의 말이 나타내는 행동을 시험 삼아 함을 나타내는 표현.
...ดู, ลอง..., ลอง...ดู
สำนวนที่แสดงว่าเป็นการทดลองทำการกระทำที่ปรากฏในคำพูดข้างหน้า

-아 : (두루낮춤으로) 어떤 사실을 서술하거나 물음, 명령, 권유를 나타내는 종결 어미.
วิภัตติปัจจัยลงท้ายประโยคที่ใช้ในการลดระดับภาษาโดยทั่วไป
(ใช้ในการลดระดับอย่างไม่เป็นทางการ) วิภัตติปัจจัยลงท้ายประโยคที่แสดงการบอกเล่าข้อเท็จจริงใด ๆ หรือการถาม การสั่ง หรือการชักชวน <คำสั่ง>

아설순치후

아 → 어금니 (คำนาม) : 송곳니의 안쪽에 있는 크고 가운데가 오목한 이.
ฟันกราม
ฟันที่ใหญ่และตรงกลางเว้าซึ่งอยู่ด้านในของเขี้ยว

설 → 혀 (คำนาม) : 사람이나 동물의 입 안 아래쪽에 있는 길고 붉은 살덩어리.
ลิ้น
ก้อนเนื้อสีแดงยาวที่อยู่ข้างล่างภายในปากของมนุษย์และสัตว์

순 → 입술 (คำนาม) : 사람의 입 주위를 둘러싸고 있는 붉고 부드러운 살.
ริมฝีปาก
เนื้อที่นิ่มสีแดงอยู่บริเวณรอบ ๆ ปากของคน

치 → 이 (คำนาม) : 사람이나 동물의 입 안에 있으며 무엇을 물거나 음식물을 씹는 일을 하는 기관.
ฟัน
อวัยวะที่อยู่ภายในปากของคนหรือสัตว์ และทำหน้าที่เคี้ยวอาหารหรือกัดบางสิ่ง

후 → 목구멍 (คำนาม) : 목 안쪽에서 몸속으로 나 있는 깊숙한 구멍.
หลอดลม, หลอดอาหาร, ช่องคอ
ช่องที่ลึกลงไปด้านในของคอลงไปยังภายในร่างกาย

우리 모두 느끼+[어 보]+아.
느껴 봐

우리 (สรรพนาม) : 말하는 사람이 자기와 듣는 사람 또는 이를 포함한 여러 사람들을 가리키는 말.
เรา, พวกเรา
คำเรียกที่ผู้พูดเรียกรวมตนเองกับผู้ฟังหรือผู้ฟังหลาย ๆ คน

모두 (คำวิเศษณ์) : 빠짐없이 다.
ทั้งหมด, ทุก, ทั้งสิ้น, ทั้งมวล, ทั้งปวง, ทุกคน, ทุกอย่าง, ทั้งนั้น
ทั้งหมดโดยไม่มีข้อยกเว้น

느끼다 (คำกริยา) : 특정한 대상이나 상황을 어떻다고 생각하거나 인식하다.
รู้สึก
รับรู้หรือคิดว่าอย่างไรกับสถานการณ์หรือเป้าหมายที่กำหนดพิเศษจำเพาะ

-어 보다 : 앞의 말이 나타내는 행동을 시험 삼아 함을 나타내는 표현.
...ดู, ลอง..., ลอง...ดู
สำนวนที่แสดงว่าเป็นการทดลองทำการกระทำที่ปรากฏในคำพูดข้างหน้า

-아 : (두루낮춤으로) 어떤 사실을 서술하거나 물음, 명령, 권유를 나타내는 종결 어미.
วิภัตติปัจจัยลงท้ายประโยคที่ใช้ในการลดระดับภาษาโดยทั่วไป
(ใช้ในการลดระดับอย่างไม่เป็นทางการ) วิภัตติปัจจัยลงท้ายประโยคที่แสดงการบอกเล่าข้อเท็จจริงใด ๆ หรือการถาม การสั่ง
หรือการชักชวน <คำสั่ง>

발음 기관+을 본뜨+ㄴ 기역, 니은, 미음, 시옷, 이응
본뜬

발음 기관 (คำนาม) : 말소리를 내는 데 쓰는 신체의 각 부분.
อวัยวะที่ใช้ออกเสียง
ส่วนต่าง ๆ ของร่างกายที่ใช้ในการออกเสียงพูด

을 : 동작이 직접적으로 영향을 미치는 대상을 나타내는 조사.
ไม่พบคำแปล
คำชี้ที่แสดงเป้าหมายที่การกระทำส่งผลกระทบโดยตรง

본뜨다 (คำกริยา) : 이미 있는 것을 그대로 따라서 만들다.
ทำตามแบบ, ทำแบบอย่าง, ทำเลียนแบบ, ลอกเลียนแบบ
สร้างสิ่งที่มีอยู่ก่อนแล้วตามแบบนั้น

-ㄴ : 앞의 말이 관형어의 기능을 하게 만들고 사건이나 동작이 완료되어 그 상태가 유지되고 있음을 나
타내는 어미.
ที่..., ...อยู่
วิภัตติปัจจัยที่แสดงการที่ทำให้คำพูดข้างหน้าทำหน้าที่เป็นคุณศัพท์ขยายนามและเหตุการณ์หรืออากัปกิริยานั้นเสร็จสิ้นไปแล้วและยังคง
สภาพดังกล่าวอย่างต่อเนื่องอยู่

기역 (คำนาม) : 한글 자모 'ㄱ'의 이름.
คีย็อก
ชื่อของตัวอักษรฮันกึล 'ㄱ'

니은 (คำนาม) : 한글 자모 'ㄴ'의 이름.
นีอึน
ชื่อของตัวอักษรฮันกึล 'ㄴ'

미음 (คำนาม) : 한글 자모 'ㅁ'의 이름.
มีอึม
ชื่อของตัวอักษรฮันกึล 'ㅁ'

시옷 (คำนาม) : 한글 자모 'ㅅ'의 이름.
ซีโอซ
ชื่อของตัวอักษรฮันกึล 'ㅅ'

이응 (คำนาม) : 한글 자모 'ㅇ'의 이름.
อีอึง
ชื่อของตัวอักษรฮันกึล 'ㅇ'

다섯 글자

다섯 (คุณศัพท์) : 넷에 하나를 더한 수의.
5, ห้า, จำนวนห้า
ที่เป็นจำนวนสี่บวกหนึ่ง

글자 (คำนาม) : 말을 적는 기호.
อักษร, ตัวอักษร, ตัวหนังสือ, อักขระ
สัญลักษณ์ในการเขียนคำ

세상+의 모든 소리+를 듣(들)+[어 보]+아.
들어 봐

세상 (คำนาม) : 지구 위 전체.
โลก
ทั้งปวงบนโลก

의 : 앞의 말이 뒤의 말에 대하여 소유, 소속, 소재, 관계, 기원, 주체의 관계를 가짐을 나타내는 조사.
ของ...
คำชี้ที่แสดงว่าคำพูดข้างหน้ามีความสัมพันธ์กับประธาน แหล่งกำเนิด ความสัมพันธ์ วัตถุดิบ การสังกัด การเป็นเจ้าของ ต่อคำพูดข้างหลัง

모든 (คุณศัพท์) : 빠지거나 남는 것 없이 전부인.
ทั้งหมด, ทั้งปวง, ทั้งสิ้น, ทุก, ทุก ๆ, ทั้ง
ที่เป็นทั้งหมดโดยที่ไม่มีสิ่งที่เหลือหรือตกหล่น

소리 (คำนาม) : 물체가 진동하여 생긴 음파가 귀에 들리는 것.
เสียง
การที่หูได้ยินคลื่นเสียงที่เกิดขึ้นจากการสั่นของวัตถุ

를 : 동작이 직접적으로 영향을 미치는 대상을 나타내는 조사.
ไม่พบคำแปล
คำชี้ที่แสดงเป้าหมายที่การกระทำส่งผลกระทบโดยตรง

듣다 (คำกริยา) : 귀로 소리를 알아차리다.
ฟัง, ได้ยิน
เข้าใจเสียงได้ด้วยหู

-어 보다 : 앞의 말이 나타내는 행동을 시험 삼아 함을 나타내는 표현.
...ดู, ลอง..., ลอง...ดู
สำนวนที่แสดงว่าเป็นการทดลองทำการกระทำที่ปรากฏในคำพูดข้างหน้า

-아 : (두루낮춤으로) 어떤 사실을 서술하거나 물음, 명령, 권유를 나타내는 종결 어미.
วิภัตติปัจจัยลงท้ายประโยคที่ใช้ในการลดระดับภาษาโดยทั่วไป
(ใช้ในการลดระดับอย่างไม่เป็นทางการ) วิภัตติปัจจัยลงท้ายประโยคที่แสดงการบอกเล่าข้อเท็จจริงใด ๆ หรือการถาม การสั่ง
หรือการชักชวน <คำสั่ง>

또 하+[고 싶]+은 말+을 다 외치+[어 보]+아.
외쳐 봐

또 (คำวิเศษณ์) : 그 밖에 더.
อีก, นอกจาก...แล้วยัง...อีกด้วย
นอกเหนือจากนั้นแล้วก็ยังมีอีก

하다 (คำกริยา) : 어떤 행동이나 동작, 활동 등을 행하다.
ทำ
ทำกิจกรรม การเคลื่อนไหว หรือพฤติกรรมใด ๆ เป็นต้น

-고 싶다 : 앞의 말이 나타내는 행동을 하기를 원함을 나타내는 표현.
อยาก..., ต้องการ...
สำนวนที่แสดงความต้องการที่จะกระทำสิ่งที่ปรากฏในคำพูดข้างหน้า

-은 : 앞의 말이 관형어의 기능을 하게 만들고 현재의 상태를 나타내는 어미.
ที่..., ซึ่ง...
วิภัตติปัจจัยที่ทำให้คำพูดข้างหน้าทำหน้าที่เป็นคุณศัพท์ขยายนามและแสดงถึงสภาพที่เป็นอยู่ในปัจจุบัน

말 (คำนาม) : 생각이나 느낌을 표현하고 전달하는 사람의 소리.
การพูด, คำพูด
เสียงของคนที่แสดงและถ่ายทอดความรู้สึกหรือความคิด

을 : 동작이 직접적으로 영향을 미치는 대상을 나타내는 조사.
ไม่พบคำแปล
คำชี้ที่แสดงเป้าหมายที่การกระทำส่งผลกระทบโดยตรง

다 (คำวิเศษณ์) : 남거나 빠진 것이 없이 모두.
ทั้งหมด, ไม่เหลือ
ทั้งหมดโดยที่ไม่ขาดหายหรือไม่เหลือ

외치다 (คำกริยา) : 큰 소리를 지르다.
ตะโกน, ร้องตะโกน, ร้องเรียก, เรียกร้อง
ตะโกนส่งเสียงดัง

-어 보다 : 앞의 말이 나타내는 행동을 시험 삼아 함을 나타내는 표현.
...ดู, ลอง..., ลอง...ดู
สำนวนที่แสดงว่าเป็นการทดลองทำการกระทำที่ปรากฏในคำพูดข้างหน้า

-아 : (두루낮춤으로) 어떤 사실을 서술하거나 물음, 명령, 권유를 나타내는 종결 어미.
วิภัตติปัจจัยลงท้ายประโยคที่ใช้ในการลดระดับภาษาโดยทั่วไป
(ใช้ในการลดระดับอย่างไม่เป็นทางการ) วิภัตติปัจจัยลงท้ายประโยคที่แสดงการบอกเล่าข้อเท็จจริงใด ๆ หรือการถาม การสั่ง
หรือการชักชวน <คำสั่ง>

신비롭(신비로우)+ㄴ 사연, 감추+었던 비밀
신비로운

신비롭다 (คำคุณศัพท์) : 보통의 생각으로는 이해할 수 없을 정도로 놀랍고 신기한 느낌이 있다.
น่าประหลาดใจ, น่าอัศจรรย์ใจ
มีความรู้สึกที่อัศจรรย์และน่าประหลาดใจจนไม่สามารถเข้าใจได้ด้วยความคิดปกติ

-ㄴ : 앞의 말이 관형어의 기능을 하게 만들고 현재의 상태를 나타내는 어미.
...ที่
วิภัตติปัจจัยที่ทำให้คำพูดข้างหน้าทำหน้าที่เป็นคุณศัพท์ขยายนามและแสดงถึงสภาพที่เป็นอยู่ในปัจจุบัน

사연 (คำนาม) : 일어난 일의 앞뒤 사정과 까닭.
ที่มาที่ไป, ความเป็นมา, เรื่องราว, ประวัติ, เหตุการณ์
สถานการณ์และเหตุผลทั้งก่อนและหลังของเรื่องที่เกิดขึ้น

감추다 (คำกริยา) : 어떤 사실이나 감정을 남이 모르도록 알리지 않고 비밀로 하다.
ปิดบัง, แอบซ่อน, ซ่อน, ซุกซ่อน
ไม่เปิดเผยเรื่องใดๆ หรือความรู้สึกที่แท้จริงให้ผู้อื่นรู้และเก็บไว้เป็นความลับ

-었던 : 과거의 사건이나 상태를 다시 떠올리거나 그 사건이나 상태가 완료되지 않고 중단되었다는 의미
를 나타내는 표현.
ที่เคย...
สำนวนที่แสดงความหมายว่านึกถึงสภาพหรือเหตุการณ์ในอดีตอีกครั้งหรือสภาพหรือเหตุการณ์ดังกล่าวไม่เสร็จสมบูรณ์และหยุดชะงัก

비밀 (คำนาม) : 숨기고 있어 남이 모르는 일.
ความลับ, เรื่องลับ, ความใน
เรื่องที่ผู้อื่นไม่รู้เพราะถูกปิดบังอยู่

진실+을 전하+[여 주]+어.
전해 줘

진실 (คำนาม) : 순수하고 거짓이 없는 마음.
ใจบริสุทธิ์, ความจริงใจ, ความซื่อสัตย์, ใจจริงแท้
จิตใจที่บริสุทธิ์และไม่มีการหลอกลวง

을 : 동작이 직접적으로 영향을 미치는 대상을 나타내는 조사.
ไม่พบคำแปล
คำชี้ที่แสดงเป้าหมายที่การกระทำส่งผลกระทบโดยตรง

전하다 (คำกริยา) : 어떤 소식, 생각 등을 상대에게 알리다.
บอก, เล่า, ถ่ายทอด, สื่อสาร, ส่งสาร
ทำให้คู่สนทนารับรู้ถึงความคิดหรือข่าวสารใด ๆ เป็นต้น

-여 주다 : 남을 위해 앞의 말이 나타내는 행동을 함을 나타내는 표현.
ช่วย..., ช่วย...ให้
สำนวนที่แสดงว่าทำการกระทำที่ปรากฏในคำพูดข้างหน้าเพื่อผู้อื่น

-어 : (두루낮춤으로) 어떤 사실을 서술하거나 물음, 명령, 권유를 나타내는 종결 어미.
วิภัตติปัจจัยลงท้ายประโยคที่ใช้ในการลดระดับภาษาโดยทั่วไป
(ใช้ในการลดระดับอย่างไม่เป็นทางการ) วิภัตติปัจจัยลงท้ายประโยคที่แสดงการบอกเล่าข้อเท็จจริงใด ๆ หรือการถาม การสั่ง หรือการชักชวน <คำสั่ง>

< 후렴(สร้อยเพลง) >

아 야 어 여 오 요 우 유 으 이

가 나 다 라 마 바 사 아 자 차 카 타 파 하

이제+부터 들리+[어 주]+어 너+의 마음+을.
들려 줘

이제 (คำนาม) : 말하고 있는 바로 이때.
ตอนนี้, ขณะนี้, เวลานี้, บัดนี้
ตอนนี้ที่กำลังพูดอยู่

부터 : 어떤 일의 시작이나 처음을 나타내는 조사.
ตั้งแต่..., จาก...
คำชี้ที่แสดงการเริ่มต้นหรือครั้งแรกของงานใด ๆ

들리다 (คำกริยา) : 듣게 하다.
ได้ฟัง, ได้ยิน
ได้ฟัง

-어 주다 : 남을 위해 앞의 말이 나타내는 행동을 함을 나타내는 표현.
ช่วย..., ช่วย...ให้
สำนวนที่แสดงว่าทำการกระทำที่ปรากฏในคำพูดข้างหน้าเพื่อผู้อื่น

-어 : (두루낮춤으로) 어떤 사실을 서술하거나 물음, 명령, 권유를 나타내는 종결 어미.
วิภัตติปัจจัยลงท้ายประโยคที่ใช้ในการลดระดับภาษาโดยทั่วไป
(ใช้ในการลดระดับอย่างไม่เป็นทางการ) วิภัตติปัจจัยลงท้ายประโยคที่แสดงการบอกเล่าข้อเท็จจริงใด ๆ หรือการถาม การสั่ง หรือการชักชวน <คำสั่ง>

너 (สรรพนาม) : 듣는 사람이 친구나 아랫사람일 때, 그 사람을 가리키는 말.
เธอ, แก, เอ็ง
คำที่ใช้เรียกชี้บ่งคนนั้นที่เป็นผู้ฟังในกรณีที่เป็นผู้น้อยหรือเพื่อน

의 : 앞의 말이 뒤의 말에 대하여 소유, 소속, 소재, 관계, 기원, 주체의 관계를 가짐을 나타내는 조사.
ของ...
คำชี้ที่แสดงว่าคำพูดข้างหน้ามีความสัมพันธ์กับประธาน แหล่งกำเนิด ความสัมพันธ์ วัตถุดิบ การสังกัด การเป็นเจ้าของ ต่อคำพูดข้างหลัง

마음 (คำนาม) : 기분이나 느낌.
จิตใจ, ใจ, ความรู้สึก
อารมณ์หรือความรู้สึก

을 : 동작이 직접적으로 영향을 미치는 대상을 나타내는 조사.
ไม่พบคำแปล
คำชี้ที่แสดงเป้าหมายที่การกระทำส่งผลกระทบโดยตรง

지금+부터 전하+[여 주]+어 너+의 사랑+을.
전해 줘

지금 (คำนาม) : 말을 하고 있는 바로 이때.
เดี๋ยวนี้, ตอนนี้, ประเดี๋ยวนี้
ตอนนี้ที่กำลังพูดอยู่

부터 : 어떤 일의 시작이나 처음을 나타내는 조사.
ตั้งแต่..., จาก...
คำชี้ที่แสดงการเริ่มต้นหรือครั้งแรกของงานใด ๆ

전하다 (คำกริยา) : 어떤 소식, 생각 등을 상대에게 알리다.
บอก, เล่า, ถ่ายทอด, สื่อสาร, ส่งสาร
ทำให้คู่สนทนารับรู้ถึงความคิดหรือข่าวสารใด ๆ เป็นต้น

-여 주다 : 남을 위해 앞의 말이 나타내는 행동을 함을 나타내는 표현.
ช่วย..., ช่วย...ให้
สำนวนที่แสดงว่าทำการกระทำที่ปรากฏในคำพูดข้างหน้าเพื่อผู้อื่น

-어 : (두루낮춤으로) 어떤 사실을 서술하거나 물음, 명령, 권유를 나타내는 종결 어미.
วิภัตติปัจจัยลงท้ายประโยคที่ใช้ในการลดระดับภาษาโดยทั่วไป
(ใช้ในการลดระดับอย่างไม่เป็นทางการ) วิภัตติปัจจัยลงท้ายประโยคที่แสดงการบอกเล่าข้อเท็จจริงใด ๆ หรือการถาม การสั่ง หรือการชักชวน <คำสั่ง>

너 (สรรพนาม) : 듣는 사람이 친구나 아랫사람일 때, 그 사람을 가리키는 말.
เธอ, แก, เอ็ง
คำที่ใช้เรียกชี้บ่งคนนั้นที่เป็นผู้ฟังในกรณีที่เป็นผู้น้อยหรือเพื่อน

의 : 앞의 말이 뒤의 말에 대하여 소유, 소속, 소재, 관계, 기원, 주체의 관계를 가짐을 나타내는 조사.
ของ...
คำชี้ที่แสดงว่าคำพูดข้างหน้ามีความสัมพันธ์กับประธาน แหล่งกำเนิด ความสัมพันธ์ วัตถุดิบ การสังกัด การเป็นเจ้าของ ต่อคำพูดข้างหลัง

사랑 (คำนาม) : 아끼고 소중히 여겨 정성을 다해 위하는 마음.
ความรัก
จิตใจที่ห่วงแหน นับว่าเป็นสิ่งสำคัญ และทำให้ทุกสิ่งทุกอย่าง

을 : 동작이 직접적으로 영향을 미치는 대상을 나타내는 조사.
ไม่พบคำแปล
คำชี้ที่แสดงเป้าหมายที่การกระทำส่งผลกระทบโดยตรง

아 야 어 여 오 요 우 유 으 이

가 나 다 라 마 바 사 아 자 차 카 타 파 하

모음 스물하나+에 자음 열아홉+을 <u>더하+여</u>

더해

모음 (คำนาม) : 사람이 목청을 울려 내는 소리로, 공기의 흐름이 방해를 받지 않고 나는 소리.
สระ, เสียงสระ
เสียงที่ออกมาจากช่องคอของคน เป็นเสียงที่ออกมาโดยไม่ได้รับการปิดกั้นการไหลผ่านของอากาศ

스물하나 : 21

에 : 앞말에 무엇이 더해짐을 나타내는 조사.
ใน..., ที่ใน..., รวมกับ...
คำชี้ที่แสดงว่าอะไรถูกเพิ่มเข้าไปในคำพูดข้างหน้า

자음 (คำนาม) : 목, 입, 혀 등의 발음 기관에 의해 장애를 받으며 나는 소리.
พยัญชนะ
เสียงที่ออกมาโดยได้รับการปิดกั้นด้วยอวัยวะการออกเสียง เช่น ที่ลำคอ ริมฝีปาก ลิ้น เป็นต้น

열아홉 : 19

을 : 동작 대상의 수량이나 동작의 순서를 나타내는 조사.
ไม่พบคำแปล
คำชี้ที่แสดงจำนวนของเป้าหมายการกระทำหรือลำดับการกระทำ

더하다 (คำกริยา) : 보태어 늘리거나 많게 하다.
บวก, เพิ่ม
บวกทำให้เพิ่มหรือทำให้มากขึ้น

-여 : 앞의 말이 뒤의 말보다 먼저 일어났거나 뒤의 말에 대한 방법이나 수단이 됨을 나타내는 연결 어미.
แล้ว..., แล้วจึง...
วิภัตติปัจจัยเชื่อมระหว่างประโยคที่แสดงการที่คำพูดข้างหน้าเกิดขึ้นก่อนคำพูดข้างหลัง หรือกลายเป็นวิธีการหรือวิธีทำเกี่ยวกับคำพูดข้างหลัง

마흔 가지 소리+로 세상+을 <u>느끼+[어 보]+아</u>.

느껴 봐

마흔 (คุณศัพท์) : 열의 네 배가 되는 수의.
40, สี่สิบ
ที่เป็นจำนวนสี่เท่าของสิบ

가지 (คำนาม) : 사물의 종류를 헤아리는 말.
อย่าง, ชนิด, หมู่, ประเภท, จำพวก
คำนับประเภทของวัตถุ

소리 (คำนาม) : 물체가 진동하여 생긴 음파가 귀에 들리는 것.
เสียง
การที่หูได้ยินคลื่นเสียงที่เกิดขึ้นจากการสั่นของวัตถุ

로 : 어떤 일의 수단이나 도구를 나타내는 조사.
โดย..., ด้วย...
คำชี้ที่แสดงอุปกรณ์หรือวิธีการของงานใด ๆ

세상 (คำนาม) : 지구 위 전체.
โลก
ทั้งปวงบนโลก

을 : 동작이 직접적으로 영향을 미치는 대상을 나타내는 조사.
ไม่พบคำแปล
คำชี้ที่แสดงเป้าหมายที่การกระทำส่งผลกระทบโดยตรง

느끼다 (คำกริยา) : 특정한 대상이나 상황을 어떻다고 생각하거나 인식하다.
รู้สึก
รับรู้หรือคิดว่าอย่างไรกับสถานการณ์หรือเป้าหมายที่กำหนดพิเศษจำเพาะ

-어 보다 : 앞의 말이 나타내는 행동을 시험 삼아 함을 나타내는 표현.
...ดู, ลอง..., ลอง...ดู
สำนวนที่แสดงว่าเป็นการทดลองทำการกระทำที่ปรากฏในคำพูดข้างหน้า

-아 : (두루낮춤으로) 어떤 사실을 서술하거나 물음, 명령, 권유를 나타내는 종결 어미.
วิภัตติปัจจัยลงท้ายประโยคที่ใช้ในการลดระดับภาษาโดยทั่วไป
(ใช้ในการลดระดับอย่างไม่เป็นทางการ) วิภัตติปัจจัยลงท้ายประโยคที่แสดงการบอกเล่าข้อเท็จจริงใด ๆ หรือการถาม การสั่ง หรือการชักชวน <คำสั่ง>

< 2 절(ท่อนเพลง) >

하늘+과 땅+이 만나+(아) ㅗ, ㅜ
만나

하늘 (คำนาม) : 땅 위로 펼쳐진 무한히 넓은 공간.
ฟ้า, ท้องฟ้า, ผืนฟ้า, แผ่นฟ้า
พื้นที่กว้างใหญ่ไม่มีที่สิ้นสุดที่แผ่ครอบคลุมผืนดิน

과 : 앞과 뒤의 명사를 같은 자격으로 이어 줄 때 쓰는 조사.
...กับ..., ...และ..
คำกำกับกับคำนามที่ใช้ชี้ที่ใช้เมื่อเชื่อมต่อคำนามข้างหน้าและคำนามข้างหลังในฐานะเดียวกัน

땅 (คำนาม) : 지구에서 물로 된 부분이 아닌 흙이나 돌로 된 부분.
ที่ดิน, พื้นดิน
ส่วนที่เป็นดินและหินซึ่งไม่ใช่ส่วนที่เป็นน้ำในโลก

이 : 어떤 상태나 상황의 대상이나 동작의 주체를 나타내는 조사.
ตัวชี้ประธาน
คำชี้ที่ใช้แสดงสิ่งที่อยู่ในสถานการณ์หรือสภาพใด ๆ หรือผู้ที่เป็นประธานของอากัปกริยา

만나다 (คำกริยา) : 선이나 길, 강 등이 서로 마주 닿거나 연결되다.
พบกัน, บรรจบกัน
เส้น เส้นทาง หรือแม่น้ำ เป็นต้น บรรจบกันหรือถูกเชื่อมโยง

-아 : 앞의 말이 뒤의 말보다 먼저 일어났거나 뒤의 말에 대한 방법이나 수단이 됨을 나타내는 연결 어미.
แล้ว..., แล้วจึง...
วิภัตติปัจจัยเชื่อมระหว่างประโยคที่แสดงการที่คำพูดข้างหน้าเกิดขึ้นก่อนคำพูดข้างหลัง หรือกลายเป็นวิธีการหรือวิธีทำเกี่ยวกับคำพูดข้างหลัง

ㅗ (คำนาม) : 한글 자모의 열아홉째 글자. 이름은 '오'이고 중성으로 쓴다.
สระโอ(โ)
อักษรลำดับที่สิบเก้าในพยัญชนะและสระฮันกึล เป็นสระที่ออกเสียงว่า 'โอ'

ㅜ (คำนาม) : 한글 자모의 스물한째 글자. 이름은 '우'이고 중성으로 쓴다.
สระอู(อู)
อักษรลำดับที่ยี่สิบเอ็ดในตัวอักษรฮันกึล มีชื่อว่า 'อู' ใช้เป็นสระ

사람+과 <u>만나+ㄴ다면</u> ㅏ, ㅓ
만난다면

사람 (คำนาม) : 생각할 수 있으며 언어와 도구를 만들어 사용하고 사회를 이루어 사는 존재.
คน, มนุษย์
สิ่งที่ดำรงอยู่ร่วมกันเป็นสังคม มีความรู้สึกนึกคิด มีการประดิษฐ์เครื่องมือและภาษาเพื่อใช้งาน

과 : 누군가를 상대로 하여 어떤 일을 할 때 그 상대임을 나타내는 조사.
กับ...
คำกำกับกับคำนามที่ใช้ชี้ให้แสดงเป็นฝ่ายตรงข้ามคนนั้นเมื่อทำงานเรื่องใดๆ กับผู้คนใดๆ

만나다 (คำกริยา) : 선이나 길, 강 등이 서로 마주 닿거나 연결되다.
พบกัน, บรรจบกัน
เส้น เส้นทาง หรือแม่น้ำ เป็นต้น บรรจบกันหรือถูกเชื่อมโยง

-ㄴ다면 : 어떠한 사실이나 상황을 가정하는 뜻을 나타내는 연결 어미.
ถ้าหาก, ถ้าหากว่า, หากว่า, สมมุติว่า
วิภัตติปัจจัยเชื่อมระหว่างประโยคที่แสดงความหมายสมมุติสถานการณ์หรือเรื่องใดๆขึ้น

ㅏ (คำนาม) : 한글 자모의 열다섯째 글자. 이름은 '아'이고 중성으로 쓴다.
สระอา(า)
อักษรลำดับที่สิบห้าในตัวอักษรฮันกึล มีชื่อว่า 'อา' ใช้เป็นสระ

ㅓ (คำนาม) : 한글 자모의 열일곱째 글자. 이름은 '어'이고 중성으로 쓴다.
สระออ(อ)
อักษรลำดับที่สิบเจ็ดในตัวอักษรฮันกึล มีชื่อว่า 'ออ' ใช้เป็นสระ

하루+(이)+면+은 충분하+여.
하루면은 충분해

하루 (คำนาม) : 밤 열두 시부터 다음 날 밤 열두 시까지의 스물네 시간.
หนึ่งวัน
ยี่สิบสี่ชั่วโมงตั้งแต่เที่ยงคืนจนถึงเที่ยงคืนของอีกวัน

이다 : 주어가 지시하는 대상의 속성이나 부류를 지정하는 뜻을 나타내는 서술격 조사.
เป็น
คำชี้ภาคแสดงการกที่แสดงความหมายที่กำหนดประเภทหรือคุณสมบัติของเป้าหมายที่ประธานบ่งชี้

-면 : 뒤에 오는 말에 대한 근거나 조건이 됨을 나타내는 연결 어미.
ถ้า...
วิภัตติปัจจัยเชื่อมระหว่างประโยคที่แสดงถึงการที่กลายเป็นสาเหตุหรือเงื่อนไขเกี่ยวกับคำพูดตามมาข้างหลัง

은 : 강조의 뜻을 나타내는 조사.
...เนี่ยนะ, ...นะ
คำชี้ที่แสดงความหมายของการเน้นย้ำ

충분하다 (คำคุณศัพท์) : 모자라지 않고 넉넉하다.
พอ, พอเพียง, เพียงพอ
พอเพียงและไม่ขาดแคลน

-여 : (두루낮춤으로) 어떤 사실을 서술하거나 물음, 명령, 권유를 나타내는 종결 어미.
วิภัตติปัจจัยลงท้ายประโยคที่ใช้ในการลดระดับภาษาโดยทั่วไป
(ใช้ในการลดระดับอย่างไม่เป็นทางการ) วิภัตติปัจจัยลงท้ายประโยคที่แสดงการบอกเล่าข้อเท็จจริงบางอย่าง หรือการถาม การสั่ง หรือการชักชวน <การพูดตามลำดับ>

하늘, 땅, 사람+을 <u>본뜨+ㄴ</u> 아 어 오 우 야 여 요 유 으 이
본뜬

하늘 (คำนาม) : 땅 위로 펼쳐진 무한히 넓은 공간.
ฟ้า, ท้องฟ้า, ผืนฟ้า, แผ่นฟ้า
พื้นที่กว้างใหญ่ไม่มีที่สิ้นสุดที่แผ่ครอบคลุมผืนดิน

땅 (คำนาม) : 지구에서 물로 된 부분이 아닌 흙이나 돌로 된 부분.
ที่ดิน, พื้นดิน
ส่วนที่เป็นดินและหินซึ่งไม่ใช่ส่วนที่เป็นน้ำในโลก

사람 (คำนาม) : 생각할 수 있으며 언어와 도구를 만들어 사용하고 사회를 이루어 사는 존재.
คน, มนุษย์
สิ่งที่ดำรงอยู่ร่วมกันเป็นสังคม มีความรู้สึกนึกคิด มีการประดิษฐ์เครื่องมือและภาษาเพื่อใช้งาน

을 : 동작이 직접적으로 영향을 미치는 대상을 나타내는 조사.
ไม่พบคำแปล
คำชี้ที่แสดงเป้าหมายที่การกระทำส่งผลกระทบโดยตรง

본뜨다 (คำกริยา) : 이미 있는 것을 그대로 따라서 만들다.
ทำตามแบบ, ทำแบบอย่าง, ทำเลียนแบบ, ลอกเลียนแบบ
สร้างสิ่งที่มีอยู่ก่อนแล้วตามแบบนั้น

-ㄴ : 앞의 말이 관형어의 기능을 하게 만들고 사건이나 동작이 완료되어 그 상태가 유지되고 있음을 나타내는 어미.
ที่..., ...อยู่
วิภัตติปัจจัยที่แสดงการที่ทำให้คำพูดข้างหน้าทำหน้าที่เป็นคุณศัพท์ขยายนามและเหตุการณ์หรืออากัปกิริยานั้นเสร็จสิ้นไปแล้วและยังคงสภาพดังกล่าวอย่างต่อเนื่องอยู่

아 (คำนาม) : 한글 자모의 열다섯째 글자. 이름은 '아'이고 중성으로 쓴다.
สระอา(า)
อักษรลำดับที่สิบห้าในตัวอักษรฮันกึล มีชื่อว่า 'อา' ใช้เป็นสระ

어 (คำนาม) : 한글 자모의 열일곱째 글자. 이름은 '어'이고 중성으로 쓴다.
สระออ(อ)
อักษรลำดับที่สิบเจ็ดในตัวอักษรฮันกึล มีชื่อว่า 'ออ' ใช้เป็นสระ

오 (คำนาม) : 한글 자모의 열아홉째 글자. 이름은 '오'이고 중성으로 쓴다.
สระโอ(โ)
อักษรลำดับที่สิบเก้าในพยัญชนะและสระฮันกึล เป็นสระที่ออกเสียงว่า 'โอ'

우 (คำนาม) : 한글 자모의 스물한째 글자. 이름은 '우'이고 중성으로 쓴다.
สระอู(ู)
อักษรลำดับที่ยี่สิบเอ็ดในตัวอักษรฮันกึล มีชื่อว่า 'อู' ใช้เป็นสระ

야 (คำนาม) : 한글 자모의 열여섯째 글자. 이름은 '야'이고 중성으로 쓴다.
สระยา
อักษรลำดับที่สิบหกในตัวอักษรฮันกึล มีชื่อว่า 'ยา' ใช้เป็นสระ

여 (คำนาม) : 한글 자모의 열여덟째 글자. 이름은 '여'이고 중성으로 쓴다.
สระยอ
อักษรลำดับที่สิบแปดในตัวอักษรฮันกึล มีชื่อว่า 'ยอ' ใช้เป็นสระ

요 (คำนาม) : 한글 자모의 스무째 글자. 이름은 '요'이고 중성으로 쓴다.
สระโย
อักษรลำดับที่ยี่สิบในตัวอักษรฮันกึล มีชื่อว่า 'โย' ใช้เป็นสระ

유 (คำนาม) : 한글 자모의 스물두째 글자. 이름은 '유'이고 중성으로 쓴다.
สระยู
อักษรลำดับที่ยี่สิบสองในตัวอักษรฮันกึล มีชื่อว่า 'ยู' ใช้เป็นสระ

으 (คำนาม) : 한글 자모의 스물셋째 글자. 이름은 '으'이고 중성으로 쓴다.
สระอือ(อึ)
อักษรลำดับที่ยี่สิบสามในตัวอักษรฮันกึล มีชื่อว่า 'อือ' ใช้เป็นสระ

이 (คำนาม) : 한글 자모의 스물넷째 글자. 이름은 '이'이고 중성으로 쓴다.
สระอี(อิ)
อักษรลำดับที่ยี่สิบสี่ในตัวอักษรฮันกึล มีชื่อว่า 'อี' ใช้เป็นสระ

열 글자

열 (คุณศัพท์) : 아홉에 하나를 더한 수의.
10, สิบ, เลขสิบ, จำนวนสิบ
ที่เป็นจำนวนเก้าบวกหนึ่ง

글자 (คำนาม) : 말을 적는 기호.
อักษร, ตัวอักษร, ตัวหนังสือ, อักขระ
สัญลักษณ์ในการเขียนคำ

세상+의 모든 소리+를 듣(들)+[어 보]+아.
들어 봐

세상 (คำนาม) : 지구 위 전체.
โลก
ทั้งปวงบนโลก

의 : 앞의 말이 뒤의 말에 대하여 소유, 소속, 소재, 관계, 기원, 주체의 관계를 가짐을 나타내는 조사.
ของ...
คำชี้ที่แสดงว่าคำพูดข้างหน้ามีความสัมพันธ์กับประธาน แหล่งกำเนิด ความสัมพันธ์ วัตถุดิบ การสังกัด การเป็นเจ้าของ ต่อคำพูดข้างหลัง

모든 (คุณศัพท์) : 빠지거나 남는 것 없이 전부인.
ทั้งหมด, ทั้งปวง, ทั้งสิ้น, ทุก, ทุก ๆ, ทั้ง
ที่เป็นทั้งหมดโดยที่ไม่มีสิ่งที่เหลือหรือตกหล่น

소리 (คำนาม) : 물체가 진동하여 생긴 음파가 귀에 들리는 것.
เสียง
การที่หูได้ยินคลื่นเสียงที่เกิดขึ้นจากการสั่นของวัตถุ

를 : 동작이 직접적으로 영향을 미치는 대상을 나타내는 조사.
ไม่พบคำแปล
คำชี้ที่แสดงเป้าหมายที่การกระทำส่งผลกระทบโดยตรง

듣다 (คำกริยา) : 귀로 소리를 알아차리다.
ฟัง, ได้ยิน
เข้าใจเสียงได้ด้วยหู

-어 보다 : 앞의 말이 나타내는 행동을 시험 삼아 함을 나타내는 표현.
...ดู, ลอง..., ลอง...ดู
สำนวนที่แสดงว่าเป็นการทดลองทำการกระทำที่ปรากฏในคำพูดข้างหน้า

-아 : (두루낮춤으로) 어떤 사실을 서술하거나 물음, 명령, 권유를 나타내는 종결 어미.
วิภัตติปัจจัยลงท้ายประโยคที่ใช้ในการลดระดับภาษาโดยทั่วไป
(ใช้ในการลดระดับอย่างไม่เป็นทางการ) วิภัตติปัจจัยลงท้ายประโยคที่แสดงการบอกเล่าข้อเท็จจริงใด ๆ หรือการถาม การสั่ง หรือการชักชวน <คำสั่ง>

또 하+[고 싶]+은 말+을 다 외치+[어 보]+아.
외쳐 봐

또 (คำวิเศษณ์) : 그 밖에 더.
อีก, นอกจาก...แล้วยัง...อีกด้วย
นอกเหนือจากนั้นแล้วก็ยังมีอีก

하다 (คำกริยา) : 어떤 행동이나 동작, 활동 등을 행하다.
ทำ
ทำกิจกรรม การเคลื่อนไหว หรือพฤติกรรมใด ๆ เป็นต้น

-고 싶다 : 앞의 말이 나타내는 행동을 하기를 원함을 나타내는 표현.
อยาก..., ต้องการ...
สำนวนที่แสดงความต้องการที่จะกระทำสิ่งที่ปรากฏในคำพูดข้างหน้า

-은 : 앞의 말이 관형어의 기능을 하게 만들고 현재의 상태를 나타내는 어미.
ที่..., ซึ่ง...
วิภัตติปัจจัยที่ทำให้คำพูดข้างหน้าทำหน้าที่เป็นคุณศัพท์ขยายนามและแสดงถึงสภาพที่เป็นอยู่ในปัจจุบัน

말 (คำนาม) : 생각이나 느낌을 표현하고 전달하는 사람의 소리.
การพูด, คำพูด
เสียงของคนที่แสดงและถ่ายทอดความรู้สึกหรือความคิด

을 : 동작이 직접적으로 영향을 미치는 대상을 나타내는 조사.
ไม่พบคำแปล
คำชี้ที่แสดงเป้าหมายที่การกระทำส่งผลกระทบโดยตรง

다 (คำวิเศษณ์) : 남거나 빠진 것이 없이 모두.
ทั้งหมด, ไม่เหลือ
ทั้งหมดโดยที่ไม่ขาดหายหรือไม่เหลือ

외치다 (คำกริยา) : 큰 소리를 지르다.
ตะโกน, ร้องตะโกน, ร้องเรียก, เรียกร้อง
ตะโกนส่งเสียงดัง

-어 보다 : 앞의 말이 나타내는 행동을 시험 삼아 함을 나타내는 표현.
...ดู, ลอง..., ลอง...ดู
สำนวนที่แสดงว่าเป็นการทดลองทำการกระทำที่ปรากฏในคำพูดข้างหน้า

-아 : (두루낮춤으로) 어떤 사실을 서술하거나 물음, 명령, 권유를 나타내는 종결 어미.
วิภัตติปัจจัยลงท้ายประโยคที่ใช้ในการลดระดับภาษาโดยทั่วไป
(ใช้ในการลดระดับอย่างไม่เป็นทางการ) วิภัตติปัจจัยลงท้ายประโยคที่แสดงการบอกเล่าข้อเท็จจริงใด ๆ หรือการถาม การสั่ง หรือการชักชวน <คำสั่ง>

<u>신비롭(신비로우)+ㄴ</u> 사연, 감추+었던 비밀

신비로운

신비롭다 (คำคุณศัพท์) : 보통의 생각으로는 이해할 수 없을 정도로 놀랍고 신기한 느낌이 있다.
น่าประหลาดใจ, น่าอัศจรรย์ใจ
มีความรู้สึกที่อัศจรรย์และน่าประหลาดใจจนไม่สามารถเข้าใจได้ด้วยความคิดปกติ

-ㄴ : 앞의 말이 관형어의 기능을 하게 만들고 현재의 상태를 나타내는 어미.
...ที่
วิภัตติปัจจัยที่ทำให้คำพูดข้างหน้าทำหน้าที่เป็นคุณศัพท์ขยายนามและแสดงถึงสภาพที่เป็นอยู่ในปัจจุบัน

사연 (คำนาม) : 일어난 일의 앞뒤 사정과 까닭.
ที่มาที่ไป, ความเป็นมา, เรื่องราว, ประวัติ, เหตุการณ์
สถานการณ์และเหตุผลทั้งก่อนและหลังของเรื่องที่เกิดขึ้น

감추다 (คำกริยา) : 어떤 사실이나 감정을 남이 모르도록 알리지 않고 비밀로 하다.
ปิดบัง, แอบซ่อน, ซ่อน, ซุกซ่อน
ไม่เปิดเผยเรื่องใดๆ หรือความรู้สึกที่แท้จริงให้ผู้อื่นรู้และเก็บไว้เป็นความลับ

-었던 : 과거의 사건이나 상태를 다시 떠올리거나 그 사건이나 상태가 완료되지 않고 중단되었다는 의미를 나디내는 표현.
ที่เคย...
สำนวนที่แสดงความหมายว่านึกถึงสภาพหรือเหตุการณ์ในอดีตอีกครั้งหรือสภาพหรือเหตุการณ์ดังกล่าวไม่เสร็จสมบูรณ์และหยุดชะงัก

비밀 (คำนาม) : 숨기고 있어 남이 모르는 일.
ความลับ, เรื่องลับ, ความใน
เรื่องที่ผู้อื่นไม่รู้เพราะถูกปิดบังอยู่

진실+을 전하+[여 주]+어.

전해 줘

진실 (คำนาม) : 순수하고 거짓이 없는 마음.
ใจบริสุทธิ์, ความจริงใจ, ความซื่อสัตย์, ใจจริงแท้
จิตใจที่บริสุทธิ์และไม่มีการหลอกลวง

을 : 동작이 직접적으로 영향을 미치는 대상을 나타내는 조사.
ไม่พบคำแปล
คำชี้ที่แสดงเป้าหมายที่การกระทำส่งผลกระทบโดยตรง

전하다 (คำกริยา) : 어떤 소식, 생각 등을 상대에게 알리다.
บอก, เล่า, ถ่ายทอด, สื่อสาร, ส่งสาร
ทำให้คู่สนทนารับรู้ถึงความคิดหรือข่าวสารใด ๆ เป็นต้น

-여 주다 : 남을 위해 앞의 말이 나타내는 행동을 함을 나타내는 표현.
ช่วย..., ช่วย...ให้
สำนวนที่แสดงว่าทำการกระทำที่ปรากฏในคำพูดข้างหน้าเพื่อผู้อื่น

-어 : (두루낮춤으로) 어떤 사실을 서술하거나 물음, 명령, 권유를 나타내는 종결 어미.
วิภัตติปัจจัยลงท้ายประโยคที่ใช้ในการลดระดับภาษาโดยทั่วไป
(ใช้ในการลดระดับอย่างไม่เป็นทางการ) วิภัตติปัจจัยลงท้ายประโยคที่แสดงการบอกเล่าข้อเท็จจริงใด ๆ หรือการถาม การสั่ง หรือการชักชวน <คำสั่ง>

< 후렴(สร้อยเพลง) >

아 야 어 여 오 요 우 유 으 이

가 나 다 라 마 바 사 아 자 차 카 타 파 하

이제+부터 들리+[어 주]+어 너+의 마음+을.
들려 줘

이제 (คำนาม) : 말하고 있는 바로 이때.
ตอนนี้, ขณะนี้, เวลานี้, บัดนี้
ตอนนี้ที่กำลังพูดอยู่

부터 : 어떤 일의 시작이나 처음을 나타내는 조사.
ตั้งแต่..., จาก...
คำชี้ที่แสดงการเริ่มต้นหรือครั้งแรกของงานใด ๆ

들리다 (คำกริยา) : 듣게 하다.
ได้ฟัง, ได้ยิน
ได้ฟัง

-어 주다 : 남을 위해 앞의 말이 나타내는 행동을 함을 나타내는 표현.
ช่วย..., ช่วย...ให้
สำนวนที่แสดงว่าทำการกระทำที่ปรากฏในคำพูดข้างหน้าเพื่อผู้อื่น

-어 : (두루낮춤으로) 어떤 사실을 서술하거나 물음, 명령, 권유를 나타내는 종결 어미.
วิภัตติปัจจัยลงท้ายประโยคที่ใช้ในการลดระดับภาษาโดยทั่วไป
(ใช้ในการลดระดับอย่างไม่เป็นทางการ) วิภัตติปัจจัยลงท้ายประโยคที่แสดงการบอกเล่าข้อเท็จจริงใด ๆ หรือการถาม การสั่ง หรือการชักชวน <คำสั่ง>

너 (สรรพนาม) : 듣는 사람이 친구나 아랫사람일 때, 그 사람을 가리키는 말.
เธอ, แก, เอ็ง
คำที่ใช้เรียกชี้บ่งคนนั้นที่เป็นผู้ฟังในกรณีที่เป็นผู้น้อยหรือเพื่อน

의 : 앞의 말이 뒤의 말에 대하여 소유, 소속, 소재, 관계, 기원, 주체의 관계를 가짐을 나타내는 조사.
ของ...
คำชี้ที่แสดงว่าคำพูดข้างหน้ามีความสัมพันธ์กับประธาน แหล่งกำเนิด ความสัมพันธ์ วัตถุดิบ การสังกัด การเป็นเจ้าของ ต่อคำพูดข้างหลัง

마음 (คำนาม) : 기분이나 느낌.
จิตใจ, ใจ, ความรู้สึก
อารมณ์หรือความรู้สึก

을 : 동작이 직접적으로 영향을 미치는 대상을 나타내는 조사.
ไม่พบคำแปล
คำชี้ที่แสดงเป้าหมายที่การกระทำส่งผลกระทบโดยตรง

지금+부터 전하+[여 주]+어 너+의 사랑+을.
전해 줘

지금 (คำนาม) : 말을 하고 있는 바로 이때.
เดี๋ยวนี้, ตอนนี้, ประเดี๋ยวนี้
ตอนนี้ที่กำลังพูดอยู่

부터 : 어떤 일의 시작이나 처음을 나타내는 조사.
ตั้งแต่..., จาก...
คำชี้ที่แสดงการเริ่มต้นหรือครั้งแรกของงานใด ๆ

전하다 (คำกริยา) : 어떤 소식, 생각 등을 상대에게 알리다.
บอก, เล่า, ถ่ายทอด, สื่อสาร, ส่งสาร
ทำให้คู่สนทนารับรู้ถึงความคิดหรือข่าวสารใด ๆ เป็นต้น

-여 주다 : 남을 위해 앞의 말이 나타내는 행동을 함을 나타내는 표현.
ช่วย..., ช่วย...ให้
สำนวนที่แสดงว่าทำการกระทำที่ปรากฏในคำพูดข้างหน้าเพื่อผู้อื่น

-어 : (두루낮춤으로) 어떤 사실을 서술하거나 물음, 명령, 권유를 나타내는 종결 어미.
วิภัตติปัจจัยลงท้ายประโยคที่ใช้ในการลดระดับภาษาโดยทั่วไป
(ใช้ในการลดระดับอย่างไม่เป็นทางการ) วิภัตติปัจจัยลงท้ายประโยคที่แสดงการบอกเล่าข้อเท็จจริงใด ๆ หรือการถาม การสั่ง หรือการชักชวน <คำสั่ง>

너 (สรรพนาม) : 듣는 사람이 친구나 아랫사람일 때, 그 사람을 가리키는 말.
เธอ, แก, เอ็ง
คำที่ใช้เรียกชี้บ่งคนนั้นที่เป็นผู้ฟังในกรณีที่เป็นผู้น้อยหรือเพื่อน

의 : 앞의 말이 뒤의 말에 대하여 소유, 소속, 소재, 관계, 기원, 주체의 관계를 가짐을 나타내는 조사.
ของ...
คำชี้ที่แสดงว่าคำพูดข้างหน้ามีความสัมพันธ์กับประธาน แหล่งกำเนิด ความสัมพันธ์ วัตถุดิบ การสังกัด การเป็นเจ้าของ ต่อคำพูดข้างหลัง

사랑 (คำนาม) : 아끼고 소중히 여겨 정성을 다해 위하는 마음.
ความรัก
จิตใจที่ห่วงแหน นับว่าเป็นสิ่งสำคัญ และทำให้ทุกสิ่งทุกอย่าง

을 : 동작이 직접적으로 영향을 미치는 대상을 나타내는 조사.
ไม่พบคำแปล
คำชี้ที่แสดงเป้าหมายที่การกระทำส่งผลกระทบโดยตรง

아 야 어 여 오 요 우 유 으 이

가 나 다 라 마 바 사 아 자 차 카 타 파 하

모음 스물하나+에 자음 열아홉+을 더하+여

더해

모음 (คำนาม) : 사람이 목청을 울려 내는 소리로, 공기의 흐름이 방해를 받지 않고 나는 소리.
สระ, เสียงสระ
เสียงที่ออกมาจากช่องคอของคน เป็นเสียงที่ออกมาโดยไม่ได้รับการปิดกั้นการไหลผ่านของอากาศ

스물하나 : 21

에 : 앞말에 무엇이 더해짐을 나타내는 조사.
ใน..., ที่ใน..., รวมกับ...
คำชี้ที่แสดงว่าอะไรถูกเพิ่มเข้าไปในคำพูดข้างหน้า

자음 (คำนาม) : 목, 입, 혀 등의 발음 기관에 의해 장애를 받으며 나는 소리.
พยัญชนะ
เสียงที่ออกมาโดยได้รับการปิดกั้นด้วยอวัยวะการออกเสียง เช่น ที่ลำคอ ริมฝีปาก ลิ้น เป็นต้น

열아홉 : 19

을 : 동작 대상의 수량이나 동작의 순서를 나타내는 조사.
ไม่พบคำแปล
คำชี้ที่แสดงจำนวนของเป้าหมายการกระทำหรือลำดับการกระทำ

더하다 (คำกริยา) : 보태어 늘리거나 많게 하다.
บวก, เพิ่ม
บวกทำให้เพิ่มหรือทำให้มากขึ้น

-여 : 앞의 말이 뒤의 말보다 먼저 일어났거나 뒤의 말에 대한 방법이나 수단이 됨을 나타내는 연결 어미.

แล้ว..., แล้วจึง...

วิภัตติปัจจัยเชื่อมระหว่างประโยคที่แสดงการที่คำพูดข้างหน้าเกิดขึ้นก่อนคำพูดข้างหลัง   หรือกลายเป็นวิธีการหรือวิธีทำเกี่ยวกับคำพูดข้างหลัง

마흔 가지 소리+로 세상+을 느끼+[어 보]+아.
느껴 봐

마흔 (คุณศัพท์) : 열의 네 배가 되는 수의.
40, สี่สิบ
ที่เป็นจำนวนสี่เท่าของสิบ

가지 (คำนาม) : 사물의 종류를 헤아리는 말.
อย่าง, ชนิด, หมู่, ประเภท, จำพวก
คำนับประเภทของวัตถุ

소리 (คำนาม) : 물체가 진동하여 생긴 음파가 귀에 들리는 것.
เสียง
การที่หูได้ยินคลื่นเสียงที่เกิดขึ้นจากการสั่นของวัตถุ

로 : 어떤 일의 수단이나 도구를 나타내는 조사.
โดย..., ด้วย...
คำชี้ที่แสดงอุปกรณ์หรือวิธีการของงานใด ๆ

세상 (คำนาม) : 지구 위 전체.
โลก
ทั้งปวงบนโลก

을 : 동작이 직접적으로 영향을 미치는 대상을 나타내는 조사.
ไม่พบคำแปล
คำชี้ที่แสดงเป้าหมายที่การกระทำส่งผลกระทบโดยตรง

느끼다 (คำกริยา) : 특정한 대상이나 상황을 어떻다고 생각하거나 인식하다.
รู้สึก
รับรู้หรือคิดว่าอย่างไรกับสถานการณ์หรือเป้าหมายที่กำหนดพิเศษจำเพาะ

-어 보다 : 앞의 말이 나타내는 행동을 시험 삼아 함을 나타내는 표현.
...ดู, ลอง..., ลอง...ดู
สำนวนที่แสดงว่าเป็นการทดลองทำการกระทำที่ปรากฏในคำพูดข้างหน้า

-아 : (두루낮춤으로) 어떤 사실을 서술하거나 물음, 명령, 권유를 나타내는 종결 어미.
วิภัตติปัจจัยลงท้ายประโยคที่ใช้ในการลดระดับภาษาโดยทั่วไป
(ใช้ในการลดระดับอย่างไม่เป็นทางการ) วิภัตติปัจจัยลงท้ายประโยคที่แสดงการบอกเล่าข้อเท็จจริงใด ๆ หรือการถาม การสั่ง หรือการชักชวน <คำสั่ง>

< 후렴(สร้อยเพลง) >

들리+[어 주]+어요.

들려 줘요

들리다 (คำกริยา) : 듣게 하다.
ได้ฟัง, ได้ยิน
ได้ฟัง

-어 주다 : 남을 위해 앞의 말이 나타내는 행동을 함을 나타내는 표현.
ช่วย..., ช่วย...ให้
สำนวนที่แสดงว่าทำการกระทำที่ปรากฏในคำพูดข้างหน้าเพื่อผู้อื่น

-어요 : (두루높임으로) 어떤 사실을 서술하거나 질문, 명령, 권유함을 나타내는 종결 어미.
วิภัตติปัจจัยลงท้ายประโยคที่ใช้ในการยกย่องโดยทั่วไป
(ใช้ในการยกย่องอย่างไม่เป็นทางการ) วิภัตติปัจจัยลงท้ายประโยคที่แสดงการบอกเล่า การถาม การสั่ง หรือการชักชวนเรื่องใด ๆ <คำสั่ง>

이 소리 들리+나요?

이 (คุณศัพท์) : 말하는 사람에게 가까이 있거나 말하는 사람이 생각하고 있는 대상을 가리키는 말.
นี่
คำที่ใช้ตอนที่บ่งชี้สิ่งที่ผู้พูดกำลังคิดอยู่หรือสิ่งที่อยู่ใกล้กับผู้พูด

소리 (คำนาม) : 물체가 진동하여 생긴 음파가 귀에 들리는 것.
เสียง
การที่หูได้ยินคลื่นเสียงที่เกิดขึ้นจากการสั่นของวัตถุ

들리다 (คำกริยา) : 소리가 귀를 통해 알아차려지다.
ได้ยิน, ได้ฟัง
เสียงที่ได้ยินผ่านหูได้รับการรับรู้

-나요 : (두루높임으로) 앞의 내용에 대해 상대방에게 물어볼 때 쓰는 표현.

...หรือครับ(ค่ะ), ...ไหมครับ(ค่ะ)

(ใช้ในการยกย่องอย่างไม่เป็นทางการ) สำนวนที่ใช้เมื่อถามฝ่ายตรงข้ามเกี่ยวกับเนื้อหาข้างหน้า

달콤하+게, 부드럽+게 우리 모두 말하+[여 보]+아요.
말해 봐요

달콤하다 (คำคุณศัพท์) : 느낌이 좋고 기분이 좋다.

สุนทรีย์, หวาน, หอมหวาน

รู้สึกดีและอารมณ์ดี

-게 : 앞의 말이 뒤에서 가리키는 일의 목적이나 결과, 방식, 정도 등이 됨을 나타내는 연결 어미.

อย่าง..., ให้...

วิภัตติปัจจัยเชื่อมระหว่างประโยคที่แสดงว่าคำพูดข้างหน้าชี้บอกระดับ วิธีการ ผลลัพธ์หรือวัตถุประสงค์ หรืออื่นๆ ของสิ่งที่อยู่ในเนื้อหาข้างหลัง <รูปแบบ>

부드럽다 (คำคุณศัพท์) : 성격이나 마음씨, 태도 등이 다정하고 따뜻하다.

อ่อนหวาน, อ่อนโยน, สมุนสไม, สเมียดสไม, สุภาพ, นุ่มนวล

อุปนิสัย จิตใจ ท่าที เป็นต้น อ่อนหวานและอบอุ่น

-게 : 앞의 말이 뒤에서 가리키는 일의 목적이나 결과, 방식, 정도 등이 됨을 나타내는 연결 어미.

อย่าง..., ให้...

วิภัตติปัจจัยเชื่อมระหว่างประโยคที่แสดงว่าคำพูดข้างหน้าชี้บอกระดับ วิธีการ ผลลัพธ์หรือวัตถุประสงค์ หรืออื่นๆ ของสิ่งที่อยู่ในเนื้อหาข้างหลัง <รูปแบบ>

우리 (สรรพนาม) : 말하는 사람이 자기와 듣는 사람 또는 이를 포함한 여러 사람들을 가리키는 말.

เรา, พวกเรา

คำเรียกที่ผู้พูดเรียกรวมตนเองกับผู้ฟังหรือผู้ฟังหลาย ๆ คน

모두 (คำวิเศษณ์) : 빠짐없이 다.

ทั้งหมด, ทุก, ทั้งสิ้น, ทั้งมวล, ทั้งปวง, ทุกคน, ทุกอย่าง, ทั้งนั้น

ทั้งหมดโดยไม่มีข้อยกเว้น

말하다 (คำกริยา) : 어떤 사실이나 자신의 생각 또는 느낌을 말로 나타내다.

พูด, บอก, กล่าว, เล่า

แสดงข้อเท็จจริงใด ๆ หรือความคิดหรือความรู้สึกของตัวเองเป็นคำพูด

-여 보다 : 앞의 말이 나타내는 행동을 시험 삼아 함을 나타내는 표현.

...ดู, ลอง..., ลอง...ดู

สำนวนที่แสดงว่าเป็นการทดลองทำการกระทำที่ปรากฏในคำพูดข้างหน้า

-아요 : (두루높임으로) 어떤 사실을 서술하거나 질문, 명령, 권유함을 나타내는 종결 어미.
วิภัตติปัจจัยลงท้ายประโยคที่ใช้ในการยกย่องโดยทั่วไป
(ใช้ในการยกย่องอย่างไม่เป็นทางการ) วิภัตติปัจจัยลงท้ายประโยคที่แสดงการบอกเล่า การถาม การสั่ง หรือการชักชวนเรื่องใด ๆ <คำสั่ง>

아 야 어 여 오 요 우 유 으 이

가 나 다 라 마 바 사 아 자 차 카 타 파 하

이제+부터 들리+[어 주]+어 너+의 마음+을.
　　　　들려 줘

이제 (คำนาม) : 말하고 있는 바로 이때.
ตอนนี้, ขณะนี้, เวลานี้, บัดนี้
ตอนนี้ที่กำลังพูดอยู่

부터 : 어떤 일의 시작이나 처음을 나타내는 조사.
ตั้งแต่..., จาก...
คำชี้ที่แสดงการเริ่มต้นหรือครั้งแรกของงานใด ๆ

들리다 (คำกริยา) : 듣게 하다.
ได้ฟัง, ได้ยิน
ได้ฟัง

-어 주다 : 남을 위해 앞의 말이 나타내는 행동을 함을 나타내는 표현.
ช่วย..., ช่วย...ให้
สำนวนที่แสดงว่าทำการกระทำที่ปรากฏในคำพูดข้างหน้าเพื่อผู้อื่น

-어 : (두루낮춤으로) 어떤 사실을 서술하거나 물음, 명령, 권유를 나타내는 종결 어미.
วิภัตติปัจจัยลงท้ายประโยคที่ใช้ในการลดระดับภาษาโดยทั่วไป
(ใช้ในการลดระดับอย่างไม่เป็นทางการ) วิภัตติปัจจัยลงท้ายประโยคที่แสดงการบอกเล่าข้อเท็จจริงใด ๆ หรือการถาม การสั่ง หรือการชักชวน <คำสั่ง>

너 (สรรพนาม) : 듣는 사람이 친구나 아랫사람일 때, 그 사람을 가리키는 말.
เธอ, แก, เอ็ง
คำที่ใช้เรียกชี้บ่งคนนั้นที่เป็นผู้ฟังในกรณีที่เป็นผู้น้อยหรือเพื่อน

의 : 앞의 말이 뒤의 말에 대하여 소유, 소속, 소재, 관계, 기원, 주체의 관계를 가짐을 나타내는 조사.
ของ...
คำชี้ที่แสดงว่าคำพูดข้างหน้ามีความสัมพันธ์กับประธาน แหล่งกำเนิด ความสัมพันธ์ วัตถุดิบ การสังกัด การเป็นเจ้าของ ต่อคำพูดข้างหลัง

마음 (คำนาม) : 기분이나 느낌.
จิตใจ, ใจ, ความรู้สึก
อารมณ์หรือความรู้สึก

을 : 동작이 직접적으로 영향을 미치는 대상을 나타내는 조사.
ไม่พบคำแปล
คำชี้ที่แสดงเป้าหมายที่การกระทำส่งผลกระทบโดยตรง

지금+부터 전하+[여 주]+어 너+의 사랑+을.
전해 줘

지금 (คำนาม) : 말을 하고 있는 바로 이때.
เดี๋ยวนี้, ตอนนี้, ประเดี๋ยวนี้
ตอนนี้ที่กำลังพูดอยู่

부터 : 어떤 일의 시작이나 처음을 나타내는 조사.
ตั้งแต่..., จาก...
คำชี้ที่แสดงการเริ่มต้นหรือครั้งแรกของงานใด ๆ

전하다 (คำกริยา) : 어떤 소식, 생각 등을 상대에게 알리다.
บอก, เล่า, ถ่ายทอด, สื่อสาร, ส่งสาร
ทำให้คู่สนทนารับรู้ถึงความคิดหรือข่าวสารใด ๆ เป็นต้น

-여 주다 : 남을 위해 앞의 말이 나타내는 행동을 함을 나타내는 표현.
ช่วย..., ช่วย...ให้
สำนวนที่แสดงว่าทำการกระทำที่ปรากฏในคำพูดข้างหน้าเพื่อผู้อื่น

-어 : (두루낮춤으로) 어떤 사실을 서술하거나 물음, 명령, 권유를 나타내는 종결 어미.
วิภัตติปัจจัยลงท้ายประโยคที่ใช้ในการลดระดับภาษาโดยทั่วไป
(ใช้ในการลดระดับอย่างไม่เป็นทางการ) วิภัตติปัจจัยลงท้ายประโยคที่แสดงการบอกเล่าข้อเท็จจริงใด ๆ หรือการถาม การสั่ง หรือการชักชวน <คำสั่ง>

너 (สรรพนาม) : 듣는 사람이 친구나 아랫사람일 때, 그 사람을 가리키는 말.
เธอ, แก, เอ็ง
คำที่ใช้เรียกชี้บ่งคนนั้นที่เป็นผู้ฟังในกรณีที่เป็นผู้น้อยหรือเพื่อน

의 : 앞의 말이 뒤의 말에 대하여 소유, 소속, 소재, 관계, 기원, 주체의 관계를 가짐을 나타내는 조사.
ของ...
คำชี้ที่แสดงว่าคำพูดข้างหน้ามีความสัมพันธ์กับประธาน แหล่งกำเนิด ความสัมพันธ์ วัตถุดิบ การสังกัด การเป็นเจ้าของ ต่อคำพูดข้างหลัง

사랑 (คำนาม) : 아끼고 소중히 여겨 정성을 다해 위하는 마음.
ความรัก
จิตใจที่ห่วงแหน นับว่าเป็นสิ่งสำคัญ และทำให้ทุกสิ่งทุกอย่าง

을 : 동작이 직접적으로 영향을 미치는 대상을 나타내는 조사.
ไม่พบคำแปล
คำชี้ที่แสดงเป้าหมายที่การกระทำส่งผลกระทบโดยตรง

아 야 어 여 오 요 우 유 으 이

가 나 다 라 마 바 사 아 자 차 카 타 파 하

모음 스물하나+에 자음 열아홉+을 더하+여
더해

모음 (คำนาม) : 사람이 목청을 울려 내는 소리로, 공기의 흐름이 방해를 받지 않고 나는 소리.
สระ, เสียงสระ
เสียงที่ออกมาจากช่องคอของคน เป็นเสียงที่ออกมาโดยไม่ได้รับการปิดกั้นการไหลผ่านของอากาศ

스물하나 : 21

에 : 앞말에 무엇이 더해짐을 나타내는 조사.
ใน..., ที่ใน..., รวมกับ...
คำชี้ที่แสดงว่าอะไรถูกเพิ่มเข้าไปในคำพูดข้างหน้า

자음 (คำนาม) : 목, 입, 혀 등의 발음 기관에 의해 장애를 받으며 나는 소리.
พยัญชนะ
เสียงที่ออกมาโดยได้รับการปิดกั้นด้วยอวัยวะการออกเสียง เช่น ที่ลำคอ ริมฝีปาก ลิ้น เป็นต้น

열아홉 : 19

을 : 동작 대상의 수량이나 동작의 순서를 나타내는 조사.
ไม่พบคำแปล
คำชี้ที่แสดงจำนวนของเป้าหมายการกระทำหรือลำดับการกระทำ

더하다 (คำกริยา) : 보태어 늘리거나 많게 하다.
บวก, เพิ่ม
บวกทำให้เพิ่มหรือทำให้มากขึ้น

-여 : 앞의 말이 뒤의 말보다 먼저 일어났거나 뒤의 말에 대한 방법이나 수단이 됨을 나타내는 연결 어미.

แล้ว..., แล้วจึง...

วิภัตติปัจจัยเชื่อมระหว่างประโยคที่แสดงการที่คำพูดข้างหน้าเกิดขึ้นก่อนคำพูดข้างหลัง หรือกลายเป็นวิธีการหรือวิธีทำเกี่ยวกับคำพูดข้างหลัง

마흔 가지 소리+로 세상+을 느끼+[어 보]+아.
느껴 봐

마흔 (คุณศัพท์) : 열의 네 배가 되는 수의.

40, สี่สิบ

ที่เป็นจำนวนสี่เท่าของสิบ

가지 (คำนาม) : 사물의 종류를 헤아리는 말.

อย่าง, ชนิด, หมู่, ประเภท, จำพวก

คำนับประเภทของวัตถุ

소리 (คำนาม) : 물체가 진동하여 생긴 음파가 귀에 들리는 것.

เสียง

การที่หูได้ยินคลื่นเสียงที่เกิดขึ้นจากการสั่นของวัตถุ

로 : 어떤 일의 수단이나 도구를 나타내는 조사.

โดย..., ด้วย...

คำชี้ที่แสดงอุปกรณ์หรือวิธีการของงานใด ๆ

세상 (คำนาม) : 지구 위 전체.

โลก

ทั้งปวงบนโลก

을 : 동작이 직접적으로 영향을 미치는 대상을 나타내는 조사.

ไม่พบคำแปล

คำชี้ที่แสดงเป้าหมายที่การกระทำส่งผลกระทบโดยตรง

느끼다 (คำกริยา) : 특정한 대상이나 상황을 어떻다고 생각하거나 인식하다.

รู้สึก

รับรู้หรือคิดว่าอย่างไรกับสถานการณ์หรือเป้าหมายที่กำหนดพิเศษจำเพาะ

-어 보다 : 앞의 말이 나타내는 행동을 시험 삼아 함을 나타내는 표현.

...ดู, ลอง..., ลอง...ดู

สำนวนที่แสดงว่าเป็นการทดลองทำการกระทำที่ปรากฏในคำพูดข้างหน้า

-아 : (두루낮춤으로) 어떤 사실을 서술하거나 물음, 명령, 권유를 나타내는 종결 어미.
วิภัตติปัจจัยลงท้ายประโยคที่ใช้ในการลดระดับภาษาโดยทั่วไป
(ใช้ในการลดระดับอย่างไม่เป็นทางการ) วิภัตติปัจจัยลงท้ายประโยคที่แสดงการบอกเล่าข้อเท็จจริงใด ๆ หรือการถาม การสั่ง
หรือการชักชวน <คำสั่ง>

< 2 >

과일송

과일(ผลไม้) 송(เพลง)

[발음(การออกเสียง)]

< 1 절(ท่อนเพลง) >

맛있는 과일 과일 과일
마신는 과일 과일 과일
masinneun gwail gwail gwail

아삭아삭 과일 과일
아삭아삭 과일 과일
asagasak gwail gwail

먹고 싶어 과일 과일
먹꼬 시퍼 과일 과일
meokgo sipeo gwail gwail

빨간색 딸기 사과 앵두
빨간색 딸기 사과 앵두
ppalgansaek ttalgi sagwa aengdu

노란색 참외 레몬 망고
노란색 참외 레몬 망고
noransaek chamoe remon manggo

초록색 수박 매실 멜론
초록쌕 수박 매실 멜론
choroksaek subak maesil mellon

보라색 포도 자두 오디
보라색 포도 자두 오디
borasaek podo jadu odi

맛이 어때요?
마시 어때요?
masi eottaeyo?

달아요 달아요 달아요
다라요 다라요 다라요
darayo darayo darayo

맛이 어때요?
마시 어때요?
masi eottaeyo?

달콤해 달콤해 달콤해
달콤해 달콤해 달콤해
dalkomhae dalkomhae dalkomhae

어때요? 어때요?
어때요? 어때요?
eottaeyo? eottaeyo?

달아요 셔요 달콤해 새콤해
다라요 셔요 달곰해 새곰해
darayo syeoyo dalkomhae saekomhae

< 2 절(ท่อนเพลง) >

맛있는 과일 과일 과일
마신는 과일 과일 과일
masinneun gwail gwail gwail

아삭아삭 과일 과일
아삭아삭 과일 과일
asagasak gwail gwail

먹고 싶어 과일 과일
먹꼬 시퍼 과일 과일
meokgo sipeo gwail gwail

빨간색 딸기 사과 앵두
빨간색 딸기 사과 앵두
ppalgansaek ttalgi sagwa aengdu

노란색 참외 레몬 망고
노란색 참외 레몬 망고
noransaek chamoe remon manggo

초록색 수박 매실 멜론
초록쌕 수박 매실 멜론
choroksaek subak maesil mellon

보라색 포도 자두 오디
보라색 포도 자두 오디
borasaek podo jadu odi

맛이 어때요?
마시 어때요?
masi eottaeyo?

셔요 셔요 셔요
셔요 셔요 셔요
syeoyo syeoyo syeoyo

맛이 어때요?
마시 어때요?
masi eottaeyo?

새콤해 새콤해 새콤해
새콤해 새콤해 새콤해
saekomhae saekomhae saekomhae

어때요? 어때요?
어때요? 어때요?
eottaeyo? eottaeyo?

달아요 셔요 달콤해 새콤해
다라요 셔요 달콤해 새콤해
darayo syeoyo dalkomhae saekomhae

맛있는 과일 과일 과일
마신는 과일 과일 과일
masinneun gwail gwail gwail

아삭아삭 과일 과일
아삭아삭 과일 과일
asagasak gwail gwail

먹고 싶어 과일 과일
먹꼬 시퍼 과일 과일
meokgo sipeo gwail gwail

맛있는 과일 과일 과일
마신는 과일 과일 과일
masinneun gwail gwail gwail

아삭아삭 과일 과일
아삭아삭 과일 과일
asagasak gwail gwail

먹고 싶어 과일 과일
먹꼬 시퍼 과일 과일
meokgo sipeo gwail gwail

먹고 싶어 과일 과일
먹꼬 시퍼 과일 과일
meokgo sipeo gwail gwail

< 1 절(ท่อนเพลง) >

맛있+는 과일 과일 과일.

맛있다 (คำคุณศัพท์) : 맛이 좋다.
อร่อย, รสชาติดี
รสชาติดี

-는 : 앞의 말이 관형어의 기능을 하게 만들고 사건이나 동작이 현재 일어남을 나타내는 어미.
...ที่...
วิภัตติปัจจัยที่แสดงการที่ทำให้คำพูดข้างหน้าทำหน้าที่เป็นคุณศัพท์ขยายนามและเหตุการณ์หรืออากัปกิริยาเกิดขึ้นในปัจจุบัน

과일 (คำนาม) : 사과, 배, 포도, 밤 등과 같이 나뭇가지나 줄기에 열리는 먹을 수 있는 열매.
ผลไม้
ผลที่ออกมาจากลำต้นหรือกิ่งก้านของต้นไม้ นำมากินได้ เช่น แอปเปิ้ล สาลี่ องุ่น เกาลัด

아삭아삭 과일 과일.

아삭아삭 (คำวิเศษณ์) : 연하고 싱싱한 과일이나 채소를 베어 물 때 나는 소리.
กรอบแกรบ, กร๊อบ
เสียงที่เกิดขึ้นเมื่อเวลากัดกินผักหรือผลไม้ที่สดและอ่อน

과일 (คำนาม) : 사과, 배, 포도, 밤 등과 같이 나뭇가지나 줄기에 열리는 먹을 수 있는 열매.
ผลไม้
ผลที่ออกมาจากลำต้นหรือกิ่งก้านของต้นไม้ นำมากินได้ เช่น แอปเปิ้ล สาลี่ องุ่น เกาลัด

먹+[고 싶]+어, 과일 과일.

먹다 (คำกริยา) : 음식 등을 입을 통하여 배 속에 들여보내다.
กิน
เอาอาหาร เป็นต้น ใส่เข้าไปในท้องโดยผ่านปาก

-고 싶다 : 앞의 말이 나타내는 행동을 하기를 원함을 나타내는 표현.
อยาก..., ต้องการ...
สำนวนที่แสดงความต้องการที่จะกระทำสิ่งที่ปรากฏในคำพูดข้างหน้า

-어 : (두루낮춤으로) 어떤 사실을 서술하거나 물음, 명령, 권유를 나타내는 종결 어미.
วิภัตติปัจจัยลงท้ายประโยคที่ใช้ในการลดระดับภาษาโดยทั่วไป
(ใช้ในการลดระดับอย่างไม่เป็นทางการ)วิภัตติปัจจัยลงท้ายประโยคที่แสดงการบอกเล่าข้อเท็จจริงใด ๆ หรือการถาม การสั่ง หรือการชักชวน <การพูดตามลำดับ>

과일 (คำนาม) : 사과, 배, 포도, 밤 등과 같이 나뭇가지나 줄기에 열리는 먹을 수 있는 열매.
ผลไม้
ผลที่ออกมาจากลำต้นหรือกิ่งก้านของต้นไม้ นำมากินได้ เช่น แอปเปิล สาลี่ องุ่น เกาลัด

빨간색 딸기 사과 앵두.

빨간색 (คำนาม) : 흐르는 피나 잘 익은 사과, 고추처럼 붉은 색.
สีแดง
สีแดงเหมือนกับพริกและผลแอปเปิลที่สุกงอดดี หรือสีของเลือดที่ไหล

딸기 (คำนาม) : 줄기가 땅 위로 뻗으며, 겉에 씨가 박혀 있는 빨간 열매가 열리는 여러해살이풀. 또는 그 열매.
สตรอเบอร์รี่, ผลสตรอเบอร์รี่
พืชที่มีอายุหลายปี ลำต้นแผ่ขึ้นมาบนพื้นดิน มีผลสีแดง และมีเมล็ดติดอยู่ที่ภายนอกของผล หรือผลไม้ดังกล่าว

사과 (คำนาม) : 모양이 둥글고 붉으며 새콤하고 단맛이 나는 과일.
แอปเปิล
ผลไม้ที่มีลักษณะกลมและแดง มีรสเปรี้ยวอมหวาน

앵두 (คำนาม) : 모양이 작고 둥글며 달콤하면서 신맛을 지닌 붉은색 과일.
ผลเชอรี่
ผลไม้สีแดงเข้มมีรสเปรี้ยวปนหวานและมีรูปร่างกลมเล็ก

노란색 참외 레몬 망고.

노란색 (คำนาม) : 병아리나 바나나와 같은 색.
สีเหลือง
สีเหมือนกับกล้วยหรือลูกเจี๊ยบ

참외 (คำนาม) : 색이 노랗고 단맛이 나며 주로 여름에 먹는 열매.
ชัมเว, แคนตาลูปเกาหลี
ผลไม้ชนิดหนึ่งที่มีสีเหลืองและมีรสหวาน ส่วนใหญ่รับประทานในฤดูร้อน

레몬 (คำนาม) : 신맛이 강하고 새콤한 향기가 나는 타원형의 노란색 열매.
เลมอน, มะนาว
ลูกไม้สีเหลืองที่มีลักษณะกลมรี มีรสเปรี้ยวจัด และมีกลิ่นหอมเปรี้ยว

망고 (คำนาม) : 타원형에 과육이 노랗고 부드러우며 단맛이 나는 열대 과일.
มะม่วง
ผลไม้ในเขตร้อนลักษณะรูปวงรี เนื้อผลไม้มีสีเหลืองและนิ่ม รสชาติหวาน

초록색 수박 매실 멜론.

초록색 (คำนาม) : 파랑과 노랑의 중간인, 짙은 풀과 같은 색.
สีเขียว, สีเขียวเข้ม
สีที่อยู่ตรงกลางระหว่างสีน้ำเงินและสีเหลืองซึ่งมีสีเหมือนสีหญ้าเข้ม

수박 (คำนาม) : 둥글고 크며 초록 빛깔에 검푸른 줄무늬가 있으며 속이 붉고 수분이 많은 과일.
แตงโม
ผลไม้ที่มีความชุ่มชื้น ข้างในมีสีแดง และมีลายเส้นสีเขียวเข้มที่ผลซึ่งมีลักษณะกลมและใหญ่

매실 (คำนาม) : 달고 신맛이 나며 술이나 음료 등을 만들어 먹는 초록색의 둥근 열매.
ผลบ๊วย, ลูกบ๊วย
ผลไม้ที่มีลักษณะกลมมีสีเขียวรสหวานปนเปรี้ยวใช้ทำเหล้าหรือเครื่องดื่ม เป็นต้น

멜론 (คำนาม) : 동그랗고 보통 녹색이며 겉에 그물 모양의 무늬가 있는, 향기가 좋고 단맛이 나는 과일.
เมลอน, แตงญี่ปุ่น
ผลไม้ ซึ่งโดยส่วนใหญ่ มีลักษณะกลมสีเขียว มีรสหวานและกลิ่นหอม และมีลายเป็นรูปตาข่ายข้างนอก

보라색 포도 자두 오디.

보라색 (คำนาม) : 파랑과 빨강을 섞은 색.
สีม่วง
สีผสมระหว่างสีน้ำเงินกับสีแดง

포도 (คำนาม) : 달면서도 약간 신맛이 나는 작은 열매가 뭉쳐서 송이를 이루는 보라색 과일.
องุ่น
ผลไม้สีม่วงที่มีเม็ดเล็ก ๆ รวมกันเป็นพวง มีรสหวานอมเปรี้ยวเล็กน้อย

자두 (คำนาม) : 살구보다 조금 크고 새콤하고 달콤한 맛이 나는 붉은색 과일.
ลูกพลัม, ลูกพรุน
ผลไม้สีแดง ผลใหญ่กว่าผลแอปริคอทเล็กน้อย และมีรสหวานอมเปรี้ยว

오디 (คำนาม) : 뽕나무의 열매.
ลูกหม่อน
ผลของต้นหม่อน

맛+이 어떻+어요?
어때요

맛 (คำนาม) : 음식 등을 혀에 댈 때 느껴지는 감각.
รส, รสชาติ
ความรู้สึกต่อการสัมผัสที่รู้สึกได้เมื่อลิ้นสัมผัสอาหาร เป็นต้น

이 : 어떤 상태나 상황의 대상이나 동작의 주체를 나타내는 조사.
ตัวชี้ประธาน
คำชี้ที่ใช้แสดงสิ่งที่อยู่ในสถานการณ์หรือสภาพใด ๆ หรือผู้ที่เป็นประธานของอากัปกริยา

어떻다 (คำคุณศัพท์) : 생각, 느낌, 상태, 형편 등이 어찌 되어 있다.
อย่างไร, เป็นอย่างไร, เป็นอย่างไรบ้าง
สถานภาพ สภาพ ความรู้สึก ความคิด เป็นต้น ได้กลายเป็นอย่างใด ๆ

-어요 : (두루높임으로) 어떤 사실을 서술하거나 질문, 명령, 권유함을 나타내는 종결 어미.
วิภัตติปัจจัยลงท้ายประโยคที่ใช้ในการยกย่องโดยทั่วไป
(ใช้ในการยกย่องอย่างไม่เป็นทางการ)วิภัตติปัจจัยลงท้ายประโยคที่แสดงการบอกเล่า การถาม การสั่ง หรือการชักชวนเรื่องใด ๆ
<คำถาม>

달+아요. 달+아요. 달+아요.

달다 (คำคุณศัพท์) : 꿀이나 설탕의 맛과 같다.
หวาน
รสชาติเหมือนกับน้ำผึ้งหรือน้ำตาล

-아요 : (두루높임으로) 어떤 사실을 서술하거나 질문, 명령, 권유함을 나타내는 종결 어미.
วิภัตติปัจจัยลงท้ายประโยคที่ใช้ในการยกย่องโดยทั่วไป
(ใช้ในการยกย่องอย่างไม่เป็นทางการ)วิภัตติปัจจัยลงท้ายประโยคที่แสดงการบอกเล่า การถาม การสั่ง หรือการชักชวนเรื่องใด ๆ
<การพูดตามลำดับ>

맛+이 어떻+어요?
어때요

맛 (คำนาม) : 음식 등을 혀에 댈 때 느껴지는 감각.
รส, รสชาติ
ความรู้สึกต่อการสัมผัสที่รู้สึกได้เมื่อลิ้นสัมผัสอาหาร เป็นต้น

이 : 어떤 상태나 상황의 대상이나 동작의 주체를 나타내는 조사.
ตัวชี้ประธาน
คำชี้ที่ใช้แสดงสิ่งที่อยู่ในสถานการณ์หรือสภาพใด ๆ หรือผู้ที่เป็นประธานของอากัปกริยา

어떻다 (คำคุณศัพท์) : 생각, 느낌, 상태, 형편 등이 어찌 되어 있다.
อย่างไร, เป็นอย่างไร, เป็นอย่างไรบ้าง
สถานภาพ สภาพ ความรู้สึก ความคิด เป็นต้น ได้กลายเป็นอย่างใด ๆ

-어요 : (두루높임으로) 어떤 사실을 서술하거나 질문, 명령, 권유함을 나타내는 종결 어미.
วิภัตติปัจจัยลงท้ายประโยคที่ใช้ในการยกย่องโดยทั่วไป
(ใช้ในการยกย่องอย่างไม่เป็นทางการ)วิภัตติปัจจัยลงท้ายประโยคที่แสดงการบอกเล่า การถาม การสั่ง หรือการชักชวนเรื่องใด ๆ
<คำถาม>

달콤하+여. 달콤하+여. 달콤하+여.
달콤해   달콤해   달콤해

달콤하다 (คำคุณศัพท์) : 맛이나 냄새가 기분 좋게 달다.
หอมหวาน, มีรสหวาน
รสชาติหรือกลิ่นมีความหอมหวานจนทำให้อารมณ์ดี

-여 : (두루낮춤으로) 어떤 사실을 서술하거나 물음, 명령, 권유를 나타내는 종결 어미.
วิภัตติปัจจัยลงท้ายประโยคที่ใช้ในการลดระดับภาษาโดยทั่วไป
(ใช้ในการลดระดับอย่างไม่เป็นทางการ)วิภัตติปัจจัยลงท้ายประโยคที่แสดงการบอกเล่าข้อเท็จจริงบางอย่าง หรือการถาม การสั่ง หรือการชักชวน <การพูดตามลำดับ>

어떻+어요? 어떻+어요?
어때요   어때요

어떻다 (คำคุณศัพท์) : 생각, 느낌, 상태, 형편 등이 어찌 되어 있다.
อย่างไร, เป็นอย่างไร, เป็นอย่างไรบ้าง
สถานภาพ สภาพ ความรู้สึก ความคิด เป็นต้น ได้กลายเป็นอย่างใด ๆ

-어요 : (두루높임으로) 어떤 사실을 서술하거나 질문, 명령, 권유함을 나타내는 종결 어미.
วิภัตติปัจจัยลงท้ายประโยคที่ใช้ในการยกย่องโดยทั่วไป
(ใช้ในการยกย่องอย่างไม่เป็นทางการ)วิภัตติปัจจัยลงท้ายประโยคที่แสดงการบอกเล่า การถาม การสั่ง หรือการชักชวนเรื่องใด ๆ
<คำถาม>

달+아요. 시+어요. 달콤하+여. 새콤하+여.
셔요 달콤해 새콤해

달다 (คำคุณศัพท์) : 꿀이나 설탕의 맛과 같다.
หวาน
รสชาติเหมือนกับน้ำผึ้งหรือน้ำตาล

-아요 : (두루높임으로) 어떤 사실을 서술하거나 질문, 명령, 권유함을 나타내는 종결 어미.
วิภัตติปัจจัยลงท้ายประโยคที่ใช้ในการยกย่องโดยทั่วไป
(ใช้ในการยกย่องอย่างไม่เป็นทางการ)วิภัตติปัจจัยลงท้ายประโยคที่แสดงการบอกเล่า การถาม การสั่ง หรือการชักชวนเรื่องใด ๆ <การพูดตามลำดับ>

시다 (คำคุณศัพท์) : 맛이 식초와 같다.
เปรี้ยว, มีรสเปรี้ยว
รสชาติเหมือนกับน้ำส้มสายชู

-어요 : (두루높임으로) 어떤 사실을 서술하거나 질문, 명령, 권유함을 나타내는 종결 어미.
วิภัตติปัจจัยลงท้ายประโยคที่ใช้ในการยกย่องโดยทั่วไป
(ใช้ในการยกย่องอย่างไม่เป็นทางการ)วิภัตติปัจจัยลงท้ายประโยคที่แสดงการบอกเล่า การถาม การสั่ง หรือการชักชวนเรื่องใด ๆ <การพูดตามลำดับ>

달콤하다 (คำคุณศัพท์) : 맛이나 냄새가 기분 좋게 달다.
หอมหวาน, มีรสหวาน
รสชาติหรือกลิ่นมีความหอมหวานจนทำให้อารมณ์ดี

-여 : (두루낮춤으로) 어떤 사실을 서술하거나 물음, 명령, 권유를 나타내는 종결 어미.
วิภัตติปัจจัยลงท้ายประโยคที่ใช้ในการลดระดับภาษาโดยทั่วไป
(ใช้ในการลดระดับอย่างไม่เป็นทางการ)วิภัตติปัจจัยลงท้ายประโยคที่แสดงการบอกเล่าข้อเท็จจริงบางอย่าง หรือการถาม การสั่ง หรือการชักชวน <การพูดตามลำดับ>

새콤하다 (คำคุณศัพท์) : 맛이 조금 시면서 상큼하다.
อมเปรี้ยว, เปรี้ยวเล็กน้อย, มีรสเปรี้ยวเล็กน้อย, ออกรสเปรี้ยวเล็กน้อย
มีรสชาติเปรี้ยวเล็กน้อยและให้ความรู้สึกสดชื่น

-여 : (두루낮춤으로) 어떤 사실을 서술하거나 물음, 명령, 권유를 나타내는 종결 어미.
วิภัตติปัจจัยลงท้ายประโยคที่ใช้ในการลดระดับภาษาโดยทั่วไป
(ใช้ในการลดระดับอย่างไม่เป็นทางการ)วิภัตติปัจจัยลงท้ายประโยคที่แสดงการบอกเล่าข้อเท็จจริงบางอย่าง หรือการถาม การสั่ง หรือการชักชวน <การพูดตามลำดับ>

< 2 절(ท่อนเพลง) >

맛있+는 과일 과일 과일.

맛있다 (คำคุณศัพท์) : 맛이 좋다.
อร่อย, รสชาติดี
รสชาติดี

-는 : 앞의 말이 관형어의 기능을 하게 만들고 사건이나 동작이 현재 일어남을 나타내는 어미.
...ที่...
วิภัตติปัจจัยที่แสดงการที่ทำให้คำพูดข้างหน้าทำหน้าที่เป็นคุณศัพท์ขยายนามและเหตุการณ์หรืออากัปกิริยาเกิดขึ้นในปัจจุบัน

과일 (คำนาม) : 사과, 배, 포도, 밤 등과 같이 나뭇가지나 줄기에 열리는 먹을 수 있는 열매.
ผลไม้
ผลที่ออกมาจากลำต้นหรือกิ่งก้านของต้นไม้ นำมากินได้ เช่น แอปเปิ้ล สาลี่ องุ่น เกาลัด

아삭아삭 과일 과일.

아삭아삭 (คำวิเศษณ์) : 연하고 싱싱한 과일이나 채소를 베어 물 때 나는 소리.
กรอบแกรบ, กร๊อบ
เสียงที่เกิดขึ้นเมื่อเวลากัดกินผักหรือผลไม้ที่สดและอ่อน

과일 (คำนาม) : 사과, 배, 포도, 밤 등과 같이 나뭇가지나 줄기에 열리는 먹을 수 있는 열매.
ผลไม้
ผลที่ออกมาจากลำต้นหรือกิ่งก้านของต้นไม้ นำมากินได้ เช่น แอปเปิ้ล สาลี่ องุ่น เกาลัด

먹+[고 싶]+어, 과일 과일.

먹다 (คำกริยา) : 음식 등을 입을 통하여 배 속에 들여보내다.
กิน
เอาอาหาร เป็นต้น ใส่เข้าไปในท้องโดยผ่านปาก

-고 싶다 : 앞의 말이 나타내는 행동을 하기를 원함을 나타내는 표현.
อยาก..., ต้องการ...
สำนวนที่แสดงความต้องการที่จะกระทำสิ่งที่ปรากฏในคำพูดข้างหน้า

-어 : (두루낮춤으로) 어떤 사실을 서술하거나 물음, 명령, 권유를 나타내는 종결 어미.
วิภัตติปัจจัยลงท้ายประโยคที่ใช้ในการลดระดับภาษาโดยทั่วไป
(ใช้ในการลดระดับอย่างไม่เป็นทางการ)วิภัตติปัจจัยลงท้ายประโยคที่แสดงการบอกเล่าข้อเท็จจริงใด ๆ หรือการถาม การสั่ง หรือการชักชวน <การพูดตามลำดับ>

과일 (คำนาม) : 사과, 배, 포도, 밤 등과 같이 나뭇가지나 줄기에 열리는 먹을 수 있는 열매.
ผลไม้
ผลที่ออกมาจากลำต้นหรือกิ่งก้านของต้นไม้ นำมากินได้ เช่น แอปเปิ้ล สาลี่ องุ่น เกาลัด

빨간색 딸기 사과 앵두.

빨간색 (คำนาม) : 흐르는 피나 잘 익은 사과, 고추처럼 붉은 색.
สีแดง
สีแดงเหมือนกับพริกและผลแอปเปิ้ลที่สุกงอดดี หรือสีของเลือดที่ไหล

딸기 (คำนาม) : 줄기가 땅 위로 뻗으며, 겉에 씨가 박혀 있는 빨간 열매가 열리는 여러해살이풀. 또는 그 열매.
สตรอเบอร์รี่, ผลสตรอเบอร์รี่
พืชที่มีอายุหลายปี ลำต้นแผ่ขึ้นมาบนพื้นดิน มีผลสีแดง และมีเมล็ดติดอยู่ที่ภายนอกของผล หรือผลไม้ดังกล่าว

사과 (คำนาม) : 모양이 둥글고 붉으며 새콤하고 단맛이 나는 과일.
แอปเปิ้ล
ผลไม้ที่มีลักษณะกลมและแดง มีรสเปรี้ยวอมหวาน

앵두 (คำนาม) : 모양이 작고 둥글며 달콤하면서 신맛을 지닌 붉은색 과일.
ผลเชอรี่
ผลไม้สีแดงเข้มมีรสเปรี้ยวปนหวานและมีรูปร่างกลมเล็ก

노란색 참외 레몬 망고.

노란색 (คำนาม) : 병아리나 바나나와 같은 색.
สีเหลือง
สีเหมือนกับกล้วยหรือลูกเจี๊ยบ

참외 (คำนาม) : 색이 노랗고 단맛이 나며 주로 여름에 먹는 열매.
ชัมเว, แคนตาลูปเกาหลี
ผลไม้ชนิดหนึ่งที่มีสีเหลืองและมีรสหวาน ส่วนใหญ่รับประทานในฤดูร้อน

레몬 (คำนาม) : 신맛이 강하고 새콤한 향기가 나는 타원형의 노란색 열매.
เลมอน, มะนาว
ลูกไม้สีเหลืองที่มีลักษณะกลมรี มีรสเปรี้ยวจัด และมีกลิ่นหอมเปรี้ยว

망고 (คำนาม) : 타원형에 과육이 노랗고 부드러우며 단맛이 나는 열대 과일.
มะม่วง
ผลไม้ในเขตร้อนลักษณะรูปวงรี เนื้อผลไม้มีสีเหลืองและนิ่ม รสชาติหวาน

초록색 수박 매실 멜론.

초록색 (คำนาม) : 파랑과 노랑의 중간인, 짙은 풀과 같은 색.
สีเขียว, สีเขียวเข้ม
สีที่อยู่ตรงกลางระหว่างสีน้ำเงินและสีเหลืองซึ่งมีสีเหมือนสีหญ้าเข้ม

수박 (คำนาม) : 둥글고 크며 초록 빛깔에 검푸른 줄무늬가 있으며 속이 붉고 수분이 많은 과일.
แตงโม
ผลไม้ที่มีความชุ่มชื้น ข้างในมีสีแดง และมีลายเส้นสีเขียวเข้มที่ผลซึ่งมีลักษณะกลมและใหญ่

매실 (คำนาม) : 달고 신맛이 나며 술이나 음료 등을 만들어 먹는 초록색의 둥근 열매.
ผลบ๊วย, ลูกบ๊วย
ผลไม้ที่มีลักษณะกลมมีสีเขียวรสหวานปนเปรี้ยวใช้ทำเหล้าหรือเครื่องดื่ม เป็นต้น

멜론 (คำนาม) : 동그랗고 보통 녹색이며 겉에 그물 모양의 무늬가 있는, 향기가 좋고 단맛이 나는 과일.
เมลอน, แตงญี่ปุ่น
ผลไม้ ซึ่งโดยส่วนใหญ่ มีลักษณะกลมสีเขียว มีรสหวานและกลิ่นหอม และมีลายเป็นรูปตาข่ายข้างนอก

보라색 포도 자두 오디.

보라색 (คำนาม) : 파랑과 빨강을 섞은 색.
สีม่วง
สีผสมระหว่างสีน้ำเงินกับสีแดง

포도 (คำนาม) : 달면서도 약간 신맛이 나는 작은 열매가 뭉쳐서 송이를 이루는 보라색 과일.
องุ่น
ผลไม้สีม่วงที่มีเม็ดเล็ก ๆ รวมกันเป็นพวง มีรสหวานอมเปรี้ยวเล็กน้อย

자두 (คำนาม) : 살구보다 조금 크고 새콤하고 달콤한 맛이 나는 붉은색 과일.
ลูกพลัม, ลูกพรุน
ผลไม้สีแดง ผลใหญ่กว่าผลแอปริคอทเล็กน้อย และมีรสหวานอมเปรี้ยว

오디 (คำนาม) : 뽕나무의 열매.
ลูกหม่อน
ผลของต้นหม่อน

맛+이 어떻+어요?
어때요

맛 (คำนาม) : 음식 등을 혀에 댈 때 느껴지는 감각.
รส, รสชาติ
ความรู้สึกต่อการสัมผัสที่รู้สึกได้เมื่อลิ้นสัมผัสอาหาร เป็นต้น

이 : 어떤 상태나 상황의 대상이나 동작의 주체를 나타내는 조사.
ตัวชี้ประธาน
คำชี้ที่ใช้แสดงสิ่งที่อยู่ในสถานการณ์หรือสภาพใด ๆ หรือผู้ที่เป็นประธานของอากัปกริยา

어떻다 (คำคุณศัพท์) : 생각, 느낌, 상태, 형편 등이 어찌 되어 있다.
อย่างไร, เป็นอย่างไร, เป็นอย่างไรบ้าง
สถานภาพ สภาพ ความรู้สึก ความคิด เป็นต้น ได้กลายเป็นอย่างใด ๆ

-어요 : (두루높임으로) 어떤 사실을 서술하거나 질문, 명령, 권유함을 나타내는 종결 어미.
วิภัตติปัจจัยลงท้ายประโยคที่ใช้ในการยกย่องโดยทั่วไป
(ใช้ในการยกย่องอย่างไม่เป็นทางการ)วิภัตติปัจจัยลงท้ายประโยคที่แสดงการบอกเล่า การถาม การสั่ง หรือการชักชวนเรื่องใด ๆ
<คำถาม>

시+어요. 시+어요. 시+어요.
셔요   셔요   셔요

시다 (คำคุณศัพท์) : 맛이 식초와 같다.
เปรี้ยว, มีรสเปรี้ยว
รสชาติเหมือนกับน้ำส้มสายชู

-어요 : (두루높임으로) 어떤 사실을 서술하거나 질문, 명령, 권유함을 나타내는 종결 어미.
วิภัตติปัจจัยลงท้ายประโยคที่ใช้ในการยกย่องโดยทั่วไป
(ใช้ในการยกย่องอย่างไม่เป็นทางการ)วิภัตติปัจจัยลงท้ายประโยคที่แสดงการบอกเล่า การถาม การสั่ง หรือการชักชวนเรื่องใด ๆ
<การพูดตามลำดับ>

맛+이 어떻+어요?
어때요

맛 (คำนาม) : 음식 등을 혀에 댈 때 느껴지는 감각.
รส, รสชาติ
ความรู้สึกต่อการสัมผัสที่รู้สึกได้เมื่อลิ้นสัมผัสอาหาร เป็นต้น

이 : 어떤 상태나 상황의 대상이나 동작의 주체를 나타내는 조사.
ตัวชี้ประธาน
คำชี้ที่ใช้แสดงสิ่งที่อยู่ในสถานการณ์หรือสภาพใด ๆ หรือผู้ที่เป็นประธานของอากัปกริยา

어떻다 (คำคุณศัพท์) : 생각, 느낌, 상태, 형편 등이 어찌 되어 있다.
อย่างไร, เป็นอย่างไร, เป็นอย่างไรบ้าง
สถานภาพ สภาพ ความรู้สึก ความคิด เป็นต้น ได้กลายเป็นอย่างใด ๆ

-어요 : (두루높임으로) 어떤 사실을 서술하거나 질문, 명령, 권유함을 나타내는 종결 어미.
วิภัตติปัจจัยลงท้ายประโยคที่ใช้ในการยกย่องโดยทั่วไป
(ใช้ในการยกย่องอย่างไม่เป็นทางการ)วิภัตติปัจจัยลงท้ายประโยคที่แสดงการบอกเล่า การถาม การสั่ง หรือการชักชวนเรื่องใด ๆ
<คำถาม>

새콤하+여. 새콤하+여. 새콤하+여.
새콤해 새콤해 새콤해

새콤하다 (คำคุณศัพท์) : 맛이 조금 시면서 상큼하다.
อมเปรี้ยว, เปรี้ยวเล็กน้อย, มีรสเปรี้ยวเล็กน้อย, ออกรสเปรี้ยวเล็กน้อย
มีรสชาติเปรี้ยวเล็กน้อยและให้ความรู้สึกสดชื่น

-여 : (두루낮춤으로) 어떤 사실을 서술하거나 물음, 명령, 권유를 나타내는 종결 어미.
วิภัตติปัจจัยลงท้ายประโยคที่ใช้ในการลดระดับภาษาโดยทั่วไป
(ใช้ในการลดระดับอย่างไม่เป็นทางการ)วิภัตติปัจจัยลงท้ายประโยคที่แสดงการบอกเล่าข้อเท็จจริงบางอย่าง หรือการถาม การสั่ง
หรือการชักชวน <การพูดตามลำดับ>

어떻+어요? 어떻+어요?
어때요 어때요

어떻다 (คำคุณศัพท์) : 생각, 느낌, 상태, 형편 등이 어찌 되어 있다.
อย่างไร, เป็นอย่างไร, เป็นอย่างไรบ้าง
สถานภาพ สภาพ ความรู้สึก ความคิด เป็นต้น ได้กลายเป็นอย่างใด ๆ

-어요 : (두루높임으로) 어떤 사실을 서술하거나 질문, 명령, 권유함을 나타내는 종결 어미.
วิภัตติปัจจัยลงท้ายประโยคที่ใช้ในการยกย่องโดยทั่วไป
(ใช้ในการยกย่องอย่างไม่เป็นทางการ)วิภัตติปัจจัยลงท้ายประโยคที่แสดงการบอกเล่า การถาม การสั่ง หรือการชักชวนเรื่องใด ๆ
<คำถาม>

달+아요. 시+어요. 달콤하+여. 새콤하+여.
셔요   달콤해   새콤해

달다 (คำคุณศัพท์) : 꿀이나 설탕의 맛과 같다.
หวาน
รสชาติเหมือนกับน้ำผึ้งหรือน้ำตาล

-아요 : (두루높임으로) 어떤 사실을 서술하거나 질문, 명령, 권유함을 나타내는 종결 어미.
วิภัตติปัจจัยลงท้ายประโยคที่ใช้ในการยกย่องโดยทั่วไป
(ใช้ในการยกย่องอย่างไม่เป็นทางการ)วิภัตติปัจจัยลงท้ายประโยคที่แสดงการบอกเล่า การถาม การสั่ง หรือการชักชวนเรื่องใด ๆ
<การพูดตามลำดับ>

시다 (คำคุณศัพท์) : 맛이 식초와 같다.
เปรี้ยว, มีรสเปรี้ยว
รสชาติเหมือนกับน้ำส้มสายชู

-어요 : (두루높임으로) 어떤 사실을 서술하거나 질문, 명령, 권유함을 나타내는 종결 어미.
วิภัตติปัจจัยลงท้ายประโยคที่ใช้ในการยกย่องโดยทั่วไป
(ใช้ในการยกย่องอย่างไม่เป็นทางการ)วิภัตติปัจจัยลงท้ายประโยคที่แสดงการบอกเล่า การถาม การสั่ง หรือการชักชวนเรื่องใด ๆ
<การพูดตามลำดับ>

달콤하다 (คำคุณศัพท์) : 맛이나 냄새가 기분 좋게 달다.
หอมหวาน, มีรสหวาน
รสชาติหรือกลิ่นมีความหอมหวานจนทำให้อารมณ์ดี

-여 : (두루낮춤으로) 어떤 사실을 서술하거나 물음, 명령, 권유를 나타내는 종결 어미.
วิภัตติปัจจัยลงท้ายประโยคที่ใช้ในการลดระดับภาษาโดยทั่วไป
(ใช้ในการลดระดับอย่างไม่เป็นทางการ)วิภัตติปัจจัยลงท้ายประโยคที่แสดงการบอกเล่าข้อเท็จจริงบางอย่าง หรือการถาม การสั่ง หรือการชักชวน <การพูดตามลำดับ>

새콤하다 (คำคุณศัพท์) : 맛이 조금 시면서 상큼하다.
อมเปรี้ยว, เปรี้ยวเล็กน้อย, มีรสเปรี้ยวเล็กน้อย, ออกรสเปรี้ยวเล็กน้อย
มีรสชาติเปรี้ยวเล็กน้อยและให้ความรู้สึกสดชื่น

-여 : (두루낮춤으로) 어떤 사실을 서술하거나 물음, 명령, 권유를 나타내는 종결 어미.
วิภัตติปัจจัยลงท้ายประโยคที่ใช้ในการลดระดับภาษาโดยทั่วไป
(ใช้ในการลดระดับอย่างไม่เป็นทางการ)วิภัตติปัจจัยลงท้ายประโยคที่แสดงการบอกเล่าข้อเท็จจริงบางอย่าง หรือการถาม การสั่ง หรือการชักชวน <การพูดตามลำดับ>

맛있+는 과일 과일 과일.

맛있다 (คำคุณศัพท์) : 맛이 좋다.
อร่อย, รสชาติดี
รสชาติดี

-는 : 앞의 말이 관형어의 기능을 하게 만들고 사건이나 동작이 현재 일어남을 나타내는 어미.
...ที่...
วิภัตติปัจจัยที่แสดงการที่ทำให้คำพูดข้างหน้าทำหน้าที่เป็นคุณศัพท์ขยายนามและเหตุการณ์หรืออากัปกิริยาเกิดขึ้นในปัจจุบัน

과일 (คำนาม) : 사과, 배, 포도, 밤 등과 같이 나뭇가지나 줄기에 열리는 먹을 수 있는 열매.
ผลไม้
ผลที่ออกมาจากลำต้นหรือกิ่งก้านของต้นไม้ นำมากินได้ เช่น แอปเปิ้ล สาลี่ องุ่น เกาลัด

아삭아삭 과일 과일.

아삭아삭 (คำวิเศษณ์) : 연하고 싱싱한 과일이나 채소를 베어 물 때 나는 소리.
กรอบแกรบ, กร๊อบ
เสียงที่เกิดขึ้นเมื่อเวลากัดกินผักหรือผลไม้ที่สดและอ่อน

과일 (คำนาม) : 사과, 배, 포도, 밤 등과 같이 나뭇가지나 줄기에 열리는 먹을 수 있는 열매.
ผลไม้
ผลที่ออกมาจากลำต้นหรือกิ่งก้านของต้นไม้ นำมากินได้ เช่น แอปเปิ้ล สาลี่ องุ่น เกาลัด

먹+[고 싶]+어, 과일 과일.

먹다 (คำกริยา) : 음식 등을 입을 통하여 배 속에 들여보내다.
กิน
เอาอาหาร เป็นต้น ใส่เข้าไปในท้องโดยผ่านปาก

-고 싶다 : 앞의 말이 나타내는 행동을 하기를 원함을 나타내는 표현.
อยาก..., ต้องการ...
สำนวนที่แสดงความต้องการที่จะกระทำสิ่งที่ปรากฏในคำพูดข้างหน้า

-어 : (두루낮춤으로) 어떤 사실을 서술하거나 물음, 명령, 권유를 나타내는 종결 어미.
วิภัตติปัจจัยลงท้ายประโยคที่ใช้ในการลดระดับภาษาโดยทั่วไป
(ใช้ในการลดระดับอย่างไม่เป็นทางการ)วิภัตติปัจจัยลงท้ายประโยคที่แสดงการบอกเล่าข้อเท็จจริงใด ๆ หรือการถาม การสั่ง หรือการชักชวน <การพูดตามลำดับ>

과일 (คำนาม) : 사과, 배, 포도, 밤 등과 같이 나뭇가지나 줄기에 열리는 먹을 수 있는 열매.
ผลไม้
ผลที่ออกมาจากลำต้นหรือกิ่งก้านของต้นไม้ นำมากินได้ เช่น แอปเปิ้ล สาลี่ องุ่น เกาลัด

맛있+는 과일 과일 과일.

맛있다 (คำคุณศัพท์) : 맛이 좋다.
อร่อย, รสชาติดี
รสชาติดี

-는 : 앞의 말이 관형어의 기능을 하게 만들고 사건이나 동작이 현재 일어남을 나타내는 어미.
...ที่...
วิภัตติปัจจัยที่แสดงการที่ทำให้คำพูดข้างหน้าทำหน้าที่เป็นคุณศัพท์ขยายนามและเหตุการณ์หรืออากัปกิริยาเกิดขึ้นในปัจจุบัน

과일 (คำนาม) : 사과, 배, 포도, 밤 등과 같이 나뭇가지나 줄기에 열리는 먹을 수 있는 열매.
ผลไม้
ผลที่ออกมาจากลำต้นหรือกิ่งก้านของต้นไม้ นำมากินได้ เช่น แอปเปิ้ล สาลี่ องุ่น เกาลัด

아삭아삭 과일 과일.

아삭아삭 (คำวิเศษณ์) : 연하고 싱싱한 과일이나 채소를 베어 물 때 나는 소리.
กรอบแกรบ, กร๊อบ
เสียงที่เกิดขึ้นเมื่อเวลากัดกินผักหรือผลไม้ที่สดและอ่อน

과일 (คำนาม) : 사과, 배, 포도, 밤 등과 같이 나뭇가지나 줄기에 열리는 먹을 수 있는 열매.
ผลไม้
ผลที่ออกมาจากลำต้นหรือกิ่งก้านของต้นไม้ นำมากินได้ เช่น แอปเปิ้ล สาลี่ องุ่น เกาลัด

먹+[고 싶]+어, 과일 과일.

먹다 (คำกริยา) : 음식 등을 입을 통하여 배 속에 들여보내다.
กิน
เอาอาหาร เป็นต้น ใส่เข้าไปในท้องโดยผ่านปาก

-고 싶다 : 앞의 말이 나타내는 행동을 하기를 원함을 나타내는 표현.
อยาก..., ต้องการ...
สำนวนที่แสดงความต้องการที่จะกระทำสิ่งที่ปรากฏในคำพูดข้างหน้า

-어 : (두루낮춤으로) 어떤 사실을 서술하거나 물음, 명령, 권유를 나타내는 종결 어미.
วิภัตติปัจจัยลงท้ายประโยคที่ใช้ในการลดระดับภาษาโดยทั่วไป
(ใช้ในการลดระดับอย่างไม่เป็นทางการ)วิภัตติปัจจัยลงท้ายประโยคที่แสดงการบอกเล่าข้อเท็จจริงใด ๆ หรือการถาม การสั่ง หรือการชักชวน <การพูดตามลำดับ>

과일 (คำนาม) : 사과, 배, 포도, 밤 등과 같이 나뭇가지나 줄기에 열리는 먹을 수 있는 열매.
ผลไม้
ผลที่ออกมาจากลำต้นหรือกิ่งก้านของต้นไม้ นำมากินได้ เช่น แอปเปิ้ล สาลี่ องุ่น เกาลัด

먹+[고 싶]+어, 과일 과일.

먹다 (คำกริยา) : 음식 등을 입을 통하여 배 속에 들여보내다.
กิน
เอาอาหาร เป็นต้น ใส่เข้าไปในท้องโดยผ่านปาก

-고 싶다 : 앞의 말이 나타내는 행동을 하기를 원함을 나타내는 표현.
อยาก..., ต้องการ...
สำนวนที่แสดงความต้องการที่จะกระทำสิ่งที่ปรากฏในคำพูดข้างหน้า

-어 : (두루낮춤으로) 어떤 사실을 서술하거나 물음, 명령, 권유를 나타내는 종결 어미.
วิภัตติปัจจัยลงท้ายประโยคที่ใช้ในการลดระดับภาษาโดยทั่วไป
(ใช้ในการลดระดับอย่างไม่เป็นทางการ)วิภัตติปัจจัยลงท้ายประโยคที่แสดงการบอกเล่าข้อเท็จจริงใด ๆ หรือการถาม การสั่ง หรือการชักชวน <การพูดตามลำดับ>

과일 (คำนาม) : 사과, 배, 포도, 밤 등과 같이 나뭇가지나 줄기에 열리는 먹을 수 있는 열매.
ผลไม้
ผลที่ออกมาจากลำต้นหรือกิ่งก้านของต้นไม้ นำมากินได้ เช่น แอปเปิ้ล สาลี่ องุ่น เกาลัด

< 3 >

신체송

신체(ร่างกาย) 송(เพลง)

[발음(การออกเสียง)]

< 1 절(ท่อนเพลง) >

머리, 어깨, 무릎, 발, 무릎, 발, 머리, 어깨, 무릎, 발, 무릎, 발
머리, 어깨, 무릅, 발, 무릅, 발, 머리, 어깨, 무릅, 발, 무릅, 발
meori, eokkae, mureup, bal, mureup, bal, meori, eokkae, mureup, bal, mureup, bal

머리, 어깨, 무릎, 발, 머리, 어깨, 무릎, 발
머리, 어깨, 무릅, 발, 머리, 어깨, 무릅, 발
meori, eokkae, mureup, bal, meori, eokkae, mureup, bal

머리, 어깨, 무릎, 발, 머리, 어깨, 무릎, 발
머리, 어깨, 무릅, 발, 머리, 어깨, 무릅, 발
meori, eokkae, mureup, bal, meori, eokkae, mureup, bal

머리, 머리, 머리카락
머리, 머리, 머리카락
meori, meori, meorikarak

얼굴, 얼굴, 얼굴, 이마
얼굴, 얼굴, 얼굴, 이마
eolgul, eolgul, eolgul, ima

눈, 코, 입, 귀, 눈, 코, 입, 귀
눈, 코, 입, 귀, 눈, 코, 입, 귀
nun, ko, ip, gwi, nun, ko, ip, gwi

머리, 머리, 머리카락
머리, 머리, 머리카락
meori, meori, meorikarak

얼굴, 얼굴, 얼굴, 이마
얼굴, 얼굴, 얼굴, 이마
eolgul, eolgul, eolgul, ima

눈, 코, 입, 귀, 눈, 코, 입, 귀
눈, 코, 입, 귀, 눈, 코, 입, 귀
nun, ko, ip, gwi, nun, ko, ip, gwi

신나게 흔들어요
신나게 흔드러요
sinnage heundeureoyo

다 함께 춤을 춰요
다 함께 추믈 춰요
da hamkke chumeul chwoyo

즐겁게 흔들어요
즐겁께 흔드러요
jeulgeopge heundeureoyo

우리 모두 춤을 춰요
우리 모누 추믈 춰요
uri modu chumeul chwoyo

< 2 절(ท่อนเพลง) >

머리, 어깨, 무릎, 발, 무릎, 발, 머리, 어깨, 무릎, 발, 무릎, 발
머리, 어깨, 무릅, 발, 무릅, 발, 머리, 어깨, 무릅, 발, 무릅, 발
meori, eokkae, mureup, bal, mureup, bal, meori, eokkae, mureup, bal, mureup, bal

머리, 어깨, 무릎, 발, 머리, 어깨, 무릎, 발
머리, 어깨, 무릅, 발, 머리, 어깨, 무릅, 발
meori, eokkae, mureup, bal, meori, eokkae, mureup, bal

팔, 팔, 팔, 손
팔, 팔, 팔, 손
pal, pal, pal, son

다리, 다리, 다리, 발
다리, 다리, 다리, 발
dari, dari, dari, bal

가슴, 허리, 엉덩이, 가슴, 허리, 엉덩이
가슴, 허리, 엉덩이, 가슴, 허리, 엉덩이
gaseum, heori, eongdeongi, gaseum, heori, eongdeongi

팔, 팔, 팔, 손
팔, 팔, 팔, 손
pal, pal, pal, son

다리, 다리, 다리, 발
다리, 다리, 다리, 발
dari, dari, dari, bal

가슴, 허리, 엉덩이, 가슴, 허리, 엉덩이
가슴, 허리, 엉덩이, 가슴, 허리, 엉덩이
gaseum, heori, eongdeongi, gaseum, heori, eongdeongi

신나게 흔들어요
신나게 흔드러요
sinnage heundeureoyo

다 함께 춤을 춰요
다 함께 추믈 춰요
da hamkke chumeul chwoyo

즐겁게 흔들어요
즐겁께 흔드러요
jeulgeopge heundeureoyo

우리 모두 춤을 춰요
우리 모두 추믈 춰요
uri modu chumeul chwoyo

< 3 절(ท่อนเพลง) >

머리, 어깨, 무릎, 발, 무릎, 발, 머리, 어깨, 무릎, 발, 무릎, 발
머리, 어깨, 무릅, 발, 무릅, 발, 머리, 어깨, 무릅, 발, 무릅, 발
meori, eokkae, mureup, bal, mureup, bal, meori, eokkae, mureup, bal, mureup, bal

머리, 어깨, 무릎, 발, 머리, 어깨, 무릎, 발
머리, 어깨, 무릅, 발, 머리, 어깨, 무릅, 발
meori, eokkae, mureup, bal, meori, eokkae, mureup, bal

< 1 절(ท่อนเพลง) >

머리, 어깨, 무릎, 발, 무릎, 발, 머리, 어깨, 무릎, 발, 무릎, 발

머리 (คำนาม) : 사람이나 동물의 몸에서 얼굴과 머리털이 있는 부분을 모두 포함한 목 위의 부분.
หัว, ศีรษะ
ส่วนบนของลำคอที่รวมใบหน้าและส่วนที่มีเส้นผมในร่างกายของคนหรือสัตว์

어깨 (คำนาม) : 목의 아래 끝에서 팔의 위 끝에 이르는 몸의 부분.
บ่า, ไหล่
ส่วนหนึ่งของร่างกายอยู่บริเวณล่างลำคอต่อกับบริเวณส่วนบนของแขน

무릎 (คำนาม) : 허벅지와 종아리 사이에 앞쪽으로 둥글게 튀어나온 부분.
เข่า
ส่วนที่ยื่นออกมากลม ๆ ทางด้านหน้าระหว่างขาอ่อนและน่อง

발 (คำนาม) : 사람이나 동물의 다리 맨 끝부분.
เท้า
ส่วนล่างสุดของขาคนหรือสัตว์

머리, 어깨, 무릎, 발, 머리, 어깨, 무릎, 발

머리 (คำนาม) : 사람이나 동물의 몸에서 얼굴과 머리털이 있는 부분을 모두 포함한 목 위의 부분.
หัว, ศีรษะ
ส่วนบนของลำคอที่รวมใบหน้าและส่วนที่มีเส้นผมในร่างกายของคนหรือสัตว์

어깨 (คำนาม) : 목의 아래 끝에서 팔의 위 끝에 이르는 몸의 부분.
บ่า, ไหล่
ส่วนหนึ่งของร่างกายอยู่บริเวณล่างลำคอต่อกับบริเวณส่วนบนของแขน

무릎 (คำนาม) : 허벅지와 종아리 사이에 앞쪽으로 둥글게 튀어나온 부분.
เข่า
ส่วนที่ยื่นออกมากลม ๆ ทางด้านหน้าระหว่างขาอ่อนและน่อง

발 (คำนาม) : 사람이나 동물의 다리 맨 끝부분.
เท้า
ส่วนล่างสุดของขาคนหรือสัตว์

머리, 어깨, 무릎, 발, 머리, 어깨, 무릎, 발

머리 (คำนาม) : 사람이나 동물의 몸에서 얼굴과 머리털이 있는 부분을 모두 포함한 목 위의 부분.
หัว, ศีรษะ
ส่วนบนของลำคอที่รวมใบหน้าและส่วนที่มีเส้นผมในร่างกายของคนหรือสัตว์

어깨 (คำนาม) : 목의 아래 끝에서 팔의 위 끝에 이르는 몸의 부분.
บ่า, ไหล่
ส่วนหนึ่งของร่างกายอยู่บริเวณล่างลำคอต่อกับบริเวณส่วนบนของแขน

무릎 (คำนาม) : 허벅지와 종아리 사이에 앞쪽으로 둥글게 튀어나온 부분.
เข่า
ส่วนที่ยื่นออกมากลม ๆ ทางด้านหน้าระหว่างขาอ่อนและน่อง

발 (คำนาม) : 사람이나 동물의 다리 맨 끝부분.
เท้า
ส่วนล่างสุดของขาคนหรือสัตว์

머리, 머리, 머리카락

머리 (คำนาม) : 사람이나 동물의 몸에서 얼굴과 머리털이 있는 부분을 모두 포함한 목 위의 부분.
หัว, ศีรษะ
ส่วนบนของลำคอที่รวมใบหน้าและส่วนที่มีเส้นผมในร่างกายของคนหรือสัตว์

머리카락 (คำนาม) : 머리털 하나하나.
เส้นผม
เส้นผมแต่ละเส้น

얼굴, 얼굴, 얼굴, 이마

얼굴 (คำนาม) : 눈, 코, 입이 있는 머리의 앞쪽 부분.
หน้า, ใบหน้า, หน้าตา
ส่วนที่อยู่ด้านหน้าของศีรษะที่มีตา จมูก ปาก

이마 (คำนาม) : 얼굴의 눈썹 위부터 머리카락이 난 아래까지의 부분.
หน้าผาก
ส่วนของใบหน้าที่อยู่ตั้งแต่เหนือคิ้วบนไปจนถึงด้านล่างที่มีเส้นผม

눈, 코, 입, 귀, 눈, 코, 입, 귀

눈 (คำนาม) : 사람이나 동물의 얼굴에 있으며 빛의 자극을 받아 물체를 볼 수 있는 감각 기관.
ตา, นัยน์ตา, ดวงตา
อวัยวะรับความรู้สึกที่อยู่บนใบหน้าของคนหรือสัตว์โดยรับการกระตุ้นของแสงแล้วสามารถเห็นตัววัตถุได้

코 (คำนาม) : 숨을 쉬고 냄새를 맡는 몸의 한 부분.
จมูก
ส่วนหนึ่งของร่างกายที่ดมกลิ่นและหายใจ

입 (คำนาม) : 음식을 먹고 소리를 내는 기관으로 입술에서 목구멍까지의 부분.
ปาก
ส่วนตั้งแต่หลอดลมถึงริมฝีปากเป็นอวัยวะที่เปล่งเสียงและกินอาหาร

귀 (คำนาม) : 사람이나 동물의 머리 양옆에 있어 소리를 듣는 몸의 한 부분.
หู
ส่วนหนึ่งของร่างกายที่ฟังเสียงโดยอยู่ทั้งสองข้างระหว่างศีรษะของคนหรือสัตว์

머리, 머리, 머리카락

머리 (คำนาม) : 사람이나 동물의 몸에서 얼굴과 머리털이 있는 부분을 모두 포함한 목 위의 부분.
หัว, ศีรษะ
ส่วนบนของลำคอที่รวมใบหน้าและส่วนที่มีเส้นผมในร่างกายของคนหรือสัตว์

머리카락 (คำนาม) : 머리털 하나하나.
เส้นผม
เส้นผมแต่ละเส้น

얼굴, 얼굴, 얼굴, 이마

얼굴 (คำนาม) : 눈, 코, 입이 있는 머리의 앞쪽 부분.
หน้า, ใบหน้า, หน้าตา
ส่วนที่อยู่ด้านหน้าของศีรษะที่มีตา จมูก ปาก

이마 (คำนาม) : 얼굴의 눈썹 위부터 머리카락이 난 아래까지의 부분.
หน้าผาก
ส่วนของใบหน้าที่อยู่ตั้งแต่เหนือคิ้วบนไปจนถึงด้านล่างที่มีเส้นผม

눈, 코, 입, 귀, 눈, 코, 입, 귀

눈 (คำนาม) : 사람이나 동물의 얼굴에 있으며 빛의 자극을 받아 물체를 볼 수 있는 감각 기관.
ตา, นัยน์ตา, ดวงตา
อวัยวะรับความรู้สึกที่อยู่บนใบหน้าของคนหรือสัตว์โดยรับการกระตุ้นของแสงแล้วสามารถเห็นตัววัตถุได้

코 (คำนาม) : 숨을 쉬고 냄새를 맡는 몸의 한 부분.
จมูก
ส่วนหนึ่งของร่างกายที่ดมกลิ่นและหายใจ

입 (คำนาม) : 음식을 먹고 소리를 내는 기관으로 입술에서 목구멍까지의 부분.
ปาก
ส่วนตั้งแต่หลอดลมถึงริมฝีปากเป็นอวัยวะที่เปล่งเสียงและกินอาหาร

귀 (คำนาม) : 사람이나 동물의 머리 양옆에 있어 소리를 듣는 몸의 한 부분.
หู
ส่วนหนึ่งของร่างกายที่ฟังเสียงโดยอยู่ทั้งสองข้างระหว่างศีรษะของคนหรือสัตว์

신나+게 흔들+어요.

신나다 (คำกริยา) : 흥이 나고 기분이 아주 좋아지다.
เบิกบานร่าเริง, ตื่นเต้นดีใจ
มีความสนุกสนานและอารมณ์ดีขึ้นเป็นอย่างมาก

-게 : 앞의 말이 뒤에서 가리키는 일의 목적이나 결과, 방식, 정도 등이 됨을 나타내는 연결 어미.
อย่าง..., ให้...
วิภัตติปัจจัยเชื่อมระหว่างประโยคที่แสดงว่าคำพูดข้างหน้าชี้บอกระดับ วิธีการ ผลลัพธ์หรือวัตถุประสงค์ หรืออื่นๆ ของสิ่งที่อยู่ในเนื้อหาข้างหลัง <รูปแบบ>

흔들다 (คำกริยา) : 무엇을 좌우, 앞뒤로 자꾸 움직이게 하다.
เขย่า, แกว่ง
ทำให้สิ่งใด ๆ เคลื่อนไหวไปทางซ้ายขวา หรือหน้าหลังอยู่เรื่อย ๆ

-어요 : (두루높임으로) 어떤 사실을 서술하거나 질문, 명령, 권유함을 나타내는 종결 어미.
วิภัตติปัจจัยลงท้ายประโยคที่ใช้ในการยกย่องโดยทั่วไป
(ใช้ในการยกย่องอย่างไม่เป็นทางการ) วิภัตติปัจจัยลงท้ายประโยคที่แสดงการบอกเล่า การถาม การสั่ง หรือการชักชวนเรื่องใด ๆ
<คำสั่ง>

다 함께 춤+을 추+어요.
춰요

다 (คำวิเศษณ์) : 남거나 빠진 것이 없이 모두.
ทั้งหมด, ไม่เหลือ
ทั้งหมดโดยที่ไม่ขาดหายหรือไม่เหลือ

함께 (คำวิเศษณ์) : 여럿이서 한꺼번에 같이.
ด้วยกัน, ร่วมกัน
หลาย ๆ คนทำร่วมกันในคราวเดียวกัน

춤 (คำนาม) : 음악이나 규칙적인 박자에 맞춰 몸을 움직이는 것.
การรำ, การเต้น, การเต้นรำ, การเต้นระบำ
การเคลื่อนไหวร่างกายให้เข้ากับจังหวะตามรูปแบบที่กำหนดหรือดนตรี

을 : 서술어의 명사형 목적어임을 나타내는 조사.
ไม่พบคำแปล
คำชี้ที่แสดงการเป็นกรรมในรูปคำนามของภาคแสดง

추다 (คำกริยา) : 춤 동작을 하다.
เต้น
ทำท่าของการเต้น

-어요 : (두루높임으로) 어떤 사실을 서술하거나 질문, 명령, 권유함을 나타내는 종결 어미.
วิภัตติปัจจัยลงท้ายประโยคที่ใช้ในการยกย่องโดยทั่วไป
(ใช้ในการยกย่องอย่างไม่เป็นทางการ) วิภัตติปัจจัยลงท้ายประโยคที่แสดงการบอกเล่า การถาม การสั่ง หรือการชักชวนเรื่องใด ๆ
<คำสั่ง>

즐겁+게 흔들+어요.

즐겁다 (คำคุณศัพท์) : 마음에 들어 흐뭇하고 기쁘다.
ร่าเริง, เพลิดเพลิน, เบิกบาน, สำราญ, สนุกสนาน
ถูกใจ พอใจและดีใจ

-게 : 앞의 말이 뒤에서 가리키는 일의 목적이나 결과, 방식, 정도 등이 됨을 나타내는 연결 어미.
อย่าง..., ให้...
วิภัตติปัจจัยเชื่อมระหว่างประโยคที่แสดงว่าคำพูดข้างหน้าชี้บอกระดับ วิธีการ ผลลัพธ์หรือวัตถุประสงค์ หรืออื่นๆ ของสิ่งที่อยู่ในเนื้อหาข้างหลัง <รูปแบบ>

흔들다 (คำกริยา) : 무엇을 좌우, 앞뒤로 자꾸 움직이게 하다.
เขย่า, แกว่ง
ทำให้สิ่งใด ๆ เคลื่อนไหวไปทางซ้ายขวา หรือหน้าหลังอยู่เรื่อย ๆ

-어요 : (두루높임으로) 어떤 사실을 서술하거나 질문, 명령, 권유함을 나타내는 종결 어미.
วิภัตติปัจจัยลงท้ายประโยคที่ใช้ในการยกย่องโดยทั่วไป
(ใช้ในการยกย่องอย่างไม่เป็นทางการ) วิภัตติปัจจัยลงท้ายประโยคที่แสดงการบอกเล่า การถาม การสั่ง หรือการชักชวนเรื่องใด ๆ
<คำสั่ง>

우리 모두 춤+을 <u>추+어요</u>.

춰요

우리 (สรรพนาม) : 말하는 사람이 자기와 듣는 사람 또는 이를 포함한 여러 사람들을 가리키는 말.
เรา, พวกเรา
คำเรียกที่ผู้พูดเรียกรวมตนเองกับผู้ฟังหรือผู้ฟังหลาย ๆ คน

모두 (คำวิเศษณ์) : 빠짐없이 다.
ทั้งหมด, ทุก, ทั้งสิ้น, ทั้งมวล, ทั้งปวง, ทุกคน, ทุกอย่าง, ทั้งนั้น
ทั้งหมดโดยไม่มีข้อยกเว้น

춤 (คำนาม) : 음악이나 규칙적인 박자에 맞춰 몸을 움직이는 것.
การรำ, การเต้น, การเต้นรำ, การเต้นระบำ
การเคลื่อนไหวร่างกายให้เข้ากับจังหวะตามรูปแบบที่กำหนดหรือดนตรี

을 : 서술어의 명사형 목적어임을 나타내는 조사.
ไม่พบคำแปล
คำชี้ที่แสดงการเป็นกรรมในรูปคำนามของภาคแสดง

추다 (คำกริยา) : 춤 동작을 하다.
เต้น
ทำท่าของการเต้น

-어요 : (두루높임으로) 어떤 사실을 서술하거나 질문, 명령, 권유함을 나타내는 종결 어미.
วิภัตติปัจจัยลงท้ายประโยคที่ใช้ในการยกย่องโดยทั่วไป
(ใช้ในการยกย่องอย่างไม่เป็นทางการ) วิภัตติปัจจัยลงท้ายประโยคที่แสดงการบอกเล่า การถาม การสั่ง หรือการชักชวนเรื่องใด ๆ
<คำสั่ง>

< 2 절(ท่อนเพลง) >

머리, 어깨, 무릎, 발, 무릎, 발, 머리, 어깨, 무릎, 발, 무릎, 발

머리 (คำนาม) : 사람이나 동물의 몸에서 얼굴과 머리털이 있는 부분을 모두 포함한 목 위의 부분.
หัว, ศีรษะ
ส่วนบนของลำคอที่รวมใบหน้าและส่วนที่มีเส้นผมในร่างกายของคนหรือสัตว์

어깨 (คำนาม) : 목의 아래 끝에서 팔의 위 끝에 이르는 몸의 부분.
บ่า, ไหล่
ส่วนหนึ่งของร่างกายอยู่บริเวณล่างลำคอต่อกับบริเวณส่วนบนของแขน

무릎 (คำนาม) : 허벅지와 종아리 사이에 앞쪽으로 둥글게 튀어나온 부분.
เข่า
ส่วนที่ยื่นออกมากลม ๆ ทางด้านหน้าระหว่างขาอ่อนและน่อง

발 (คำนาม) : 사람이나 동물의 다리 맨 끝부분.
เท้า
ส่วนล่างสุดของขาคนหรือสัตว์

머리, 어깨, 무릎, 발, 머리, 어깨, 무릎, 발

머리 (คำนาม) : 사람이나 동물의 몸에서 얼굴과 머리털이 있는 부분을 모두 포함한 목 위의 부분.
หัว, ศีรษะ
ส่วนบนของลำคอที่รวมใบหน้าและส่วนที่มีเส้นผมในร่างกายของคนหรือสัตว์

어깨 (คำนาม) : 목의 아래 끝에서 팔의 위 끝에 이르는 몸의 부분.
บ่า, ไหล่
ส่วนหนึ่งของร่างกายอยู่บริเวณล่างลำคอต่อกับบริเวณส่วนบนของแขน

무릎 (คำนาม) : 허벅지와 종아리 사이에 앞쪽으로 둥글게 튀어나온 부분.
เข่า
ส่วนที่ยื่นออกมากลม ๆ ทางด้านหน้าระหว่างขาอ่อนและน่อง

발 (คำนาม) : 사람이나 동물의 다리 맨 끝부분.
เท้า
ส่วนล่างสุดของขาคนหรือสัตว์

머리, 어깨, 무릎, 발, 머리, 어깨, 무릎, 발

머리 (คำนาม) : 사람이나 동물의 몸에서 얼굴과 머리털이 있는 부분을 모두 포함한 목 위의 부분.
หัว, ศีรษะ
ส่วนบนของลำคอที่รวมใบหน้าและส่วนที่มีเส้นผมในร่างกายของคนหรือสัตว์

어깨 (คำนาม) : 목의 아래 끝에서 팔의 위 끝에 이르는 몸의 부분.
บ่า, ไหล่
ส่วนหนึ่งของร่างกายอยู่บริเวณล่างลำคอต่อกับบริเวณส่วนบนของแขน

무릎 (คำนาม) : 허벅지와 종아리 사이에 앞쪽으로 둥글게 튀어나온 부분.
เข่า
ส่วนที่ยื่นออกมากลม ๆ ทางด้านหน้าระหว่างขาอ่อนและน่อง

발 (คำนาม) : 사람이나 동물의 다리 맨 끝부분.
เท้า
ส่วนล่างสุดของขาคนหรือสัตว์

팔, 팔, 팔, 손

팔 (คำนาม) : 어깨에서 손목까지의 신체 부위.
แขน
อวัยวะร่างกายตั้งแต่ไหล่จนถึงข้อมือ

손 (คำนาม) : 팔목 끝에 있으며 무엇을 만지거나 잡을 때 쓰는 몸의 부분.
มือ
อวัยวะส่วนหนึ่งของร่างกายที่ใช้หยิบจับสิ่งใด ๆ อยู่บริเวณปลายข้อมือ

다리, 다리, 다리, 발

다리 (คำนาม) : 사람이나 동물의 몸통 아래에 붙어, 서고 걷고 뛰는 일을 하는 신체 부위.
ขา
ส่วนของร่างกายที่ทำหน้าที่ยืน เดินและวิ่งโดยติดกับส่วนล่างของลำตัวคนหรือสัตว์

발 (คำนาม) : 사람이나 동물의 다리 맨 끝부분.
เท้า
ส่วนล่างสุดของขาคนหรือสัตว์

가슴, 허리, 엉덩이, 가슴, 허리, 엉덩이

가슴 (คำนาม) : 인간이나 동물의 목과 배 사이에 있는 몸의 앞 부분.
อก, หน้าอก
ส่วนหน้าของลำตัวที่อยู่ระหว่างท้องและคอของคนหรือสัตว์

허리 (คำนาม) : 사람이나 동물의 신체에서 갈비뼈 아래에서 엉덩이뼈까지의 부분.
เอว
ส่วนที่อยู่ตั้งแต่ใต้ชายโครงกระดูกไปจนถึงกระดูกก้นในร่างกายของคนหรือสัตว์

엉덩이 (คำนาม) : 허리와 허벅지 사이의 부분으로 앉았을 때 바닥에 닿는, 살이 많은 부위.
ก้น, ตะโพก
ส่วนที่มีเนื้อมาก อยู่ระหว่างเอวและต้นขาซึ่งสัมผัสพื้นเมื่อนั่ง

팔, 팔, 팔, 손

팔 (คำนาม) : 어깨에서 손목까지의 신체 부위.
แขน
อวัยวะร่างกายตั้งแต่ไหล่จนถึงข้อมือ

손 (คำนาม) : 팔목 끝에 있으며 무엇을 만지거나 잡을 때 쓰는 몸의 부분.
มือ
อวัยวะส่วนหนึ่งของร่างกายที่ใช้หยิบจับสิ่งใด ๆ อยู่บริเวณปลายข้อมือ

다리, 다리, 다리, 발

다리 (คำนาม) : 사람이나 동물의 몸통 아래에 붙어, 서고 걷고 뛰는 일을 하는 신체 부위.
ขา
ส่วนของร่างกายที่ทำหน้าที่ยืน เดินและวิ่งโดยติดกับส่วนล่างของลำตัวคนหรือสัตว์

발 (คำนาม) : 사람이나 동물의 다리 맨 끝부분.
เท้า
ส่วนล่างสุดของขาคนหรือสัตว์

가슴, 허리, 엉덩이, 가슴, 허리, 엉덩이

가슴 (คำนาม) : 인간이나 동물의 목과 배 사이에 있는 몸의 앞 부분.
อก, หน้าอก
ส่วนหน้าของลำตัวที่อยู่ระหว่างท้องและคอของคนหรือสัตว์

허리 (คำนาม) : 사람이나 동물의 신체에서 갈비뼈 아래에서 엉덩이뼈까지의 부분.
เอว
ส่วนที่อยู่ตั้งแต่ใต้ชายโครงกระดูกไปจนถึงกระดูกก้นในร่างกายของคนหรือสัตว์

엉덩이 (คำนาม) : 허리와 허벅지 사이의 부분으로 앉았을 때 바닥에 닿는, 살이 많은 부위.
ก้น, ตะโพก
ส่วนที่มีเนื้อมาก อยู่ระหว่างเอวและต้นขาซึ่งสัมผัสพื้นเมื่อนั่ง

신나+게 흔들+어요.

신나다 (คำกริยา) : 흥이 나고 기분이 아주 좋아지다.
เบิกบานร่าเริง, ตื่นเต้นดีใจ
มีความสนุกสนานและอารมณ์ดีขึ้นเป็นอย่างมาก

-게 : 앞의 말이 뒤에서 가리키는 일의 목적이나 결과, 방식, 정도 등이 됨을 나타내는 연결 어미.
อย่าง..., ให้...
วิภัตติปัจจัยเชื่อมระหว่างประโยคที่แสดงว่าคำพูดข้างหน้าชี้บอกระดับ วิธีการ ผลลัพธ์หรือวัตถุประสงค์ หรืออื่นๆ ของสิ่งที่อยู่ในเนื้อหาข้างหลัง <รูปแบบ>

흔들다 (คำกริยา) : 무엇을 좌우, 앞뒤로 자꾸 움직이게 하다.
เขย่า, แกว่ง
ทำให้สิ่งใด ๆ เคลื่อนไหวไปทางซ้ายขวา หรือหน้าหลังอยู่เรื่อย ๆ

-어요 : (두루높임으로) 어떤 사실을 서술하거나 질문, 명령, 권유함을 나타내는 종결 어미.
วิภัตติปัจจัยลงท้ายประโยคที่ใช้ในการยกย่องโดยทั่วไป
(ใช้ในการยกย่องอย่างไม่เป็นทางการ) วิภัตติปัจจัยลงท้ายประโยคที่แสดงการบอกเล่า การถาม การสั่ง หรือการชักชวนเรื่องใด ๆ
<คำสั่ง>

다 함께 춤+을 <u>추+어요</u>.
춰요

다 (คำวิเศษณ์) : 남거나 빠진 것이 없이 모두.
ทั้งหมด, ไม่เหลือ
ทั้งหมดโดยที่ไม่ขาดหายหรือไม่เหลือ

함께 (คำวิเศษณ์) : 여럿이서 한꺼번에 같이.
ด้วยกัน, ร่วมกัน
หลาย ๆ คนทำร่วมกันในคราวเดียวกัน

춤 (คำนาม) : 음악이나 규칙적인 박자에 맞춰 몸을 움직이는 것.
การรำ, การเต้น, การเต้นรำ, การเต้นระบำ
การเคลื่อนไหวร่างกายให้เข้ากับจังหวะตามรูปแบบที่กำหนดหรือดนตรี

을 : 서술어의 명사형 목적어임을 나타내는 조사.
ไม่พบคำแปล
คำชี้ที่แสดงการเป็นกรรมในรูปคำนามของภาคแสดง

추다 (คำกริยา) : 춤 동작을 하다.
เต้น
ทำท่าของการเต้น

-어요 : (두루높임으로) 어떤 사실을 서술하거나 질문, 명령, 권유함을 나타내는 종결 어미.
วิภัตติปัจจัยลงท้ายประโยคที่ใช้ในการยกย่องโดยทั่วไป
(ใช้ในการยกย่องอย่างไม่เป็นทางการ) วิภัตติปัจจัยลงท้ายประโยคที่แสดงการบอกเล่า การถาม การสั่ง หรือการชักชวนเรื่องใด ๆ
<คำสั่ง>

즐겁+게 흔들+어요.

즐겁다 (คำคุณศัพท์) : 마음에 들어 흐뭇하고 기쁘다.
ร่าเริง, เพลิดเพลิน, เบิกบาน, สำราญ, สนุกสนาน
ถูกใจ พอใจและดีใจ

-게 : 앞의 말이 뒤에서 가리키는 일의 목적이나 결과, 방식, 정도 등이 됨을 나타내는 연결 어미.
อย่าง..., ให้...
วิภัตติปัจจัยเชื่อมระหว่างประโยคที่แสดงว่าคำพูดข้างหน้าชี้บอกระดับ วิธีการ ผลลัพธ์หรือวัตถุประสงค์ หรืออื่นๆ ของสิ่งที่อยู่ในเนื้อหาข้างหลัง <รูปแบบ>

흔들다 (คำกริยา) : 무엇을 좌우, 앞뒤로 자꾸 움직이게 하다.
เขย่า, แกว่ง
ทำให้สิ่งใด ๆ เคลื่อนไหวไปทางซ้ายขวา หรือหน้าหลังอยู่เรื่อย ๆ

-어요 : (두루높임으로) 어떤 사실을 서술하거나 질문, 명령, 권유함을 나타내는 종결 어미.
วิภัตติปัจจัยลงท้ายประโยคที่ใช้ในการยกย่องโดยทั่วไป
(ใช้ในการยกย่องอย่างไม่เป็นทางการ) วิภัตติปัจจัยลงท้ายประโยคที่แสดงการบอกเล่า การถาม การสั่ง หรือการชักชวนเรื่องใด ๆ
<คำสั่ง>

우리 모두 춤+을 추+어요.
춰요

우리 (สรรพนาม) : 말하는 사람이 자기와 듣는 사람 또는 이를 포함한 여러 사람들을 가리키는 말.
เรา, พวกเรา
คำเรียกที่ผู้พูดเรียกรวมตนเองกับผู้ฟังหรือผู้ฟังหลาย ๆ คน

모두 (คำวิเศษณ์) : 빠짐없이 다.
ทั้งหมด, ทุก, ทั้งสิ้น, ทั้งมวล, ทั้งปวง, ทุกคน, ทุกอย่าง, ทั้งนั้น
ทั้งหมดโดยไม่มีข้อยกเว้น

춤 (คำนาม) : 음악이나 규칙적인 박자에 맞춰 몸을 움직이는 것.
การรำ, การเต้น, การเต้นรำ, การเต้นระบำ
การเคลื่อนไหวร่างกายให้เข้ากับจังหวะตามรูปแบบที่กำหนดหรือดนตรี

을 : 서술어의 명사형 목적어임을 나타내는 조사.
ไม่พบคำแปล
คำชี้ที่แสดงการเป็นกรรมในรูปคำนามของภาคแสดง

추다 (คำกริยา) : 춤 동작을 하다.
เต้น
ทำท่าของการเต้น

-어요 : (두루높임으로) 어떤 사실을 서술하거나 질문, 명령, 권유함을 나타내는 종결 어미.
วิภัตติปัจจัยลงท้ายประโยคที่ใช้ในการยกย่องโดยทั่วไป
(ใช้ในการยกย่องอย่างไม่เป็นทางการ) วิภัตติปัจจัยลงท้ายประโยคที่แสดงการบอกเล่า การถาม การสั่ง หรือการชักชวนเรื่องใด ๆ
<คำสั่ง>

< 3 절(ท่อนเพลง) >

머리, 어깨, 무릎, 발, 무릎, 발, 머리, 어깨, 무릎, 발, 무릎, 발

머리 (คำนาม) : 사람이나 동물의 몸에서 얼굴과 머리털이 있는 부분을 모두 포함한 목 위의 부분.
หัว, ศีรษะ
ส่วนบนของลำคอที่รวมใบหน้าและส่วนที่มีเส้นผมในร่างกายของคนหรือสัตว์

어깨 (คำนาม) : 목의 아래 끝에서 팔의 위 끝에 이르는 몸의 부분.
บ่า, ไหล่
ส่วนหนึ่งของร่างกายอยู่บริเวณล่างลำคอต่อกับบริเวณส่วนบนของแขน

무릎 (คำนาม) : 허벅지와 종아리 사이에 앞쪽으로 둥글게 튀어나온 부분.
เข่า
ส่วนที่ยื่นออกมากลม ๆ ทางด้านหน้าระหว่างขาอ่อนและน่อง

발 (คำนาม) : 사람이나 동물의 다리 맨 끝부분.
เท้า
ส่วนล่างสุดของขาคนหรือสัตว์

머리, 어깨, 무릎, 발, 머리, 어깨, 무릎, 발

머리 (คำนาม) : 사람이나 동물의 몸에서 얼굴과 머리털이 있는 부분을 모두 포함한 목 위의 부분.
หัว, ศีรษะ
ส่วนบนของลำคอที่รวมใบหน้าและส่วนที่มีเส้นผมในร่างกายของคนหรือสัตว์

어깨 (คำนาม) : 목의 아래 끝에서 팔의 위 끝에 이르는 몸의 부분.
บ่า, ไหล่
ส่วนหนึ่งของร่างกายอยู่บริเวณล่างลำคอต่อกับบริเวณส่วนบนของแขน

무릎 (คำนาม) : 허벅지와 종아리 사이에 앞쪽으로 둥글게 튀어나온 부분.
เข่า
ส่วนที่ยื่นออกมากลม ๆ ทางด้านหน้าระหว่างขาอ่อนและน่อง

발 (คำนาม) : 사람이나 동물의 다리 맨 끝부분.
เท้า
ส่วนล่างสุดของขาคนหรือสัตว์

머리, 어깨, 무릎, 발, 머리, 어깨, 무릎, 발

머리 (คำนาม) : 사람이나 동물의 몸에서 얼굴과 머리털이 있는 부분을 모두 포함한 목 위의 부분.
หัว, ศีรษะ
ส่วนบนของลำคอที่รวมใบหน้าและส่วนที่มีเส้นผมในร่างกายของคนหรือสัตว์

어깨 (คำนาม) : 목의 아래 끝에서 팔의 위 끝에 이르는 몸의 부분.
บ่า, ไหล่
ส่วนหนึ่งของร่างกายอยู่บริเวณล่างลำคอต่อกับบริเวณส่วนบนของแขน

무릎 (คำนาม) : 허벅지와 종아리 사이에 앞쪽으로 둥글게 튀어나온 부분.
เข่า
ส่วนที่ยื่นออกมากลม ๆ ทางด้านหน้าระหว่างขาอ่อนและน่อง

발 (คำนาม) : 사람이나 동물의 다리 맨 끝부분.
เท้า
ส่วนล่างสุดของขาคนหรือสัตว์

< 4 >

어때요?

나 어때요?
(ฉันดูเป็นยังไงบ้าง?)

[발음(การออกเสียง)]

< 1 절(ท่อนเพลง) >

청바지 입었는데 어때요?
청바지 이번는데 어때요?
cheongbaji ibeonneunde eottaeyo?

치마 입었는데 어때요?
치마 이번는데 어때요?
chima ibeonneunde eottaeyo?

반바지는?
반바지는?
banbajineun?

원피스는?
원피스는?
wonpiseuneun?

어때요? 어때요? 어때요? 어때요? 어때요?
어때요? 어때요? 어때요? 어때요? 어때요?
eottaeyo? eottaeyo? eottaeyo? eottaeyo? eottaeyo?

머리 묶었는데 어때요?
머리 무껀는데 어때요?
meori mukkeonneunde eottaeyo?

머리 풀었는데 어때요?
머리 푸런는데 어때요?
meori pureonneunde eottaeyo?

긴 머리는?
긴 머리는?
gin meorineun?

짧은 머리는?
짤븐 머리는?
jjalbeun meorineun?

어때요? 어때요? 어때요? 어때요? 어때요?
어때요? 어때요? 어때요? 어때요? 어때요?
eottaeyo? eottaeyo? eottaeyo? eottaeyo? eottaeyo?

제 눈과 코와 입술이 얼마나 예뻐 보이나요?
제 눈과 코와 입쑤리 얼마나 예뻐 보이나요?
je nungwa kowa ipsuri eolmana yeppeo boinayo?

나 어때요?
나 어때요?
na eottaeyo?

나 예뻐요?
나 예뻐요?
na yeppeoyo?

어때요? 어때요? 어때요? 어때요? 어때요?
어때요? 어때요? 어때요? 어때요? 어때요?
eottaeyo? eottaeyo? eottaeyo? eottaeyo? eottaeyo?

< 2 절(ท่อนเพลง) >

운동화 신었는데 어때요?
운동화 시넌는데 어때요?
undonghwa sineonneunde eottaeyo?

구두 신었는데 어때요?
구두 시넌는데 어때요?
gudu sineonneunde eottaeyo?

검은색은?
거믄새근?
geomeunsaegeun?

흰색은?
힌새근?
hinsaegeun?

어때요? 어때요? 어때요? 어때요? 어때요?
어때요? 어때요? 어때요? 어때요? 어때요?
eottaeyo? eottaeyo? eottaeyo? eottaeyo? eottaeyo?

목걸이 찼는데 어때요?
목꺼리 찬는데 어때요?
mokgeori channeunde eottaeyo?

반지 끼었는데 어때요?
반지 끼언는데 어때요?
banji kkieonneunde eottaeyo?

귀걸이는?
귀거리는?
gwigeorineun?

팔찌는?
팔찌는?
paljjineun?

어때요? 어때요? 어때요? 어때요? 어때요?
어때요? 어때요? 어때요? 어때요? 어때요?
eottaeyo? eottaeyo? eottaeyo? eottaeyo? eottaeyo?

제 눈과 코와 입술이 얼마나 예뻐 보이나요?
제 눈과 코와 입쑤리 얼마나 예뻐 보이나요?
je nungwa kowa ipsuri eolmana yeppeo boinayo?

나 어때요?
나 어때요?
na eottaeyo?

나 예뻐요?
나 예뻐요?
na yeppeoyo?

어때요? 어때요? 어때요? 어때요? 어때요?
어때요? 어때요? 어때요? 어때요? 어때요?
eottaeyo? eottaeyo? eottaeyo? eottaeyo? eottaeyo?

< 1 절(ท่อนเพลง) >

청바지 입+었+는데 어떻+어요?
어때요

청바지 (คำนาม) : 질긴 무명으로 만든 푸른색 바지.
กางเกงยีนส์
กางเกงสีฟ้าที่ทำจากผ้าฝ้ายชนิดเหนียว

입다 (คำกริยา) : 옷을 몸에 걸치거나 두르다.
สวม, ใส่
นำเสื้อผ้ามาห่อหุ้มร่างกายด้วยวิธีการสวมหรือใส่

-었- : 어떤 사건이 과거에 완료되었거나 그 사건의 결과가 현재까지 지속되는 상황을 나타내는 어미.
...แล้ว
วิภัตติปัจจัยที่แสดงว่าเหตุการณ์ใดๆเสร็จสมบูรณ์ไปแล้วในอดีตหรือแสดงสถานการณ์ที่ผลลัพธ์ของเหตุการณ์ดังกล่าวต่อเนื่องจนถึงปัจจุบัน

-는데 : 뒤의 말을 하기 위하여 그 대상과 관련이 있는 상황을 미리 말함을 나타내는 연결 어미.
ก็...นะ ว่าแต่...
วิภัตติปัจจัยเชื่อมระหว่างประโยคที่แสดงการพูดสถานการณ์ที่เกี่ยวกับเป้าหมายนั้น ๆ ไว้ล่วงหน้าเพื่อที่จะพูดต่อเนื่อง

어떻다 (คำคุณศัพท์) : 생각, 느낌, 상태, 형편 등이 어찌 되어 있다.
อย่างไร, เป็นอย่างไร, เป็นอย่างไรบ้าง
สถานภาพ สภาพ ความรู้สึก ความคิด เป็นต้น ได้กลายเป็นอย่างใด ๆ

-어요 : (두루높임으로) 어떤 사실을 서술하거나 질문, 명령, 권유함을 나타내는 종결 어미.
วิภัตติปัจจัยลงท้ายประโยคที่ใช้ในการยกย่องโดยทั่วไป
(ใช้ในการยกย่องอย่างไม่เป็นทางการ) วิภัตติปัจจัยลงท้ายประโยคที่แสดงการบอกเล่า การถาม การสั่ง หรือการชักชวนเรื่องใด ๆ
<คำถาม>

치마 입+었+는데 어떻+어요?
어때요

치마 (คำนาม) : 여자가 입는 아래 겉옷으로 다리가 들어가도록 된 부분이 없는 옷.
กระโปรง
ชุดที่ผู้หญิงใช้สวมใส่ซึ่งด้านล่างไม่มีที่สำหรับให้ขาสอดเข้าไปได้

- 85 -

입다 (คำกริยา) : 옷을 몸에 걸치거나 두르다.
สวม, ใส่
นำเสื้อผ้ามาห่อหุ้มร่างกายด้วยวิธีการสวมหรือใส่

-었- : 어떤 사건이 과거에 완료되었거나 그 사건의 결과가 현재까지 지속되는 상황을 나타내는 어미.
...แล้ว
วิภัตติปัจจัยที่แสดงว่าเหตุการณ์ใดๆเสร็จสมบูรณ์ไปแล้วในอดีตหรือแสดงสถานการณ์ที่ผลลัพธ์ของเหตุการณ์ดังกล่าวต่อเนื่องจนถึงปัจจุบัน

-는데 : 뒤의 말을 하기 위하여 그 대상과 관련이 있는 상황을 미리 말함을 나타내는 연결 어미.
ก็...นะ ว่าแต่···
วิภัตติปัจจัยเชื่อมระหว่างประโยคที่แสดงการพูดสถานการณ์ที่เกี่ยวกับเป้าหมายนั้น ๆ ไว้ล่วงหน้าเพื่อที่จะพูดต่อเนื่อง

어떻다 (คำคุณศัพท์) : 생각, 느낌, 상태, 형편 등이 어찌 되어 있다.
อย่างไร, เป็นอย่างไร, เป็นอย่างไรบ้าง
สถานภาพ สภาพ ความรู้สึก ความคิด เป็นต้น ได้กลายเป็นอย่างใด ๆ

-어요 : (두루높임으로) 어떤 사실을 서술하거나 질문, 명령, 권유함을 나타내는 종결 어미.
วิภัตติปัจจัยลงท้ายประโยคที่ใช้ในการยกย่องโดยทั่วไป
(ใช้ในการยกย่องอย่างไม่เป็นทางการ) วิภัตติปัจจัยลงท้ายประโยคที่แสดงการบอกเล่า การถาม การสั่ง หรือการชักชวนเรื่องใด ๆ
<คำถาม>

반바지+는?

반바지 (คำนาม) : 길이가 무릎 위나 무릎 정도까지 내려오는 짧은 바지.
กางเกงขาสั้น
กางเกงที่สั้นลงมาจนถึงประมาณหัวเข่าหรือสูงกว่าหัวเข่า

는 : 문장 속에서 어떤 대상이 화제임을 나타내는 조사.
...นั้น
คำชี้ที่แสดงว่าเป้าหมายใดๆเป็นหัวเรื่องในประโยค

원피스+는?

원피스 (คำนาม) : 윗옷과 치마가 하나로 붙어 있는 여자 겉옷.
ชุดเดรส, ชุดติดกัน
ชุดที่ส่วนบนและส่วนล่างของชุดติดกันสำหรับผู้หญิงสวมใส่

는 : 문장 속에서 어떤 대상이 화제임을 나타내는 조사.
...นั้น
คำชี้ที่แสดงว่าเป้าหมายใดๆเป็นหัวเรื่องในประโยค

<u>어떻+어요?</u>
어때요

어떻다 (คำคุณศัพท์) : 생각, 느낌, 상태, 형편 등이 어찌 되어 있다.
อย่างไร, เป็นอย่างไร, เป็นอย่างไรบ้าง
สถานภาพ สภาพ ความรู้สึก ความคิด เป็นต้น ได้กลายเป็นอย่างใด ๆ

-어요 : (두루높임으로) 어떤 사실을 서술하거나 질문, 명령, 권유함을 나타내는 종결 어미.
วิภัตติปัจจัยลงท้ายประโยคที่ใช้ในการยกย่องโดยทั่วไป
(ใช้ในการยกย่องอย่างไม่เป็นทางการ) วิภัตติปัจจัยลงท้ายประโยคที่แสดงการบอกเล่า การถาม การสั่ง หรือการชักชวนเรื่องใด ๆ
<คำถาม>

머리 묶+었+는데 <u>어떻+어요?</u>
어때요

머리 (คำนาม) : 머리에 난 털.
ผม, เส้นผม
ขนที่งอกที่ศีรษะ

묶다 (คำกริยา) : 끈 등으로 물건을 잡아매다.
ผูก, มัด, รัด, พัน
จับสิ่งของผูกด้วยเชือก เป็นต้น

-었- : 어떤 사건이 과거에 완료되었거나 그 사건의 결과가 현재까지 지속되는 상황을 나타내는 어미.
…แล้ว
วิภัตติปัจจัยที่แสดงว่าเหตุการณ์ใดๆเสร็จสมบูรณ์ไปแล้วในอดีตหรือแสดงสถานการณ์ที่ผลลัพธ์ของเหตุการณ์ดังกล่าวต่อเนื่องจนถึงปัจจุบัน

-는데 : 뒤의 말을 하기 위하여 그 대상과 관련이 있는 상황을 미리 말함을 나타내는 연결 어미.
ก็…นะ ว่าแต่…
วิภัตติปัจจัยเชื่อมระหว่างประโยคที่แสดงการพูดสถานการณ์ที่เกี่ยวกับเป้าหมายนั้น ๆ ไว้ล่วงหน้าเพื่อที่จะพูดต่อเนื่อง

어떻다 (คำคุณศัพท์) : 생각, 느낌, 상태, 형편 등이 어찌 되어 있다.
อย่างไร, เป็นอย่างไร, เป็นอย่างไรบ้าง
สถานภาพ สภาพ ความรู้สึก ความคิด เป็นต้น ได้กลายเป็นอย่างใด ๆ

-어요 : (두루높임으로) 어떤 사실을 서술하거나 질문, 명령, 권유함을 나타내는 종결 어미.
วิภัตติปัจจัยลงท้ายประโยคที่ใช้ในการยกย่องโดยทั่วไป
(ใช้ในการยกย่องอย่างไม่เป็นทางการ) วิภัตติปัจจัยลงท้ายประโยคที่แสดงการบอกเล่า การถาม การสั่ง หรือการชักชวนเรื่องใด ๆ
<คำถาม>

머리 풀+었+는데 <u>어떻+어요</u>?
어때요

머리 (คำนาม) : 머리에 난 털.
ผม, เส้นผม
ขนที่งอกที่ศีรษะ

풀다 (คำกริยา) : 매이거나 묶이거나 얽힌 것을 원래의 상태로 되게 하다.
แก้, แก้มัด, ปลดออก
ทำให้สิ่งที่ถูกมัดหรือถูกรัดกลับไปอยู่ในสภาพเดิม

-었- : 어떤 사건이 과거에 완료되었거나 그 사건의 결과가 현재까지 지속되는 상황을 나타내는 어미.
...แล้ว
วิภัตติปัจจัยที่แสดงว่าเหตุการณ์ใดๆเสร็จสมบูรณ์ไปแล้วในอดีตหรือแสดงสถานการณ์ที่ผลลัพธ์ของเหตุการณ์ดังกล่าวต่อเนื่องจนถึงปัจจุบัน

-는데 : 뒤의 말을 하기 위하여 그 대상과 관련이 있는 상황을 미리 말함을 나타내는 연결 어미.
ก็...นะ ว่าแต่…
วิภัตติปัจจัยเชื่อมระหว่างประโยคที่แสดงการพูดสถานการณ์ที่เกี่ยวกับเป้าหมายนั้น ๆ ไว้ล่วงหน้าเพื่อที่จะพูดต่อเนื่อง

어떻다 (คำคุณศัพท์) : 생각, 느낌, 상태, 형편 등이 어찌 되어 있다.
อย่างไร, เป็นอย่างไร, เป็นอย่างไรบ้าง
สถานภาพ สภาพ ความรู้สึก ความคิด เป็นต้น ได้กลายเป็นอย่างใด ๆ

-어요 : (두루높임으로) 어떤 사실을 서술하거나 질문, 명령, 권유함을 나타내는 종결 어미.
วิภัตติปัจจัยลงท้ายประโยคที่ใช้ในการยกย่องโดยทั่วไป
(ใช้ในการยกย่องอย่างไม่เป็นทางการ) วิภัตติปัจจัยลงท้ายประโยคที่แสดงการบอกเล่า การถาม การสั่ง หรือการชักชวนเรื่องใด ๆ
<คำถาม>

<u>길(기)+ㄴ</u> 머리+는?
긴

길다 (คำคุณศัพท์) : 물체의 한쪽 끝에서 다른 쪽 끝까지 두 끝이 멀리 떨어져 있다.
ยาว
จุดสิ้นสุดทั้งสองตั้งแต่ด้านหนึ่งไปถึงอีกด้านหนึ่งของวัตถุอยู่ห่างกันมาก

-ㄴ : 앞의 말이 관형어의 기능을 하게 만들고 현재의 상태를 나타내는 어미.
...ที่
วิภัตติปัจจัยที่ทำให้คำพูดข้างหน้าทำหน้าที่เป็นคุณศัพท์ขยายนามและแสดงถึงสภาพที่เป็นอยู่ในปัจจุบัน

머리 (คำนาม) : 머리에 난 털.
ผม, เส้นผม
ขนที่งอกที่ศีรษะ

는 : 문장 속에서 어떤 대상이 화제임을 나타내는 조사.
...นั้น
คำชี้ที่แสดงว่าเป้าหมายใดๆเป็นหัวเรื่องในประโยค

짧+은 머리+는?

짧다 (คำคุณศัพท์) : 공간이나 물체의 양 끝 사이가 가깝다.
สั้น
ระยะห่างระหว่างปลายด้านสองข้างของวัตถุหรือช่องว่างอยู่ใกล้

-은 : 앞의 말이 관형어의 기능을 하게 만들고 현재의 상태를 나타내는 어미.
ที่..., ซึ่ง...
วิภัตติปัจจัยที่ทำให้คำพูดข้างหน้าทำหน้าที่เป็นคุณศัพท์ขยายนามและแสดงถึงสภาพที่เป็นอยู่ในปัจจุบัน

머리 (คำนาม) : 머리에 난 털.
ผม, เส้นผม
ขนที่งอกที่ศีรษะ

는 : 문장 속에서 어떤 대상이 화제임을 나타내는 조사.
...นั้น
คำชี้ที่แสดงว่าเป้าหมายใดๆเป็นหัวเรื่องในประโยค

어떻+어요?

어때요

어떻다 (คำคุณศัพท์) : 생각, 느낌, 상태, 형편 등이 어찌 되어 있다.
อย่างไร, เป็นอย่างไร, เป็นอย่างไรบ้าง
สถานภาพ สภาพ ความรู้สึก ความคิด เป็นต้น ได้กลายเป็นอย่างใด ๆ

-어요 : (두루높임으로) 어떤 사실을 서술하거나 질문, 명령, 권유함을 나타내는 종결 어미.
วิภัตติปัจจัยลงท้ายประโยคที่ใช้ในการยกย่องโดยทั่วไป
(ใช้ในการยกย่องอย่างไม่เป็นทางการ) วิภัตติปัจจัยลงท้ายประโยคที่แสดงการบอกเล่า การถาม การสั่ง หรือการชักชวนเรื่องใด ๆ
<คำถาม>

<u>저+의</u> 눈+과 코+와 입술+이 얼마나 <u>예쁘(예ㅃ)+[어 보이]+나요</u>?
제 **예뻐 보이나요**

저 (สรรพนาม) : 말하는 사람이 듣는 사람에게 자신을 낮추어 가리키는 말.
ดิฉัน, ผม, กระผม
คำที่ผู้พูดบ่งชี้ตนเองโดยลดฐานะให้ต่ำลงต่อผู้ฟัง

의 : 앞의 말이 뒤의 말에 대하여 소유, 소속, 소재, 관계, 기원, 주체의 관계를 가짐을 나타내는 조사.
ของ...
คำชี้ที่แสดงว่าคำพูดข้างหน้ามีความสัมพันธ์กับประธาน แหล่งกำเนิด ความสัมพันธ์ วัตถุดิบ การสังกัด การเป็นเจ้าของ ต่อคำพูดข้างหลัง

눈 (คำนาม) : 사람이나 동물의 얼굴에 있으며 빛의 자극을 받아 물체를 볼 수 있는 감각 기관.
ตา, นัยน์ตา, ดวงตา
อวัยวะรับความรู้สึกที่อยู่บนใบหน้าของคนหรือสัตว์โดยรับการกระตุ้นของแสงแล้วสามารถเห็นตัววัตถุได้

과 : 앞과 뒤의 명사를 같은 자격으로 이어 줄 때 쓰는 조사.
...กับ..., ...และ..
คำกำกับกับคำนามที่ใช้ชี้ที่ใช้เมื่อเชื่อมต่อคำนามข้างหน้าและคำนามข้างหลังในฐานะเดียวกัน

코 (คำนาม) : 숨을 쉬고 냄새를 맡는 몸의 한 부분.
จมูก
ส่วนหนึ่งของร่างกายที่ดมกลิ่นและหายใจ

와 : 앞과 뒤의 명사를 같은 자격으로 이어주는 조사.
...กับ..., ...และ..
คำชี้ที่เชื่อมต่อคุณสมบัติที่เหมือนกันของคำนามข้างหน้าและข้างหลัง

입술 (คำนาม) : 사람의 입 주위를 둘러싸고 있는 붉고 부드러운 살.
ริมฝีปาก
เนื้อที่นิ่มสีแดงอยู่บริเวณรอบ ๆ ปากของคน

이 : 어떤 상태나 상황의 대상이나 동작의 주체를 나타내는 조사.
ตัวชี้ประธาน
คำชี้ที่ใช้แสดงสิ่งที่อยู่ในสถานการณ์หรือสภาพใด ๆ หรือผู้ที่เป็นประธานของอากัปกริยา

얼마나 (คำวิเศษณ์) : 어느 정도나.
สักแค่ไหน, เพียงใด
ระดับใดก็ตาม

예쁘다 (คำคุณศัพท์) : 생긴 모양이 눈으로 보기에 좋을 만큼 아름답다.
สวย, งดงาม
ลักษณะที่เกิดขึ้นงดงามจนดูดีได้ด้วยตา

-어 보이다 : 겉으로 볼 때 앞의 말이 나타내는 것처럼 느껴지거나 추측됨을 나타내는 표현.
ดู...
สำนวนที่แสดงการสันนิษฐานหรือรู้สึกเหมือนกับสิ่งที่ปรากฏในคำพูดข้างหน้าเมื่อมองจากภายนอก

-나요 : (두루높임으로) 앞의 내용에 대해 상대방에게 물어볼 때 쓰는 표현.
...หรือครับ(คะ), ...ไหมครับ(คะ)
(ใช้ในการยกย่องอย่างไม่เป็นทางการ) สำนวนที่ใช้เมื่อถามฝ่ายตรงข้ามเกี่ยวกับเนื้อหาข้างหน้า

나 어떻+어요?
어때요

나 (สรรพนาม) : 말하는 사람이 친구나 아랫사람에게 자기를 가리키는 말.
ฉัน
คำที่คนพูดใช้เรียกตนเองต่อเพื่อนหรือคนที่อายุน้อยกว่า

어떻다 (คำคุณศัพท์) : 생각, 느낌, 상태, 형편 등이 어찌 되어 있다.
อย่างไร, เป็นอย่างไร, เป็นอย่างไรบ้าง
สถานภาพ สภาพ ความรู้สึก ความคิด เป็นต้น ได้กลายเป็นอย่างใด ๆ

-어요 : (두루높임으로) 어떤 사실을 서술하거나 질문, 명령, 권유함을 나타내는 종결 어미.
วิภัตติปัจจัยลงท้ายประโยคที่ใช้ในการยกย่องโดยทั่วไป
(ใช้ในการยกย่องอย่างไม่เป็นทางการ) วิภัตติปัจจัยลงท้ายประโยคที่แสดงการบอกเล่า การถาม การสั่ง หรือการชักชวนเรื่องใด ๆ
<คำถาม>

나 예쁘(예ㅃ)+어요?
예뻐요

나 (สรรพนาม) : 말하는 사람이 친구나 아랫사람에게 자기를 가리키는 말.
ฉัน
คำที่คนพูดใช้เรียกตนเองต่อเพื่อนหรือคนที่อายุน้อยกว่า

예쁘다 (คำคุณศัพท์) : 생긴 모양이 눈으로 보기에 좋을 만큼 아름답다.
สวย, งดงาม
ลักษณะที่เกิดขึ้นงดงามจนดูดีได้ด้วยตา

-어요 : (두루높임으로) 어떤 사실을 서술하거나 질문, 명령, 권유함을 나타내는 종결 어미.
วิภัตติปัจจัยลงท้ายประโยคที่ใช้ในการยกย่องโดยทั่วไป
(ใช้ในการยกย่องอย่างไม่เป็นทางการ) วิภัตติปัจจัยลงท้ายประโยคที่แสดงการบอกเล่า การถาม การสั่ง หรือการชักชวนเรื่องใด ๆ
<คำถาม>

어떻+어요?
어때요

어떻다 (คำคุณศัพท์) : 생각, 느낌, 상태, 형편 등이 어찌 되어 있다.
อย่างไร, เป็นอย่างไร, เป็นอย่างไรบ้าง
สถานภาพ สภาพ ความรู้สึก ความคิด เป็นต้น ได้กลายเป็นอย่างใด ๆ

-어요 : (두루높임으로) 어떤 사실을 서술하거나 질문, 명령, 권유함을 나타내는 종결 어미.
วิภัตติปัจจัยลงท้ายประโยคที่ใช้ในการยกย่องโดยทั่วไป
(ใช้ในการยกย่องอย่างไม่เป็นทางการ) วิภัตติปัจจัยลงท้ายประโยคที่แสดงการบอกเล่า การถาม การสั่ง หรือการชักชวนเรื่องใด ๆ
<คำถาม>

< 2 절(ท่อนเพลง) >

운동화 신+었+는데 어떻+어요?
어때요

운동화 (คำนาม) : 운동을 할 때 신도록 만든 신발.
รองเท้าผ้าใบ, รองเท้ากีฬา
รองเท้าที่ออกแบบมาสำหรับการเล่นกีฬา

신다 (คำกริยา) : 신발이나 양말 등의 속으로 발을 넣어 발의 전부나 일부를 덮다.
สวม, ใส่
การสอดเท้าเข้าไปในรองเท้าหรือถุงเท้า เป็นต้น และคลุมทุกส่วนหรือส่วนใดส่วนหนึ่งของเท้า

-었- : 어떤 사건이 과거에 완료되었거나 그 사건의 결과가 현재까지 지속되는 상황을 나타내는 어미.
...แล้ว
วิภัตติปัจจัยที่แสดงว่าเหตุการณ์ใดๆเสร็จสมบูรณ์ไปแล้วในอดีตหรือแสดงสถานการณ์ที่ผลลัพธ์ของเหตุการณ์ดังกล่าวต่อเนื่องจนถึงปัจจุบัน

-는데 : 뒤의 말을 하기 위하여 그 대상과 관련이 있는 상황을 미리 말함을 나타내는 연결 어미.
ก็...นะ ว่าแต่...
วิภัตติปัจจัยเชื่อมระหว่างประโยคที่แสดงการพูดสถานการณ์ที่เกี่ยวกับเป้าหมายนั้น ๆ ไว้ล่วงหน้าเพื่อที่จะพูดต่อเนื่อง

어떻다 (คำคุณศัพท์) : 생각, 느낌, 상태, 형편 등이 어찌 되어 있다.
อย่างไร, เป็นอย่างไร, เป็นอย่างไรบ้าง
สถานภาพ สภาพ ความรู้สึก ความคิด เป็นต้น ได้กลายเป็นอย่างใด ๆ

-어요 : (두루높임으로) 어떤 사실을 서술하거나 질문, 명령, 권유함을 나타내는 종결 어미.
วิภัตติปัจจัยลงท้ายประโยคที่ใช้ในการยกย่องโดยทั่วไป
(ใช้ในการยกย่องอย่างไม่เป็นทางการ) วิภัตติปัจจัยลงท้ายประโยคที่แสดงการบอกเล่า การถาม การสั่ง หรือการชักชวนเรื่องใด ๆ
<คำถาม>

구두 신+었+는데 <u>어떻</u>+어요?
어때요

구두 (คำนาม) : 정장을 입었을 때 신는 가죽, 비닐 등으로 만든 신발.
รองเท้า
รองเท้าที่ทำด้วยหนังหรือยางไม้ไวนิล เป็นต้น ใช้ใส่เมื่อสวมชุดที่เป็นทางการ

신다 (คำกริยา) : 신발이나 양말 등의 속으로 발을 넣어 발의 전부나 일부를 덮다.
สวม, ใส่
การสอดเท้าเข้าไปในรองเท้าหรือถุงเท้า เป็นต้น และคลุมทุกส่วนหรือส่วนใดส่วนหนึ่งของเท้า

-었- : 어떤 사건이 과거에 완료되었거나 그 사건의 결과가 현재까지 지속되는 상황을 나타내는 어미.
...แล้ว
วิภัตติปัจจัยที่แสดงว่าเหตุการณ์ใดๆเสร็จสมบูรณ์ไปแล้วในอดีตหรือแสดงสถานการณ์ที่ผลลัพธ์ของเหตุการณ์ดังกล่าวต่อเนื่องจนถึงปัจจุบัน

-는데 : 뒤의 말을 하기 위하여 그 대상과 관련이 있는 상황을 미리 말함을 나타내는 연결 어미.
ก็...นะ ว่าแต่…
วิภัตติปัจจัยเชื่อมระหว่างประโยคที่แสดงการพูดสถานการณ์ที่เกี่ยวกับเป้าหมายนั้น ๆ ไว้ล่วงหน้าเพื่อที่จะพูดต่อเนื่อง

어떻다 (คำคุณศัพท์) : 생각, 느낌, 상태, 형편 등이 어찌 되어 있다.
อย่างไร, เป็นอย่างไร, เป็นอย่างไรบ้าง
สถานภาพ สภาพ ความรู้สึก ความคิด เป็นต้น ได้กลายเป็นอย่างใด ๆ

-어요 : (두루높임으로) 어떤 사실을 서술하거나 질문, 명령, 권유함을 나타내는 종결 어미.
วิภัตติปัจจัยลงท้ายประโยคที่ใช้ในการยกย่องโดยทั่วไป
(ใช้ในการยกย่องอย่างไม่เป็นทางการ) วิภัตติปัจจัยลงท้ายประโยคที่แสดงการบอกเล่า การถาม การสั่ง หรือการชักชวนเรื่องใด ๆ
<คำถาม>

검은색+은?

검은색 (คำนาม) : 빛이 없을 때의 밤하늘과 같이 매우 어둡고 짙은 색.
สีดำ, มืดครึ้ม
สีที่เข้มและมืดสนิทคล้ายกับสีของท้องฟ้าในตอนกลางคืนที่ไร้แสง

은 : 문장 속에서 어떤 대상이 화제임을 나타내는 조사.
ตัวชี้หัวเรื่อง
คำชี้ที่แสดงว่าเป้าหมายใด ๆ เป็นหัวข้อเรื่องในประโยค

흰색+은?

흰색 (คำนาม) : 눈이나 우유와 같은 밝은 색.
สีขาว
สีสว่างเหมือนกับหิมะหรือนม

은 : 문장 속에서 어떤 대상이 화제임을 나타내는 조사.
ตัวชี้หัวเรื่อง
คำชี้ที่แสดงว่าเป้าหมายใด ๆ เป็นหัวข้อเรื่องในประโยค

<u>어떻</u>+<u>어요</u>?
어때요

어떻다 (คำคุณศัพท์) : 생각, 느낌, 상태, 형편 등이 어찌 되어 있다.
อย่างไร, เป็นอย่างไร, เป็นอย่างไรบ้าง
สถานภาพ สภาพ ความรู้สึก ความคิด เป็นต้น ได้กลายเป็นอย่างใด ๆ

-어요 : (두루높임으로) 어떤 사실을 서술하거나 질문, 명령, 권유함을 나타내는 종결 어미.
วิภัตติปัจจัยลงท้ายประโยคที่ใช้ในการยกย่องโดยทั่วไป
(ใช้ในการยกย่องอย่างไม่เป็นทางการ) วิภัตติปัจจัยลงท้ายประโยคที่แสดงการบอกเล่า การถาม การสั่ง หรือการชักชวนเรื่องใด ๆ
<คำถาม>

목걸이 <u>차+았+는데</u> <u>어떻</u>+<u>어요</u>?
　　　　　찼는데　　　**어때요**

목걸이 (คำนาม) : 보석 등을 줄에 꿰어서 목에 거는 장식품.
สร้อยคอ
เครื่องประดับที่ใช้คล้องคอ ทำจากการร้อยเพชรพลอย เป็นต้น เข้าเป็นเส้น

차다 (คำกริยา) : 물건을 허리나 팔목, 발목 등에 매어 달거나 걸거나 끼우다.
คาด, พก, ติด, กลัด, ห้อย, เหน็บ, ใส่, สวม
ห้อย แขวน ใส่ ด้วยการผูกมัดสิ่งของที่เอว ข้อมือหรือข้อเท้า เป็นต้น

-았- : 어떤 사건이 과거에 완료되었거나 그 사건의 결과가 현재까지 지속되는 상황을 나타내는 어미.
...แล้ว
วิภัตติปัจจัยที่แสดงว่าเหตุการณ์ใดๆเสร็จสมบูรณ์ไปแล้วในอดีตหรือแสดงสถานการณ์ที่ผลลัพธ์ของเหตุการณ์ดังกล่าวต่อเนื่องจนถึงปัจจุบัน

-는데 : 뒤의 말을 하기 위하여 그 대상과 관련이 있는 상황을 미리 말함을 나타내는 연결 어미.
ก็...นะ ว่าแต่···
วิภัตติปัจจัยเชื่อมระหว่างประโยคที่แสดงการพูดสถานการณ์ที่เกี่ยวกับเป้าหมายนั้น ๆ ไว้ล่วงหน้าเพื่อที่จะพูดต่อเนื่อง

어떻다 (คำคุณศัพท์) : 생각, 느낌, 상태, 형편 등이 어찌 되어 있다.
อย่างไร, เป็นอย่างไร, เป็นอย่างไรบ้าง
สถานภาพ สภาพ ความรู้สึก ความคิด เป็นต้น ได้กลายเป็นอย่างใด ๆ

-어요 : (두루높임으로) 어떤 사실을 서술하거나 질문, 명령, 권유함을 나타내는 종결 어미.
วิภัตติปัจจัยลงท้ายประโยคที่ใช้ในการยกย่องโดยทั่วไป
(ใช้ในการยกย่องอย่างไม่เป็นทางการ) วิภัตติปัจจัยลงท้ายประโยคที่แสดงการบอกเล่า การถาม การสั่ง หรือการชักชวนเรื่องใด ๆ
<คำถาม>

반지 끼+었+는데 어떻+어요?
어때요

반지 (คำนาม) : 손가락에 끼는 동그란 장신구.
แหวน
เครื่องตกแต่งวงกลมที่ใส่ที่นิ้วมือ

끼다 (คำกริยา) : 무엇에 걸려 빠지지 않도록 꿰거나 꽂다.
ใส่, สวม
วางหรือใส่ไว้ให้ติดอยู่ที่สิ่งใด ๆ และไม่ตกหล่น

-었- : 어떤 사건이 과거에 완료되었거나 그 사건의 결과가 현재까지 지속되는 상황을 나타내는 어미.
...แล้ว
วิภัตติปัจจัยที่แสดงว่าเหตุการณ์ใดๆเสร็จสมบูรณ์ไปแล้วในอดีตหรือแสดงสถานการณ์ที่ผลลัพธ์ของเหตุการณ์ดังกล่าวต่อเนื่องจนถึงปัจจุบัน

-는데 : 뒤의 말을 하기 위하여 그 대상과 관련이 있는 상황을 미리 말함을 나타내는 연결 어미.
ก็...นะ ว่าแต่···
วิภัตติปัจจัยเชื่อมระหว่างประโยคที่แสดงการพูดสถานการณ์ที่เกี่ยวกับเป้าหมายนั้น ๆ ไว้ล่วงหน้าเพื่อที่จะพูดต่อเนื่อง

어떻다 (คำคุณศัพท์) : 생각, 느낌, 상태, 형편 등이 어찌 되어 있다.
อย่างไร, เป็นอย่างไร, เป็นอย่างไรบ้าง
สถานภาพ สภาพ ความรู้สึก ความคิด เป็นต้น ได้กลายเป็นอย่างใด ๆ

-어요 : (두루높임으로) 어떤 사실을 서술하거나 질문, 명령, 권유함을 나타내는 종결 어미.
วิภัตติปัจจัยลงท้ายประโยคที่ใช้ในการยกย่องโดยทั่วไป
(ใช้ในการยกย่องอย่างไม่เป็นทางการ) วิภัตติปัจจัยลงท้ายประโยคที่แสดงการบอกเล่า การถาม การสั่ง หรือการชักชวนเรื่องใด ๆ
<คำถาม>

귀걸이+는?

귀걸이 (คำนาม) : 귀에 다는 장식품.
ตุ้มหู, ต่างหู
เครื่องประดับที่ติดเอาไว้ที่หู

는 : 문장 속에서 어떤 대상이 화제임을 나타내는 조사.
...นั้น
คำชี้ที่แสดงว่าเป้าหมายใดๆเป็นหัวเรื่องในประโยค

팔찌+는?

팔찌 (คำนาม) : 팔목에 끼는, 금, 은, 가죽 등으로 만든 장식품.
กำไลมือ, กำไลข้อมือ
สิ่งของประดับที่ใส่บนข้อมือซึ่งทำด้วยทอง เงิน หนัง เป็นต้น

는 : 문장 속에서 어떤 대상이 화제임을 나타내는 조사.
...นั้น
คำชี้ที่แสดงว่าเป้าหมายใดๆเป็นหัวเรื่องในประโยค

어떻+어요?

어때요

어떻다 (คำคุณศัพท์) : 생각, 느낌, 상태, 형편 등이 어찌 되어 있다.
อย่างไร, เป็นอย่างไร, เป็นอย่างไรบ้าง
สถานภาพ สภาพ ความรู้สึก ความคิด เป็นต้น ได้กลายเป็นอย่างใด ๆ

-어요 : (두루높임으로) 어떤 사실을 서술하거나 질문, 명령, 권유함을 나타내는 종결 어미.
วิภัตติปัจจัยลงท้ายประโยคที่ใช้ในการยกย่องโดยทั่วไป
(ใช้ในการยกย่องอย่างไม่เป็นทางการ) วิภัตติปัจจัยลงท้ายประโยคที่แสดงการบอกเล่า การถาม การสั่ง หรือการชักชวนเรื่องใด ๆ
<คำถาม>

저+의 눈+과 코+와 입술+이 얼마나 예쁘(예ㅃ)+[어 보이]+나요?
제 예뻐 보이나요

저 (สรรพนาม) : 말하는 사람이 듣는 사람에게 자신을 낮추어 가리키는 말.
ดิฉัน, ผม, กระผม
คำที่ผู้พูดบ่งชี้ตนเองโดยลดฐานะให้ต่ำลงต่อผู้ฟัง

의 : 앞의 말이 뒤의 말에 대하여 소유, 소속, 소재, 관계, 기원, 주체의 관계를 가짐을 나타내는 조사.
ของ...
คำชี้ที่แสดงว่าคำพูดข้างหน้ามีความสัมพันธ์กับประธาน แหล่งกำเนิด ความสัมพันธ์ วัตถุดิบ การสังกัด การเป็นเจ้าของ ต่อคำพูดข้างหลัง

눈 (คำนาม) : 사람이나 동물의 얼굴에 있으며 빛의 자극을 받아 물체를 볼 수 있는 감각 기관.
ตา, นัยน์ตา, ดวงตา
อวัยวะรับความรู้สึกที่อยู่บนใบหน้าของคนหรือสัตว์โดยรับการกระตุ้นของแสงแล้วสามารถเห็นตัววัตถุได้

과 : 앞과 뒤의 명사를 같은 자격으로 이어 줄 때 쓰는 조사.
...กับ..., ...และ..
คำกำกับกับคำนามที่ใช้ชี้ที่ใช้เมื่อเชื่อมต่อคำนามข้างหน้าและคำนามข้างหลังในฐานะเดียวกัน

코 (คำนาม) : 숨을 쉬고 냄새를 맡는 몸의 한 부분.
จมูก
ส่วนหนึ่งของร่างกายที่ดมกลิ่นและหายใจ

와 : 앞과 뒤의 명사를 같은 자격으로 이어주는 조사.
...กับ..., ...และ..
คำชี้ที่เชื่อมต่อคุณสมบัติที่เหมือนกันของคำนามข้างหน้าและข้างหลัง

입술 (คำนาม) : 사람의 입 주위를 둘러싸고 있는 붉고 부드러운 살.
ริมฝีปาก
เนื้อที่นิ่มสีแดงอยู่บริเวณรอบ ๆ ปากของคน

이 : 어떤 상태나 상황의 대상이나 동작의 주체를 나타내는 조사.
ตัวชี้ประธาน
คำชี้ที่ใช้แสดงสิ่งที่อยู่ในสถานการณ์หรือสภาพใด ๆ หรือผู้ที่เป็นประธานของอากัปกริยา

얼마나 (คำวิเศษณ์) : 어느 정도나.
สักแค่ไหน, เพียงใด
ระดับใดก็ตาม

예쁘다 (คำคุณศัพท์) : 생긴 모양이 눈으로 보기에 좋을 만큼 아름답다.
สวย, งดงาม
ลักษณะที่เกิดขึ้นงดงามจนดูดีได้ด้วยตา

-어 보이다 : 겉으로 볼 때 앞의 말이 나타내는 것처럼 느껴지거나 추측됨을 나타내는 표현.
ดู...
สำนวนที่แสดงการสันนิษฐานหรือรู้สึกเหมือนกับสิ่งที่ปรากฏในคำพูดข้างหน้าเมื่อมองจากภายนอก

-나요 : (두루높임으로) 앞의 내용에 대해 상대방에게 물어볼 때 쓰는 표현.
...หรือครับ(คะ), ...ไหมครับ(คะ)
(ใช้ในการยกย่องอย่างไม่เป็นทางการ) สำนวนที่ใช้เมื่อถามฝ่ายตรงข้ามเกี่ยวกับเนื้อหาข้างหน้า

나 어떻+어요?

어때요

나 (สรรพนาม) : 말하는 사람이 친구나 아랫사람에게 자기를 가리키는 말.
ฉัน
คำที่คนพูดใช้เรียกตนเองต่อเพื่อนหรือคนที่อายุน้อยกว่า

어떻다 (คำคุณศัพท์) : 생각, 느낌, 상태, 형편 등이 어찌 되어 있다.
อย่างไร, เป็นอย่างไร, เป็นอย่างไรบ้าง
สถานภาพ สภาพ ความรู้สึก ความคิด เป็นต้น ได้กลายเป็นอย่างใด ๆ

-어요 : (두루높임으로) 어떤 사실을 서술하거나 질문, 명령, 권유함을 나타내는 종결 어미.
วิภัตติปัจจัยลงท้ายประโยคที่ใช้ในการยกย่องโดยทั่วไป
(ใช้ในการยกย่องอย่างไม่เป็นทางการ) วิภัตติปัจจัยลงท้ายประโยคที่แสดงการบอกเล่า การถาม การสั่ง หรือการชักชวนเรื่องใด ๆ
<คำถาม>

나 예쁘(예ㅃ)+어요?

예뻐요

나 (สรรพนาม) : 말하는 사람이 친구나 아랫사람에게 자기를 가리키는 말.
ฉัน
คำที่คนพูดใช้เรียกตนเองต่อเพื่อนหรือคนที่อายุน้อยกว่า

예쁘다 (คำคุณศัพท์) : 생긴 모양이 눈으로 보기에 좋을 만큼 아름답다.
สวย, งดงาม
ลักษณะที่เกิดขึ้นงดงามจนดูดีได้ด้วยตา

-어요 : (두루높임으로) 어떤 사실을 서술하거나 질문, 명령, 권유함을 나타내는 종결 어미.
วิภัตติปัจจัยลงท้ายประโยคที่ใช้ในการยกย่องโดยทั่วไป
(ใช้ในการยกย่องอย่างไม่เป็นทางการ) วิภัตติปัจจัยลงท้ายประโยคที่แสดงการบอกเล่า การถาม การสั่ง หรือการชักชวนเรื่องใด ๆ
<คำถาม>

어떻+어요?
어때요

어떻다 (คำคุณศัพท์) : 생각, 느낌, 상태, 형편 등이 어찌 되어 있다.
อย่างไร, เป็นอย่างไร, เป็นอย่างไรบ้าง
สถานภาพ สภาพ ความรู้สึก ความคิด เป็นต้น ได้กลายเป็นอย่างใด ๆ

-어요 : (두루높임으로) 어떤 사실을 서술하거나 질문, 명령, 권유함을 나타내는 종결 어미.
วิภัตติปัจจัยลงท้ายประโยคที่ใช้ในการยกย่องโดยทั่วไป
(ใช้ในการยกย่องอย่างไม่เป็นทางการ) วิภัตติปัจจัยลงท้ายประโยคที่แสดงการบอกเล่า การถาม การสั่ง หรือการชักชวนเรื่องใด ๆ
<คำถาม>

< 5 >

하늘, 땅, 사람
(ฟ้า)
(ที่ดิน)
(คน)

[발음(การออกเสียง)]

< 1 절(ท่อนเพลง) >

하늘에서 비가 내린다고 하는 걸 보니 하늘은 위인가요?
하느레서 비가 내린다고 하는 걸 보니 하느른 위인가요?
haneureseo biga naerindago haneun geol boni haneureun wiingayo?

그 비가 땅을 적신다고 하는 걸 보니 그럼 땅은 아래인가 보네요.
그 비가 땅을 적씬다고 하는 걸 보니 그럼 땅은 아래인가 보네요.
geu biga ttangeul jeoksindago haneun geol boni geureom ttangeun araeinga boneyo.

땅을 밟고 서서 하늘을 바라보는 사람은 하늘과 땅 사이에 있는 거겠군요.
땅을 밥꼬 서서 하느를 바라보는 사라믄 하늘과 땅 사이에 인는 거겓꾸뇨.
ttangeul bapgo seoseo haneureul baraboneun sarameun haneulgwa ttang saie inneun geogetgunyo.

그 사이에 갇혀 지지고 볶으며 오늘도 나는 살아가고 있네요.
그 사이에 가처 지지고 보끄며 오늘도 나는 사라가고 인네요.
geu saie gacheo jijigo bokkeumyeo oneuldo naneun saragago inneyo.

땅에 갇혀 사는 것은 이제 너무 지겨워요.
땅에 가처 사는 거슨 이제 너무 지겨워요.
ttange gacheo saneun geoseun ije neomu jigyeowoyo.

움츠린 가슴을 펴고 하늘 끝까지 날아올라 봐요.
움츠린 가스믈 펴고 하늘 끋까지 나라올라 봐요.
umcheurin gaseumeul pyeogo haneul kkeutkkaji naraolla bwayo.

우리 모두 거기서 행복하게 살아 봐요.
우리 모두 거기서 행보카게 사라 봐요.
uri modu geogiseo haengbokage sara bwayo.

< 후렴(สร้อยเพลง) >

이제부터는 지금부터는
이제부터는 지금부터는
ijebuteoneun jigeumbuteoneun

가슴이 시키는 대로 살아 봐요.
가스미 시키는 대로 사라 봐요.
gaseumi sikineun daero sara bwayo.

이제부터는 지금부터는
이제부터는 지금부터는
ijebuteoneun jigeumbuteoneun

가슴이 느끼는 대로 자유롭게
가스미 느끼는 대로 자유롭께
gaseumi neukkineun daero jayuropge

아무것도 신경 쓰지 마요.
아무걷또 신경 쓰지 마요.
amugeotdo singyeong sseuji mayo.

< 2 절(ท่อนเพลง) >

아직까지 해가 뜨고 진 적은 한 번도 없었어요.
아직까지 해가 뜨고 진 저근 한 번도 업써써요.
ajikkkaji haega tteugo jin jeogeun han beondo eopseosseoyo.

이 땅에 사는 우리들만 어제도 오늘도 쉼 없이 돌고 돌고 또 돌아요.
이 땅에 사는 우리들만 어제도 오늘도 쉼 업씨 돌고 돌고 또 도라요.
i ttange saneun urideulman eojedo oneuldo swim eopsi dolgo dolgo tto dorayo.

배운 대로 남들이 시키는 대로 그렇게 사람들 사이에 숨어 살아가고 있죠.
배운 대로 남드리 시키는 대로 그러케 사람들 사이에 수머 사라가고 읻쬬.
baeun daero namdeuri sikineun daero geureoke saramdeul saie sumeo saragago itjyo.

그 사이에 갇혀 지지고 볶으며 오늘도 나는 살아가고 있네요.
그 사이에 가처 지지고 보끄며 오늘도 나는 사라가고 인네요.
geu saie gacheo jijigo bokkeumyeo oneuldo naneun saragago inneyo.

누가 시키는 대로 사는 것은 이제 너무 짜증이 나요.
누가 시키는 대로 사는 거슨 이제 너무 짜증이 나요.
nuga sikineun daero saneun geoseun ije neomu jjajeungi nayo.

바라고 원하는 생각들을 하늘 너머로 떠나보내요.
바라고 원하는 생각뜨를 하늘 너머로 떠나보내요.
barago wonhaneun saenggakdeureul haneul neomeoro tteonabonaeyo.

우리 모두 거기서 자유롭게 살아 봐요.
우리 모두 거기서 자유롭께 사라 봐요.
uri modu geogiseo jayuropge sara bwayo.

< 후렴(สร้อยเพลง) >

우- 워- 이제부터는 지금부터는
우- 워- 이제부터는 지금부터는
u- wo- ijebuteoneun jigeumbuteoneun

이제부터는 지금부터는
이제부터는 지금부터는
ijebuteoneun jigeumbuteoneun

가슴이 시키는 대로 살아 봐요.
가스미 시키는 대로 사라 봐요.
gaseumi sikineun daero sara bwayo.

이제부터는 지금부터는
이제부터는 지금부터는
ijebuteoneun jigeumbuteoneun

가슴이 느끼는 대로 자유롭게
가스미 느끼는 대로 자유롭께
gaseumi neukkineun daero jayuropge

이제부터는 지금부터는
이제부터는 지금부터는
ijebuteoneun jigeumbuteoneun

(우리 모두 거기서)
(우리 모두 거기서)
(uri modu geogiseo)

가슴이 시키는 대로 살아 봐요.
가스미 시키는 대로 사라 봐요.
gaseumi sikineun daero sara bwayo.

(자유롭게 살아요)
(자유롭께 사라요)
(jayuropge sarayo)

이제부터는 지금부터는
이제부터는 지금부터는
ijebuteoneun jigeumbuteoneun

(우리 모두 거기서)
(우리 모두 거기서)
(uri modu geogiseo)

가슴이 느끼는 대로 자유롭게
가스미 느끼는 대로 자유롭께
gaseumi neukkineun daero jayuropge

(자유롭게)
(자유롭께)
(jayuropge)

그런 사람이었어요.
그런 사라미어써요.
geureon saramieosseoyo.

그런 인생이었어요.
그런 인생이어써요.
geureon insaengieosseoyo.

그렇게 기억해 줘요.
그러케 기어캐 줘요.
geureoke gieokae jwoyo.

< 1 절(ท่อนเพลง) >

하늘+에서 비+가 내리+ㄴ다고 하+[는 것(거)]+을 보+니
내린다고 하는 걸

하늘 (คำนาม) : 땅 위로 펼쳐진 무한히 넓은 공간.
ฟ้า, ท้องฟ้า, ผืนฟ้า, แผ่นฟ้า
พื้นที่กว้างใหญ่ไม่มีที่สิ้นสุดที่แผ่ครอบคลุมผืนดิน

에서 : 앞말이 출발점의 뜻을 나타내는 조사.
จาก...
คำชี้ที่คำพูดข้างหน้าแสดงความหมายของจุดเริ่มต้น

비 (คำนาม) : 높은 곳에서 구름을 이루고 있던 수증기가 식어서 뭉쳐 떨어지는 물방울.
ฝน
หยดน้ำที่เกาะเป็นก้อนแล้วตกลงมาเนื่องจากไอน้ำที่เคยประกอบอยู่เป็นเมฆในที่ที่สูงเย็นลง

가 : 어떤 상태나 상황에 놓인 대상이나 동작의 주체를 나타내는 조사.
คำชี้ประธาน
คำชี้ที่ใช้แสดงสิ่งที่อยู่ในสถานการณ์หรือสภาพใด ๆ หรือผู้ที่เป็นประธานของอากัปกริยา

내리다 (คำกริยา) : 눈이나 비 등이 오다.
(ฝน, หิมะ)ตก, (น้ำค้าง)ลง
ฝนหรือหิมะ เป็นต้น ตกลงมา

-ㄴ다고 : 다른 사람에게서 들은 내용을 간접적으로 전달하거나 주어의 생각, 의견 등을 나타내는 표현.
บอกว่า...นะ, บอกว่า...แหละ, ...ว่านะ, ...ว่าแหละ
สำนวนที่แสดงการถ่ายทอดสิ่งที่ได้ยินมาจากผู้อื่นทางอ้อมหรือแสดงสิ่งต่างๆของประธาน เช่น ความคิดหรือความเห็น เป็นต้น

하다 (คำกริยา) : 무엇에 대해 말하다.
พูดถึง, กล่าวถึง
พูดเกี่ยวกับสิ่งหนึ่ง

-는 것 : 명사가 아닌 것을 문장에서 명사처럼 쓰이게 하거나 '이다' 앞에 쓰일 수 있게 할 때 쓰는 표현.
การ..., การที่..., สิ่งที่...
สำนวนที่ทำให้คำที่ไม่ใช่คำนามใช้เหมือนคำนามในประโยคหรือทำให้ใช้วางไว้หน้า '이다' ได้

을 : 동작이 직접적으로 영향을 미치는 대상을 나타내는 조사.
ไม่พบคำแปล
คำชี้ที่แสดงเป้าหมายที่การกระทำส่งผลกระทบโดยตรง

보다 (คำกริยา) : 무엇을 근거로 판단하다.
ดูอย่างละเอียด, พิจารณา, วินิจฉัย, วิเคราะห์
วินิจฉัยสิ่งใด ๆ ด้วยหลักฐาน

-니 : 뒤에 오는 말에 대하여 앞에 오는 말이 원인이나 근거. 전제가 됨을 나타내는 연결 어미.
เพราะ..., เพราะว่า...
วิภัตติปัจจัยเชื่อมระหว่างประโยคที่แสดงว่าคำพูดในประโยคหน้าเป็นเหตุผล สาเหตุหรือเงื่อนไขเกี่ยวกับคำพูดในประโยคหลัง

하늘+은 <u>위</u>+이+ㄴ가요?
위인가요

하늘 (คำนาม) : 땅 위로 펼쳐진 무한히 넓은 공간.
ฟ้า, ท้องฟ้า, ผืนฟ้า, แผ่นฟ้า
พื้นที่กว้างใหญ่ไม่มีที่สิ้นสุดที่แผ่ครอบคลุมผืนดิน

은 : 문장 속에서 어떤 대상이 화제임을 나타내는 조사.
ตัวชี้หัวเรื่อง
คำชี้ที่แสดงว่าเป้าหมายใด ๆ เป็นหัวข้อเรื่องในประโยค

위 (คำนาม) : 어떤 기준보다 더 높은 쪽. 또는 중간보다 더 높은 쪽.
บน, ด้านบน, ข้างบน
ด้านที่อยู่สูงกว่ามาตรฐานใด หรือด้านที่อยู่สูงกว่ากลาง

이다 : 주어가 지시하는 대상의 속성이나 부류를 지정하는 뜻을 나타내는 서술격 조사.
เป็น
คำชี้ภาคแสดงการกที่แสดงความหมายที่กำหนดประเภทหรือคุณสมบัติของเป้าหมายที่ประธานบ่งชี้

-ㄴ가요 : (두루높임으로) 현재의 사실에 대한 물음을 나타내는 종결 어미.
...เหรอ, ...หรือ, ...หรือเปล่า
(ใช้ในการยกย่องอย่างไม่เป็นทางการ) วิภัตติปัจจัยลงท้ายประโยคที่แสดงการถามเกี่ยวกับข้อเท็จจริงในปัจจุบัน

그 비+가 땅+을 <u>적시</u>+ㄴ다고 <u>하</u>+[는 것(거)]+을 보+니
적신다고   하는 걸

그 (คุณศัพท์) : 앞에서 이미 이야기한 대상을 가리킬 때 쓰는 말.
นั้น, นั่น
คำที่ใช้เมื่อบ่งชี้ถึงเป้าหมายที่ได้พูดถึงมาแล้วในก่อนหน้า

비 (คำนาม) : 높은 곳에서 구름을 이루고 있던 수증기가 식어서 뭉쳐 떨어지는 물방울.
ฝน
หยดน้ำที่เกาะเป็นก้อนแล้วตกลงมาเนื่องจากไอน้ำที่เคยประกอบอยู่เป็นเมฆในที่ที่สูงเย็นลง

가 : 어떤 상태나 상황에 놓인 대상이나 동작의 주체를 나타내는 조사.
คำชี้ประธาน
คำชี้ที่ใช้แสดงสิ่งที่อยู่ในสถานการณ์หรือสภาพใด ๆ หรือผู้ที่เป็นประธานของอากัปกริยา

땅 (คำนาม) : 지구에서 물로 된 부분이 아닌 흙이나 돌로 된 부분.
ที่ดิน, พื้นดิน
ส่วนที่เป็นดินและหินซึ่งไม่ใช่ส่วนที่เป็นน้ำในโลก

을 : 동작이 직접적으로 영향을 미치는 대상을 나타내는 조사.
ไม่พบคำแปล
คำชี้ที่แสดงเป้าหมายที่การกระทำส่งผลกระทบโดยตรง

적시다 (คำกริยา) : 물 등의 액체를 묻혀 젖게 하다.
ทำให้เปียก, ทำให้ชุ่ม, ทำให้เปียกชุ่ม, ทำให้เปียกชื้น
ชุบของเหลว น้ำ เป็นต้น จนทำให้เปียก

-ㄴ다고 : 다른 사람에게서 들은 내용을 간접적으로 전달하거나 주어의 생각, 의견 등을 나타내는 표현.
บอกว่า...นะ, บอกว่า...แหละ, ...ว่านะ, ...ว่าแหละ
สำนวนที่แสดงการถ่ายทอดสิ่งที่ได้ยินมาจากผู้อื่นทางอ้อมหรือแสดงสิ่งต่างๆของประธาน เช่น ความคิดหรือความเห็น เป็นต้น

하다 (คำกริยา) : 무엇에 대해 말하다.
พูดถึง, กล่าวถึง
พูดเกี่ยวกับสิ่งหนึ่ง

-는 것 : 명사가 아닌 것을 문장에서 명사처럼 쓰이게 하거나 '이다' 앞에 쓰일 수 있게 할 때 쓰는 표현.
การ..., การที่..., สิ่งที่...
สำนวนที่ทำให้คำที่ไม่ใช่คำนามใช้เหมือนคำนามในประโยคหรือทำให้ใช้วางไว้หน้า '이다' ได้

을 : 동작이 직접적으로 영향을 미치는 대상을 나타내는 조사.
ไม่พบคำแปล
คำชี้ที่แสดงเป้าหมายที่การกระทำส่งผลกระทบโดยตรง

보다 (คำกริยา) : 무엇을 근거로 판단하다.
ดูอย่างละเอียด, พิจารณา, วินิจฉัย, วิเคราะห์
วินิจฉัยสิ่งใด ๆ ด้วยหลักฐาน

-니 : 뒤에 오는 말에 대하여 앞에 오는 말이 원인이나 근거, 전제가 됨을 나타내는 연결 어미.
เพราะ..., เพราะว่า...
วิภัตติปัจจัยเชื่อมระหว่างประโยคที่แสดงว่าคำพูดในประโยคหน้าเป็นเหตุผล สาเหตุหรือเงื่อนไขเกี่ยวกับคำพูดในประโยคหลัง

그럼 땅+은 아래+이+[ㄴ가 보]+네요.
아래인가 보네요

그럼 (คำวิเศษณ์) : 앞의 내용이 뒤의 내용의 조건이 될 때 쓰는 말.
ถ้าอย่างนั้น, ถ้าเป็นเช่นนั้น, ถ้าหากเป็นเช่นนั้น, ถ้างั้น, ถ้างั้นแล้ว
คำที่ใช้เมื่อเนื้อหาข้างหน้าจะได้เป็นเงื่อนไขของเนื้อหาข้างหลัง

땅 (คำนาม) : 지구에서 물로 된 부분이 아닌 흙이나 돌로 된 부분.
ที่ดิน, พื้นดิน
ส่วนที่เป็นดินและหินซึ่งไม่ใช่ส่วนที่เป็นน้ำในโลก

은 : 문장 속에서 어떤 대상이 화제임을 나타내는 조사.
ตัวชี้หัวเรื่อง
คำชี้ที่แสดงว่าเป้าหมายใด ๆ เป็นหัวข้อเรื่องในประโยค

아래 (คำนาม) : 일정한 기준보다 낮은 위치.
ล่าง, ข้างล่าง, ด้านล่าง
ตำแหน่งที่อยู่ต่ำกว่ามาตรฐานที่กำหนด

이다 : 주어가 지시하는 대상의 속성이나 부류를 지정하는 뜻을 나타내는 서술격 조사.
เป็น
คำชี้ภาคแสดงการกที่แสดงความหมายที่กำหนดประเภทหรือคุณสมบัติของเป้าหมายที่ประธานบ่งชี้

-ㄴ가 보다 : 앞의 말이 나타내는 사실을 추측함을 나타내는 표현.
ดูเหมือนว่าจะ..., คงจะ...
สำนวนที่แสดงการคาดคะเนข้อเท็จจริงที่คำพูดข้างหน้าแสดงไว้

-네요 : (두루높임으로) 말하는 사람이 직접 경험하여 새롭게 알게 된 사실에 대해 감탄함을 나타낼 때 쓰는 표현.
...จังค่ะ(ครับ)
(ใช้ในการยกย่องอย่างไม่เป็นทางการ) สำนวนที่ใช้เมื่อแสดงการอุทานเกี่ยวกับสิ่งที่ผู้พูดเพิ่งรู้เมื่อได้ประสบด้วยตนเอง

땅+을 밟+고 서+(어)서 하늘+을 바라보+는 사람+은
서서

땅 (คำนาม) : 지구에서 물로 된 부분이 아닌 흙이나 돌로 된 부분.
ที่ดิน, พื้นดิน
ส่วนที่เป็นดินและหินซึ่งไม่ใช่ส่วนที่เป็นน้ำในโลก

을 : 동작이 직접적으로 영향을 미치는 대상을 나타내는 조사.
ไม่พบคำแปล
คำชี้ที่แสดงเป้าหมายที่การกระทำส่งผลกระทบโดยตรง

밟다 (คำกริยา) : 어떤 대상에 발을 올려놓고 서거나 올려놓으면서 걷다.
เดินบน...
ยืนโดยวางเท้าลงไปบนสิ่งของบางอย่างหรือเดินไปพร้อมกับวาง

-고 : 앞의 말이 나타내는 행동이나 그 결과가 뒤에 오는 행동이 일어나는 동안에 그대로 지속됨을 나타내는 연결 어미.
ไม่พบคำแปล
วิภัตติปัจจัยเชื่อมระหว่างประโยคที่แสดงว่าการกระทำหรือผลลัพธ์ที่ปรากฏในประโยคหน้าถูกดำเนินอย่างต่อเนื่องในช่วงเวลาที่การกระทำในประโยคหลังเกิดขึ้น

서다 (คำกริยา) : 사람이나 동물이 바닥에 발을 대고 몸을 곧게 하다.
ยืน
คนหรือสัตว์แตะเท้าไว้ที่พื้นและทำให้ร่างกายยืนตรงได้

-어서 : 앞의 말과 뒤의 말이 순차적으로 일어남을 나타내는 연결 어미.
แล้ว..., แล้วก็..., และ..
วิภัตติปัจจัยเชื่อมระหว่างประโยคที่แสดงการที่คำพูดในประโยคหน้าและประโยคหลังเกิดขึ้นตามลำดับ

하늘 (คำนาม) : 땅 위로 펼쳐진 무한히 넓은 공간.
ฟ้า, ท้องฟ้า, ผืนฟ้า, แผ่นฟ้า
พื้นที่กว้างใหญ่ไม่มีที่สิ้นสุดที่แผ่ครอบคลุมผืนดิน

을 : 동작이 직접적으로 영향을 미치는 대상을 나타내는 조사.
ไม่พบคำแปล
คำชี้ที่แสดงเป้าหมายที่การกระทำส่งผลกระทบโดยตรง

바라보다 (คำกริยา) : 바로 향해 보다.
มอง, มองดู
มองตรงไปข้างหน้า

-는 : 앞의 말이 관형어의 기능을 하게 만들고 사건이나 동작이 현재 일어남을 나타내는 어미.
...ที่...
วิภัตติปัจจัยที่แสดงการที่ทำให้คำพูดข้างหน้าทำหน้าที่เป็นคุณศัพท์ขยายนามและเหตุการณ์หรืออากัปกิริยาเกิดขึ้นในปัจจุบัน

사람 (คำนาม) : 생각할 수 있으며 언어와 도구를 만들어 사용하고 사회를 이루어 사는 존재.
คน, มนุษย์
สิ่งที่ดำรงอยู่ร่วมกันเป็นสังคม มีความรู้สึกนึกคิด มีการประดิษฐ์เครื่องมือและภาษาเพื่อใช้งาน

은 : 문장 속에서 어떤 대상이 화제임을 나타내는 조사.
ตัวชี้หัวเรื่อง
คำชี้ที่แสดงว่าเป้าหมายใด ๆ เป็นหัวข้อเรื่องในประโยค

하늘+과 땅 사이+에 있+[는 것(거)]+(이)+겠+군요.

있는 거겠군요

하늘 (คำนาม) : 땅 위로 펼쳐진 무한히 넓은 공간.
ฟ้า, ท้องฟ้า, ผืนฟ้า, แผ่นฟ้า
พื้นที่กว้างใหญ่ไม่มีที่สิ้นสุดที่แผ่ครอบคลุมผืนดิน

과 : 앞과 뒤의 명사를 같은 자격으로 이어 줄 때 쓰는 조사.
...กับ..., ...และ...
คำกำกับกับคำนามที่ใช้ชี้ที่ใช้เมื่อเชื่อมต่อคำนามข้างหน้าและคำนามข้างหลังในฐานะเดียวกัน

땅 (คำนาม) : 지구에서 물로 된 부분이 아닌 흙이나 돌로 된 부분.
ที่ดิน, พื้นดิน
ส่วนที่เป็นดินและหินซึ่งไม่ใช่ส่วนที่เป็นน้ำในโลก

사이 (คำนาม) : 한 물체에서 다른 물체까지 또는 한곳에서 다른 곳까지의 거리나 공간.
การเว้นระยะ, ช่องห่าง, ที่ว่าง, อวกาศ, ที่ว่างเปล่า, ช่องว่าง, ท่ามกลาง, ระหว่าง
พื้นที่หรือระยะห่างจากที่หนึ่งถึงที่ใด ๆ หรือจากวัตถุหนึ่งถึงวัตถุใด ๆ

에 : 앞말이 어떤 장소나 자리임을 나타내는 조사.
ที่...
คำชี้ที่แสดงว่าคำพูดข้างหน้าเป็นตำแหน่งหรือสถานที่ใด ๆ

있다 (คำคุณศัพท์) : 사람이나 동물이 어느 곳에 머무르거나 사는 상태이다.
อยู่, อาศัย, พึ่งพิง, พึ่งพิงอาศัย
คนหรือสัตว์มีสภาพที่พักหรืออาศัยอยู่ในที่ใด ๆ

-는 것 : 명사가 아닌 것을 문장에서 명사처럼 쓰이게 하거나 '이다' 앞에 쓰일 수 있게 할 때 쓰는 표현.
การ..., การที่..., สิ่งที่...
สำนวนที่ทำให้คำที่ไม่ใช่คำนามใช้เหมือนคำนามในประโยคหรือทำให้ใช้วางไว้หน้า '이다' ได้

이다 : 주어가 지시하는 대상의 속성이나 부류를 지정하는 뜻을 나타내는 서술격 조사.
เป็น
คำชี้ภาคแสดงการกที่แสดงความหมายที่กำหนดประเภทหรือคุณสมบัติของเป้าหมายที่ประธานบ่งชี้

-겠- : 미래의 일이나 추측을 나타내는 어미.
น่าจะ...
วิภัตติปัจจัยที่แสดงเหตุการณ์หรือการคาดเดาในอนาคต

-군요 : (두루높임으로) 새롭게 알게 된 사실에 주목하거나 감탄함을 나타내는 표현.
...จังครับ(ค่ะ), ...จังเลยครับ(ค่ะ), ...นะเนี่ยครับ(ค่ะ)
(ใช้ในการยกย่องอย่างไม่เป็นทางการ)
วิภัตติปัจจัยลงท้ายประโยคที่แสดงการที่เพิ่งได้ตระหนักหรือยืนยันในเรื่องใดๆให้แน่ใจแล้วอุทานออกมา

그 사이+에 갇히+어 [지지고 볶]+으며 오늘+도 나+는 살아가+[고 있]+네요.
갇혀

그 (คุณศัพท์) : 앞에서 이미 이야기한 대상을 가리킬 때 쓰는 말.
นั้น, นั่น
คำที่ใช้เมื่อบ่งชี้ถึงเป้าหมายที่ได้พูดถึงมาแล้วในก่อนหน้า

사이 (คำนาม) : 한 물체에서 다른 물체까지 또는 한곳에서 다른 곳까지의 거리나 공간.
การเว้นระยะ, ช่องห่าง, ที่ว่าง, อวกาศ, ที่ว่างเปล่า, ช่องว่าง, ท่ามกลาง, ระหว่าง
พื้นที่หรือระยะห่างจากที่หนึ่งถึงที่ใด ๆ หรือจากวัตถุหนึ่งถึงวัตถุใด ๆ

에 : 앞말이 어떤 장소나 자리임을 나타내는 조사.
ที่...
คำชี้ที่แสดงว่าคำพูดข้างหน้าเป็นตำแหน่งหรือสถานที่ใด ๆ

갇히다 (คำกริยา) : 어떤 공간이나 상황에서 나가지 못하게 되다.
ถูกกักตัว, ถูกคุมขัง, ถูกกักบริเวณ, ถูกจำกัดบริเวณ
ทำให้ไม่สามารถออกไปจากพื้นที่หรือสถานการณ์ใด ๆ ได้

-어 : 앞의 말이 뒤의 말보다 먼저 일어났거나 뒤의 말에 대한 방법이나 수단이 됨을 나타내는 연결 어미.
แล้ว..., แล้วจึง...
วิภัตติปัจจัยเชื่อมระหว่างประโยคที่แสดงการที่คำพูดข้างหน้าเกิดขึ้นก่อนคำพูดข้างหลัง
หรือกลายเป็นวิธีการหรือวิธีทำเกี่ยวกับคำพูดข้างหลัง

지지고 볶다 (สำนวน) : 온갖 것을 겪으며 함께 살아가다.
(ป.ต.)ทอดแล้วผัด ; ร่วมทุกข์ร่วมสุข, ประสบทุกข์และสุขไปด้วยกัน
ใช้ชีวิตด้วยกันไป โดยประสบกับสิ่งทั้งปวง

-으며 : 두 가지 이상의 동작이나 상태가 함께 일어남을 나타내는 연결 어미.
ขณะที่...ไปด้วย
วิภัตติปัจจัยเชื่อมระหว่างประโยคที่ใช้แสดงการที่อากัปกิริยา สภาพ หรือข้อเท็จจริงตั้งแต่สองสิ่งขึ้นไปเกิดขึ้นร่วมกัน

오늘 (คำนาม) : 지금 지나가고 있는 이날.
วันนี้
วันนี้ที่กำลังผ่านไปตอนนี้

도 : 이미 있는 어떤 것에 다른 것을 더하거나 포함함을 나타내는 조사.
...ด้วย
คำชี้ที่แสดงการรวมหรือเพิ่มสิ่งอื่นลงในสิ่งใด ๆ ที่มีอยู่แล้ว

나 (สรรพนาม) : 말하는 사람이 친구나 아랫사람에게 자기를 가리키는 말.
ฉัน
คำที่คนพูดใช้เรียกตนเองต่อเพื่อนหรือคนที่อายุน้อยกว่า

는 : 문장 속에서 어떤 대상이 화제임을 나타내는 조사.
...นั้น
คำชี้ที่แสดงว่าเป้าหมายใดๆเป็นหัวเรื่องในประโยค

살아가다 (คำกริยา) : 어떤 종류의 삶이나 시대 등을 견디며 생활해 나가다.
ดำเนินชีวิต, ใช้ชีวิต
ดำเนินชีวิตต่อไปโดยอดทนต่อยุคสมัยหรือชีวิตในรูปแบบใด ๆ เป็นต้น

-고 있다 : 앞의 말이 나타내는 행동이 계속 진행됨을 나타내는 표현.
กำลัง...อยู่
สำนวนที่แสดงว่าการกระทำที่ปรากฏในคำพูดข้างหน้าได้ดำเนินอย่างต่อเนื่อง

-네요 : (두루높임으로) 말하는 사람이 직접 경험하여 새롭게 알게 된 사실에 대해 감탄함을 나타낼 때 쓰는 표현.
...จังค่ะ(ครับ)
(ใช้ในการยกย่องอย่างไม่เป็นทางการ) สำนวนที่ใช้เมื่อแสดงการอุทานเกี่ยวกับสิ่งที่ผู้พูดเพิ่งรู้เมื่อได้ประสบด้วยตนเอง

땅+에 갇히+어 살(사)+[는 것]+은 이제 너무 지겹(지겨우)+어요.

갇혀 사는 것은 지겨워요

땅 (คำนาม) : 지구에서 물로 된 부분이 아닌 흙이나 돌로 된 부분.
ที่ดิน, พื้นดิน
ส่วนที่เป็นดินและหินซึ่งไม่ใช่ส่วนที่เป็นน้ำในโลก

에 : 앞말이 어떤 장소나 자리임을 나타내는 조사.
ที่...
คำชี้ที่แสดงว่าคำพูดข้างหน้าเป็นตำแหน่งหรือสถานที่ใด ๆ

갇히다 (คำกริยา) : 어떤 공간이나 상황에서 나가지 못하게 되다.
ถูกกักตัว, ถูกคุมขัง, ถูกกักบริเวณ, ถูกจำกัดบริเวณ
ทำให้ไม่สามารถออกไปจากพื้นที่หรือสถานการณ์ใด ๆ ได้

-어 : 앞의 말이 뒤의 말보다 먼저 일어났거나 뒤의 말에 대한 방법이나 수단이 됨을 나타내는 연결 어미.
แล้ว..., แล้วจึง...
วิภัตติปัจจัยเชื่อมระหว่างประโยคที่แสดงการที่คำพูดข้างหน้าเกิดขึ้นก่อนคำพูดข้างหลัง
หรือกลายเป็นวิธีการหรือวิธีทำเกี่ยวกับคำพูดข้างหลัง

살다 (คำกริยา) : 사람이 생활을 하다.
ใช้ชีวิต, มีชีวิต, ดำรงชีพ
คนใช้ชีวิต

-는 것 : 명사가 아닌 것을 문장에서 명사처럼 쓰이게 하거나 '이다' 앞에 쓰일 수 있게 할 때 쓰는 표현.
การ..., การที่..., สิ่งที่...
สำนวนที่ทำให้คำที่ไม่ใช่คำนามใช้เหมือนคำนามในประโยคหรือทำให้ใช้วางไว้หน้า '이다' ได้

은 : 문장 속에서 어떤 대상이 화제임을 나타내는 조사.
ตัวชี้หัวเรื่อง
คำชี้ที่แสดงว่าเป้าหมายใด ๆ เป็นหัวข้อเรื่องในประโยค

이제 (คำวิเศษณ์) : 지금의 시기가 되어.
ตอนนี้, มาถึงตอนนี้, มาถึงเวลานี้
เมื่อมาถึงเวลานี้

너무 (คำวิเศษณ์) : 일정한 정도나 한계를 훨씬 넘어선 상태로.
เกินไป, มากเกินไป, เหลือเกิน
ด้วยสภาพที่เกินระดับหรือขอบเขตที่กำหนดเป็นอย่างมาก

지겹다 (คำคุณศัพท์) : 같은 상태나 일이 반복되어 재미가 없고 지루하고 싫다.
เบื่อ, เบื่อหน่าย, น่าเบื่อ
สภาพหรือเรื่องเกิดขึ้นซ้ำ ๆ กัน จนไม่สนุกน่าเบื่อหน่าย

-어요 : (두루높임으로) 어떤 사실을 서술하거나 질문, 명령, 권유함을 나타내는 종결 어미.
วิภัตติปัจจัยลงท้ายประโยคที่ใช้ในการยกย่องโดยทั่วไป
(ใช้ในการยกย่องอย่างไม่เป็นทางการ) วิภัตติปัจจัยลงท้ายประโยคที่แสดงการบอกเล่า การถาม การสั่ง หรือการชักชวนเรื่องใด ๆ
<การพูดตามลำดับ>

움츠리+ㄴ 가슴+을 펴+고 하늘 끝+까지 날아오르(날아올ㄹ)+[아 보]+아요.
움츠린 날아올라 봐요

움츠리다 (คำกริยา) : 몸이나 몸의 일부를 오그려 작아지게 하다.
หดตัวลง, ย่อตัวลง
งอร่างกายหรือบางส่วนของร่างกาย แล้วทำให้หดเข้าหรือเล็กลง

-ㄴ : 앞의 말이 관형어의 기능을 하게 만들고 사건이나 동작이 완료되어 그 상태가 유지되고 있음을 나타내는 어미.
ที่..., ...อยู่
วิภัตติปัจจัยที่แสดงการที่ทำให้คำพูดข้างหน้าทำหน้าที่เป็นคุณศัพท์ขยายนามและเหตุการณ์หรืออากัปกิริยานั้นเสร็จสิ้นไปแล้วและยังคงสภาพดังกล่าวอย่างต่อเนื่องอยู่

가슴 (คำนาม) : 인간이나 동물의 목과 배 사이에 있는 몸의 앞 부분.
อก, หน้าอก
ส่วนหน้าของลำตัวที่อยู่ระหว่างท้องและคอของคนหรือสัตว์

을 : 동작이 직접적으로 영향을 미치는 대상을 나타내는 조사.
ไม่พบคำแปล
คำชี้ที่แสดงเป้าหมายที่การกระทำส่งผลกระทบโดยตรง

펴다 (คำกริยา) : 굽은 것을 곧게 하다. 또는 움츠리거나 오므라든 것을 벌리다.
ยืด, เอน, เหยียด
ทำสิ่งที่โค้งให้ตรง หรือทำสิ่งที่หดลงหรือย่อลงให้ขยายออก

-고 : 앞의 말이 나타내는 행동이나 그 결과가 뒤에 오는 행동이 일어나는 동안에 그대로 지속됨을 나타내는 연결 어미.
ไม่พบคำแปล
วิภัตติปัจจัยเชื่อมระหว่างประโยคที่แสดงว่าการกระทำหรือผลลัพธ์ที่ปรากฏในประโยคหน้าถูกดำเนินอย่างต่อเนื่องในช่วงเวลาที่การกระทำในประโยคหลังเกิดขึ้น

하늘 (คำนาม) : 땅 위로 펼쳐진 무한히 넓은 공간.
ฟ้า, ท้องฟ้า, ผืนฟ้า, แผ่นฟ้า
พื้นที่กว้างใหญ่ไม่มีที่สิ้นสุดที่แผ่ครอบคลุมผืนดิน

끝 (คำนาม) : 공간에서의 마지막 장소.
ปลายทาง, ขอบ, ริม, สุด
สถานที่สุดท้ายในพื้นที่

까지 : 어떤 범위의 끝임을 나타내는 조사.
จน, จนถึง, จนกระทั่งถึง
คำชี้ที่แสดงถึงการสิ้นสุดของขอบเขตใดๆ

날아오르다 (คำกริยา) : 날아서 위로 높이 올라가다.
บินสูงขึ้น
บินให้สูงขึ้นไปข้างบน

-아 보다 : 앞의 말이 나타내는 행동을 시험 삼아 함을 나타내는 표현.
...ดู, ลอง..., ลอง...ดู
สำนวนที่แสดงว่าเป็นการทดลองทำการกระทำที่ปรากฏในคำพูดข้างหน้า

-아요 : (두루높임으로) 어떤 사실을 서술하거나 질문, 명령, 권유함을 나타내는 종결 어미.
วิภัตติปัจจัยลงท้ายประโยคที่ใช้ในการยกย่องโดยทั่วไป
(ใช้ในการยกย่องอย่างไม่เป็นทางการ) วิภัตติปัจจัยลงท้ายประโยคที่แสดงการบอกเล่า การถาม การสั่ง หรือการชักชวนเรื่องใด ๆ
<การชักชวน>

우리 모두 거기+서 행복하+게 살+[아 보]+아요.
살아 봐요

우리 (สรรพนาม) : 말하는 사람이 자기와 듣는 사람 또는 이를 포함한 여러 사람들을 가리키는 말.
เรา, พวกเรา
คำเรียกที่ผู้พูดเรียกรวมตนเองกับผู้ฟังหรือผู้ฟังหลาย ๆ คน

모두 (คำวิเศษณ์) : 빠짐없이 다.
ทั้งหมด, ทุก, ทั้งสิ้น, ทั้งมวล, ทั้งปวง, ทุกคน, ทุกอย่าง, ทั้งนั้น
ทั้งหมดโดยไม่มีข้อยกเว้น

거기 (สรรพนาม) : 앞에서 이미 이야기한 곳을 가리키는 말.
ที่นั่น
คำที่ใช้เรียกสถานที่ที่ได้พูดไปก่อนหน้านี้แล้ว

서 : 앞말이 행동이 이루어지고 있는 장소임을 나타내는 조사.
ที่...
คำชี้ที่แสดงว่าคำพูดข้างหน้าเป็นสถานที่ที่การกระทำดำเนินอยู่

행복하다 (คำคุณศัพท์) : 삶에서 충분한 만족과 기쁨을 느껴 흐뭇하다.
มีความสุข, สุขใจ
รู้สึกพึงพอใจ ดีใจอย่างเต็มเปี่ยมและอิ่มอกอิ่มใจในชีวิต

-게 : 앞의 말이 뒤에서 가리키는 일의 목적이나 결과, 방식, 정도 등이 됨을 나타내는 연결 어미.
อย่าง..., ให้...
วิภัตติปัจจัยเชื่อมระหว่างประโยคที่แสดงว่าคำพูดข้างหน้าชี้บอกระดับ วิธีการ ผลลัพธ์หรือวัตถุประสงค์ หรืออื่นๆ
ของสิ่งที่อยู่ในเนื้อหาข้างหลัง <รูปแบบ>

살다 (คำกริยา) : 사람이 생활을 하다.
ใช้ชีวิต, มีชีวิต, ดำรงชีพ
คนใช้ชีวิต

-아 보다 : 앞의 말이 나타내는 행동을 시험 삼아 함을 나타내는 표현.
...ดู, ลอง..., ลอง...ดู
สำนวนที่แสดงว่าเป็นการทดลองทำการกระทำที่ปรากฏในคำพูดข้างหน้า

-아요 : (두루높임으로) 어떤 사실을 서술하거나 질문, 명령, 권유함을 나타내는 종결 어미.
วิภัตติปัจจัยลงท้ายประโยคที่ใช้ในการยกย่องโดยทั่วไป
(ใช้ในการยกย่องอย่างไม่เป็นทางการ) วิภัตติปัจจัยลงท้ายประโยคที่แสดงการบอกเล่า การถาม การสั่ง หรือการชักชวนเรื่องใด ๆ
<การชักชวน>

< 후렴(สร้อยเพลง) >

이제+부터+는 지금+부터+는

이제 (คำนาม) : 지금의 시기.
ตอนนี้, เดี๋ยวนี้, ปัจจุบัน, ขณะนี้
ช่วงเวลาในตอนนี้

부터 : 어떤 일의 시작이나 처음을 나타내는 조사.
ตั้งแต่..., จาก...
คำชี้ที่แสดงการเริ่มต้นหรือครั้งแรกของงานใด ๆ

는 : 어떤 대상이 다른 것과 대조됨을 나타내는 조사.
สำหรับ..., ส่วน...
คำชี้ที่แสดงว่าเป้าหมายใดถูกเทียบกับสิ่งอื่น

지금 (คำนาม) : 말을 하고 있는 바로 이때.
เดี๋ยวนี้, ตอนนี้, ประเดี๋ยวนี้
ตอนนี้ที่กำลังพูดอยู่

부터 : 어떤 일의 시작이나 처음을 나타내는 조사.
ตั้งแต่..., จาก...
คำชี้ที่แสดงการเริ่มต้นหรือครั้งแรกของงานใด ๆ

는 : 어떤 대상이 다른 것과 대조됨을 나타내는 조사.
สำหรับ..., ส่วน...
คำชี้ที่แสดงว่าเป้าหมายใดถูกเทียบกับสิ่งอื่น

가슴+이 시키+[는 대로] 살+[아 보]+아요.
살아 봐요

가슴 (คำนาม) : 마음이나 느낌.
ใจ, อก, หัวอก
ความรู้สึกหรือจิตใจ

이 : 어떤 상태나 상황의 대상이나 동작의 주체를 나타내는 조사.
ตัวชี้ประธาน
คำชี้ที่ใช้แสดงสิ่งที่อยู่ในสถานการณ์หรือสภาพใด ๆ หรือผู้ที่เป็นประธานของอากัปกริยา

시키다 (คำกริยา) : 어떤 일이나 행동을 하게 하다.
สั่ง, สั่งให้ทำ
สั่งให้ทำงานหรือกระทำสิ่งใด ๆ

-는 대로 : 앞에 오는 말이 뜻하는 현재의 행동이나 상황과 같음을 나타내는 표현.
เท่าที่..., ตามที่...
สำนวนที่แสดงว่าเหมือนกับการกระทำหรือสถานการณ์ ณ ปัจจุบัน ซึ่งคำพูดอยู่ข้างหน้าแสดงไว้

살다 (คำกริยา) : 사람이 생활을 하다.
ใช้ชีวิต, มีชีวิต, ดำรงชีพ
คนใช้ชีวิต

-아 보다 : 앞의 말이 나타내는 행동을 시험 삼아 함을 나타내는 표현.
...ดู, ลอง..., ลอง...ดู
สำนวนที่แสดงว่าเป็นการทดลองทำการกระทำที่ปรากฏในคำพูดข้างหน้า

-아요 : (두루높임으로) 어떤 사실을 서술하거나 질문, 명령, 권유함을 나타내는 종결 어미.
วิภัตติปัจจัยลงท้ายประโยคที่ใช้ในการยกย่องโดยทั่วไป
(ใช้ในการยกย่องอย่างไม่เป็นทางการ) วิภัตติปัจจัยลงท้ายประโยคที่แสดงการบอกเล่า การถาม การสั่ง หรือการชักชวนเรื่องใด ๆ
<การชักชวน>

이제+부터+는 지금+부터+는

이제 (คำนาม) : 지금의 시기.
ตอนนี้, เดี๋ยวนี้, ปัจจุบัน, ขณะนี้
ช่วงเวลาในตอนนี้

부터 : 어떤 일의 시작이나 처음을 나타내는 조사.
ตั้งแต่..., จาก...
คำชี้ที่แสดงการเริ่มต้นหรือครั้งแรกของงานใด ๆ

는 : 어떤 대상이 다른 것과 대조됨을 나타내는 조사.
สำหรับ..., ส่วน...
คำชี้ที่แสดงว่าเป้าหมายใดถูกเทียบกับสิ่งอื่น

지금 (คำนาม) : 말을 하고 있는 바로 이때.
เดี๋ยวนี้, ตอนนี้, ประเดี๋ยวนี้
ตอนนี้ที่กำลังพูดอยู่

부터 : 어떤 일의 시작이나 처음을 나타내는 조사.
ตั้งแต่..., จาก...
คำชี้ที่แสดงการเริ่มต้นหรือครั้งแรกของงานใด ๆ

는 : 어떤 대상이 다른 것과 대조됨을 나타내는 조사.
สำหรับ..., ส่วน...
คำชี้ที่แสดงว่าเป้าหมายใดถูกเทียบกับสิ่งอื่น

가슴+이 느끼+[는 대로] 자유롭+게

가슴 (คำนาม) : 마음이나 느낌.
ใจ, อก, หัวอก
ความรู้สึกหรือจิตใจ

이 : 어떤 상태나 상황의 대상이나 동작의 주체를 나타내는 조사.
ตัวชี้ประธาน
คำชี้ที่ใช้แสดงสิ่งที่อยู่ในสถานการณ์หรือสภาพใด ๆ หรือผู้ที่เป็นประธานของอากัปกริยา

느끼다 (คำกริยา) : 특정한 대상이나 상황을 어떻다고 생각하거나 인식하다.
รู้สึก
รับรู้หรือคิดว่าอย่างไรกับสถานการณ์หรือเป้าหมายที่กำหนดพิเศษจำเพาะ

-는 대로 : 앞에 오는 말이 뜻하는 현재의 행동이나 상황과 같음을 나타내는 표현.
เท่าที่..., ตามที่...
สำนวนที่แสดงว่าเหมือนกับการกระทำหรือสถาณการณ์ ณ ปัจจุบัน ซึ่งคำพูดอยู่ข้างหน้าแสดงไว้

자유롭다 (คำคุณศัพท์) : 무엇에 얽매이거나 구속되지 않고 자기 생각과 의지대로 할 수 있다.
มีอิสระ, มีเสรี
สามารถทำได้ตามความตั้งใจและความคิดของตนโดยไม่ถูกผูกมัดหรือถูกควบคุม

-게 : 앞의 말이 뒤에서 가리키는 일의 목적이나 결과, 방식, 정도 등이 됨을 나타내는 연결 어미.
อย่าง..., ให้...
วิภัตติปัจจัยเชื่อมระหว่างประโยคที่แสดงว่าคำพูดข้างหน้าชี้บอกระดับ วิธีการ ผลลัพธ์หรือวัตถุประสงค์ หรืออื่นๆ ของสิ่งที่อยู่ในเนื้อหาข้างหลัง <รูปแบบ>

아무것+도 [신경 쓰]+[지 말(마)]+(아)요.

신경 쓰지 마요

아무것 (คำนาม) : 어떤 것의 조금이나 일부분.
สิ่งใด ๆ, อะไรใด ๆ
ส่วนเล็กน้อยหรือส่วนหนึ่งของสิ่งใด ๆ

도 : 극단적인 경우를 들어 다른 경우는 말할 것도 없음을 나타내는 조사.
แม้แต่..., แม้แต่จะ..
คำชี้ที่แสดงว่าไม่ต้องพูดถึงกรณีอื่นโดยยกกรณีที่สุดขีด

신경 쓰다 (สำนวน) : 사소한 일까지 세심하게 생각하다.
(ป.ต.)ใช้ประสาท ; ดูแล, ใส่ใจ, กังวล, เป็นห่วง, วิตก, สนใจ
คิดอย่างละเอียดลออแม้กระทั่งเรื่องเล็ก ๆ น้อย ๆ

-지 말다 : 앞의 말이 나타내는 행동을 하지 못하게 함을 나타내는 표현.
อย่า...
สำนวนที่ใช้แสดงการไม่สามารถทำการกระทำที่ปรากฏในคำพูดข้างหน้าได้

-아요 : (두루높임으로) 어떤 사실을 서술하거나 질문, 명령, 권유함을 나타내는 종결 어미.
วิภัตติปัจจัยลงท้ายประโยคที่ใช้ในการยกย่องโดยทั่วไป
(ใช้ในการยกย่องอย่างไม่เป็นทางการ) วิภัตติปัจจัยลงท้ายประโยคที่แสดงการบอกเล่า การถาม การสั่ง หรือการชักชวนเรื่องใด ๆ
<คำสั่ง>

< 2 절(ท่อนเพลง) >

아직+까지 해+가 뜨+고 지+[ㄴ 적+은 한 번+도 없]+었+어요.

진 적은 한 번도 없었어요

아직 (คำวิเศษณ์) : 어떤 일이나 상태 또는 어떻게 되기까지 시간이 더 지나야 함을 나타내거나, 어떤 일이나 상태가 끝나지 않고 계속 이어지고 있음을 나타내는 말.
ยัง, ยัง...อยู่
คำที่แสดงถึงว่างานหรือสภาพใดๆ ต้องผ่านเวลาไปอีกต่อไปจนกว่าจะเป็นอย่างไร หรือการที่งานหรือสภาพใดๆ ยังดำเนินต่อไปอยู่โดยไม่จบสิ้น

까지 : 어떤 범위의 끝임을 나타내는 조사.
จน, จนถึง, จนกระทั่งถึง
คำชี้ที่แสดงถึงการสิ้นสุดของขอบเขตใดๆ

해 (คำนาม) : 태양계의 중심에 있으며 온도가 매우 높고 스스로 빛을 내는 항성.
ดวงอาทิตย์, พระอาทิตย์, ตะวัน
ดาวฤกษ์ที่เปล่งแสงด้วยตัวเองและมีอุณหภูมิสูงมาก อยู่ตรงกลางของระบบสุริยจักรวาล

가 : 어떤 상태나 상황에 놓인 대상이나 동작의 주체를 나타내는 조사.
คำชี้ประธาน
คำชี้ที่ใช้แสดงสิ่งที่อยู่ในสถานการณ์หรือสภาพใด ๆ หรือผู้ที่เป็นประธานของอากัปกริยา

뜨다 (คำกริยา) : 물 위나 공중에 있거나 위쪽으로 솟아오르다.
ลอย, ลอยอยู่, ลอยขึ้น, ขึ้นสูง
อยู่บนน้ำหรืออากาศ หรือพุ่งขึ้นสู่ด้านบน

-고 : 두 가지 이상의 대등한 사실을 나열할 때 쓰는 연결 어미.
ทั้ง...และ..
วิภัตติปัจจัยเชื่อมระหว่างประโยคที่ใช้เมื่อแจกแจงข้อเท็จจริงที่เท่าเทียมกันสองสิ่งขึ้นไปต่อกัน

지다 (คำกริยา) : 해나 달이 서쪽으로 넘어가다.
ตกดิน, ลับฟ้า, อัสดง
พระอาทิตย์หรือพระจันทร์ข้ามไปยังฝั่งตะวันตก

-ㄴ 적 없다 : 앞의 말이 나타내는 동작이 일어나거나 그 상태가 나타난 때가 없음을 나타내는 표현.
ไม่เคย...
สำนวนที่แสดงว่าไม่มีช่วยเวลาซึ่งการกระทำที่คำพูดข้างหน้าแสดงไว้เคยเกิดขึ้นหรือสภาพนั้น ๆ เคยปรากฏขึ้น

은 : 문장 속에서 어떤 대상이 화제임을 나타내는 조사.
ตัวชี้หัวเรื่อง
คำชี้ที่แสดงว่าเป้าหมายใด ๆ เป็นหัวข้อเรื่องในประโยค

한 (คุณศัพท์) : 하나의.
หนึ่ง
อันหนึ่ง

번 (คำนาม) : 일의 횟수를 세는 단위.
ครั้ง(ลักษณนาม)
หน่วยนับจำนวนของเหตุการณ์

도 : 극단적인 경우를 들어 다른 경우는 말할 것도 없음을 나타내는 조사.
แม้แต่..., แม้แต่จะ..
คำชี้ที่แสดงว่าไม่ต้องพูดถึงกรณีอื่นโดยยกกรณีที่สุดขีด

-었- : 어떤 사건이 과거에 완료되었거나 그 사건의 결과가 현재까지 지속되는 상황을 나타내는 어미.
...แล้ว
วิภัตติปัจจัยที่แสดงว่าเหตุการณ์ใดๆเสร็จสมบูรณ์ไปแล้วในอดีตหรือแสดงสถานการณ์ที่ผลลัพธ์ของเหตุการณ์ดังกล่าวต่อเนื่องจนถึงปัจจุบัน

-어요 : (두루높임으로) 어떤 사실을 서술하거나 질문, 명령, 권유함을 나타내는 종결 어미.
วิภัตติปัจจัยลงท้ายประโยคที่ใช้ในการยกย่องโดยทั่วไป
(ใช้ในการยกย่องอย่างไม่เป็นทางการ) วิภัตติปัจจัยลงท้ายประโยคที่แสดงการบอกเล่า การถาม การสั่ง หรือการชักชวนเรื่องใด ๆ
<การพูดตามลำดับ>

이 땅+에 살(사)+는 우리+들+만 어제+도 오늘+도
사는

이 (คุณศัพท์) : 바로 앞에서 이야기한 대상을 가리킬 때 쓰는 말.
นี้
คำที่ใช้ตอนที่เรียกบ่งชี้สิ่งที่ข้างหน้าเองที่พูดถึง

땅 (คำนาม) : 지구에서 물로 된 부분이 아닌 흙이나 돌로 된 부분.
ที่ดิน, พื้นดิน
ส่วนที่เป็นดินและหินซึ่งไม่ใช่ส่วนที่เป็นน้ำในโลก

에 : 앞말이 어떤 장소나 자리임을 나타내는 조사.
ที่...
คำชี้ที่แสดงว่าคำพูดข้างหน้าเป็นตำแหน่งหรือสถานที่ใด ๆ

살다 (คำกริยา) : 사람이 생활을 하다.
ใช้ชีวิต, มีชีวิต, ดำรงชีพ
คนใช้ชีวิต

-는 : 앞의 말이 관형어의 기능을 하게 만들고 사건이나 동작이 현재 일어남을 나타내는 어미.
...ที่...
วิภัตติปัจจัยที่แสดงการที่ทำให้คำพูดข้างหน้าทำหน้าที่เป็นคุณศัพท์ขยายนามและเหตุการณ์หรืออากัปกิริยาเกิดขึ้นในปัจจุบัน

우리 (สรรพนาม) : 말하는 사람이 자기와 듣는 사람 또는 이를 포함한 여러 사람들을 가리키는 말.
เรา, พวกเรา
คำเรียกที่ผู้พูดเรียกรวมตนเองกับผู้ฟังหรือผู้ฟังหลาย ๆ คน

들 : '복수'의 뜻을 더하는 접미사.
พวก..., ...ทั้งหลาย, ที่เป็นพหูพจน์
ปัจจัยที่เพิ่มคำไปในคำเพื่อให้มีความหมายว่า 'พหูพจน์'

만 : 다른 것은 제외하고 어느 것을 한정함을 나타내는 조사.
แค่..., ...เท่านั้น, เพียง...เท่านั้น, เฉพาะ...เท่านั้น
คำชี้ที่แสดงการยกเว้นสิ่งอื่นและจำกัดสิ่งใด ๆ

어제 (คำนาม) : 오늘의 하루 전날.
เมื่อวาน, เมื่อวานนี้
วันก่อนหน้าวันนี้หนึ่งวัน

도 : 둘 이상의 것을 나열함을 나타내는 조사.
...ด้วย...ด้วย, ทั้ง...ทั้ง...
คำชี้ที่แสดงการเรียบเรียงสิ่งที่มีมากกว่าสองสิ่งขึ้นไป

오늘 (คำนาม) : 지금 지나가고 있는 이날.
วันนี้
วันนี้ที่กำลังผ่านไปตอนนี้

도 : 둘 이상의 것을 나열함을 나타내는 조사.
...ด้วย...ด้วย, ทั้ง...ทั้ง...
คำชี้ที่แสดงการเรียบเรียงสิ่งที่มีมากกว่าสองสิ่งขึ้นไป

쉬+ㅁ 없이 돌+고 돌+고 또 돌+아요.
쉼

쉬다 (คำกริยา) : 하던 일이나 활동 등을 잠시 멈추다. 또는 그렇게 하다.
พัก, หยุด
หยุดพักกิจกรรมหรืองานที่ทำอยู่ชั่วครู่ หรือทำการกระทำดังกล่าว

-ㅁ : 앞의 말이 명사의 기능을 하게 하는 어미.
การ..., ความ...
วิภัตติปัจจัยที่ทำให้คำข้างทำหน้าที่เป็นคำนาม

없이 (คำวิเศษณ์) : 어떤 일이나 증상 등이 나타나지 않게.
โดยไม่มี, โดยปราศจาก, โดยไร้ซึ่ง...
โดยที่เหตุการณ์หรืออาการใด ๆ เป็นต้น ไม่ปรากฏ

돌다 (คำกริยา) : 무엇을 중심으로 원을 그리면서 움직이다.
หมุน
เคลื่อนที่ลากเป็นวงกลมรอบสิ่งใดสิ่งหนึ่ง

-고 : 두 가지 이상의 대등한 사실을 나열할 때 쓰는 연결 어미.
ทั้ง...และ..
วิภัตติปัจจัยเชื่อมระหว่างประโยคที่ใช้เมื่อแจกแจงข้อเท็จจริงที่เท่าเทียมกันสองสิ่งขึ้นไปต่อกัน

돌다 (คำกริยา) : 무엇을 중심으로 원을 그리면서 움직이다.
หมุน
เคลื่อนที่ลากเป็นวงกลมรอบสิ่งใดสิ่งหนึ่ง

-고 : 두 가지 이상의 대등한 사실을 나열할 때 쓰는 연결 어미.
ทั้ง...และ..
วิภัตติปัจจัยเชื่อมระหว่างประโยคที่ใช้เมื่อแจกแจงข้อเท็จจริงที่เท่าเทียมกันสองสิ่งขึ้นไปต่อกัน

또 (คำวิเศษณ์) : 어떤 일이나 행동이 다시.
อีก
งานหรือการกระทำใดอีกครั้งหนึ่ง

돌다 (คำกริยา) : 무엇을 중심으로 원을 그리면서 움직이다.
หมุน
เคลื่อนที่ลากเป็นวงกลมรอบสิ่งใดสิ่งหนึ่ง

-아요 : (두루높임으로) 어떤 사실을 서술하거나 질문, 명령, 권유함을 나타내는 종결 어미.
วิภัตติปัจจัยลงท้ายประโยคที่ใช้ในการยกย่องโดยทั่วไป
(ใช้ในการยกย่องอย่างไม่เป็นทางการ) วิภัตติปัจจัยลงท้ายประโยคที่แสดงการบอกเล่า การถาม การสั่ง หรือการชักชวนเรื่องใด ๆ
<การพูดตามลำดับ>

배우+[ㄴ 대로] 남+들+이 시키+[는 대로]

배운 대로

배우다 (คำกริยา) : 남의 행동이나 태도를 그대로 따르다.
เรียนรู้, ทำตาม, เอาอย่าง
ทำตามท่าทางหรือการกระทำของผู้อื่น

-ㄴ 대로 : 앞에 오는 말이 뜻하는 과거의 행동이나 상황과 같음을 나타내는 표현.
ตามที่ได้เคย..., ดังที่ได้เคย..., อย่างที่ได้เคย...
สำนวนที่แสดงการที่เหมือนกับการกระทำหรือสภาพในอดีตซึ่งคำพูดที่อยู่ข้างหน้าแสดงไว้

남 (คำนาม) : 내가 아닌 다른 사람.
คนอื่น, คนอื่น ๆ
คนอื่นที่ไม่ใช่ตนเอง

들 : '복수'의 뜻을 더하는 접미사.
พวก..., ...ทั้งหลาย, ที่เป็นพหูพจน์
ปัจจัยที่เพิ่มคำไปในคำเพื่อให้มีความหมายว่า 'พหูพจน์'

이 : 어떤 상태나 상황의 대상이나 동작의 주체를 나타내는 조사.
ตัวชี้ประธาน
คำชี้ที่ใช้แสดงสิ่งที่อยู่ในสถานการณ์หรือสภาพใด ๆ หรือผู้ที่เป็นประธานของอากัปกริยา

시키다 (คำกริยา) : 어떤 일이나 행동을 하게 하다.
สั่ง, สั่งให้ทำ
สั่งให้ทำงานหรือกระทำสิ่งใด ๆ

-는 대로 : 앞에 오는 말이 뜻하는 현재의 행동이나 상황과 같음을 나타내는 표현.
เท่าที่..., ตามที่...
สำนวนที่แสดงว่าเหมือนกับการกระทำหรือสถาณการณ์ ณ ปัจจุบัน ซึ่งคำพูดอยู่ข้างหน้าแสดงไว้

그렇+게 사람+들 사이+에 숨+어 살아가+[고 있]+죠.

그렇다 (คำคุณศัพท์) : 상태, 모양, 성질 등이 그와 같다.
เป็นอย่างนั้น, เป็นเช่นนั้น, เป็นแบบนั้น
สภาพ รูปร่าง ลักษณะ เป็นต้น เหมือนดังเช่นนั้น

-게 : 앞의 말이 뒤에서 가리키는 일의 목적이나 결과, 방식, 정도 등이 됨을 나타내는 연결 어미.
อย่าง..., ให้...
วิภัตติปัจจัยเชื่อมระหว่างประโยคที่แสดงว่าคำพูดข้างหน้าชี้บอกระดับ วิธีการ ผลลัพธ์หรือวัตถุประสงค์ หรืออื่นๆ
ของสิ่งที่อยู่ในเนื้อหาข้างหลัง <รูปแบบ>

사람 (คำนาม) : 특별히 정해지지 않은 자기 외의 남을 가리키는 말.
คนทั่วไป, คนอื่น ๆ
คำบ่งชี้ที่ใช้เรียกคนอื่น ๆ ไม่เฉพาะเจาะจงผู้ใดและไม่หมายรวมถึงตนเอง

들 : '복수'의 뜻을 더하는 접미사.
พวก..., ...ทั้งหลาย, ที่เป็นพหูพจน์
ปัจจัยที่เพิ่มคำไปในคำเพื่อให้มีความหมายว่า 'พหูพจน์'

사이 (คำนาม) : 한 물체에서 다른 물체까지 또는 한곳에서 다른 곳까지의 거리나 공간.
การเว้นระยะ, ช่องห่าง, ที่ว่าง, อวกาศ, ที่ว่างเปล่า, ช่องว่าง, ท่ามกลาง, ระหว่าง
พื้นที่หรือระยะห่างจากที่หนึ่งถึงที่ใด ๆ หรือจากวัตถุหนึ่งถึงวัตถุใด ๆ

에 : 앞말이 어떤 장소나 자리임을 나타내는 조사.
ที่...
คำชี้ที่แสดงว่าคำพูดข้างหน้าเป็นตำแหน่งหรือสถานที่ใด ๆ

숨다 (คำกริยา) : 남이 볼 수 없게 몸을 감추다.
ซ่อน, แอบ, แอบซ่อน, หลบซ่อน
ซ่อนตัวทำให้ผู้อื่นไม่สามารถมองเห็นได้

-어 : 앞의 말이 뒤의 말보다 먼저 일어났거나 뒤의 말에 대한 방법이나 수단이 됨을 나타내는 연결 어미.
แล้ว..., แล้วจึง...
วิภัตติปัจจัยเชื่อมระหว่างประโยคที่แสดงการที่คำพูดข้างหน้าเกิดขึ้นก่อนคำพูดข้างหลัง หรือกลายเป็นวิธีการหรือวิธีทำเกี่ยวกับคำพูดข้างหลัง

살아가다 (คำกริยา) : 어떤 종류의 삶이나 시대 등을 견디며 생활해 나가다.
ดำเนินชีวิต, ใช้ชีวิต
ดำเนินชีวิตต่อไปโดยอดทนต่อยุคสมัยหรือชีวิตในรูปแบบใด ๆ เป็นต้น

-고 있다 : 앞의 말이 나타내는 행동이 계속 진행됨을 나타내는 표현.
กำลัง...อยู่
สำนวนที่แสดงว่าการกระทำที่ปรากฏในคำพูดข้างหน้าได้ดำเนินอย่างต่อเนื่อง

-죠 : (두루높임으로) 말하는 사람이 자신에 대한 이야기나 자신의 생각을 친근하게 말할 때 쓰는 종결 어미.
...นะค(ครับ), ...ล่ะ(ครับ)
(ใช้ในการยกย่องอย่างไม่เป็นทางการ)
วิภัตติปัจจัยลงท้ายประโยคที่ใช้เมื่อผู้พูดพูดความคิดของตนเองหรือเรื่องราวเกี่ยวกับตนเองอย่างสนิทสนม

그 사이+에 갇히+어 [지지고 볶]+으며 오늘+도 나+는 살아가+[고 있]+네요.
갇혀

그 (คุณศัพท์) : 앞에서 이미 이야기한 대상을 가리킬 때 쓰는 말.
นั้น, นั่น
คำที่ใช้เมื่อบ่งชี้ถึงเป้าหมายที่ได้พูดถึงมาแล้วในก่อนหน้า

사이 (คำนาม) : 한 물체에서 다른 물체까지 또는 한곳에서 다른 곳까지의 거리나 공간.
การเว้นระยะ, ช่องห่าง, ที่ว่าง, อวกาศ, ที่ว่างเปล่า, ช่องว่าง, ท่ามกลาง, ระหว่าง
พื้นที่หรือระยะห่างจากที่หนึ่งถึงที่ใด ๆ หรือจากวัตถุหนึ่งถึงวัตถุใด ๆ

에 : 앞말이 어떤 장소나 자리임을 나타내는 조사.
ที่...
คำชี้ที่แสดงว่าคำพูดข้างหน้าเป็นตำแหน่งหรือสถานที่ใด ๆ

갇히다 (คำกริยา) : 어떤 공간이나 상황에서 나가지 못하게 되다.
ถูกกักตัว, ถูกคุมขัง, ถูกกักบริเวณ, ถูกจำกัดบริเวณ
ทำให้ไม่สามารถออกไปจากพื้นที่หรือสถานการณ์ใด ๆ ได้

-어 : 앞의 말이 뒤의 말보다 먼저 일어났거나 뒤의 말에 대한 방법이나 수단이 됨을 나타내는 연결 어미.
แล้ว..., แล้วจึง...
วิภัตติปัจจัยเชื่อมระหว่างประโยคที่แสดงการที่คำพูดข้างหน้าเกิดขึ้นก่อนคำพูดข้างหลัง หรือกลายเป็นวิธีการหรือวิธีทำเกี่ยวกับคำพูดข้างหลัง

지지고 볶다 (สำนวน) : 온갖 것을 겪으며 함께 살아가다.
(ป.ต.)ทอดแล้วผัด ; ร่วมทุกข์ร่วมสุข ประสบทุกข์และสุขไปด้วยกัน
ใช้ชีวิตด้วยกันไป โดยประสบกับสิ่งทั้งปวง

-으며 : 두 가지 이상의 동작이나 상태가 함께 일어남을 나타내는 연결 어미.
ขณะที่...ไปด้วย
วิภัตติปัจจัยเชื่อมระหว่างประโยคที่ใช้แสดงการที่อากัปกิริยา สภาพ หรือข้อเท็จจริงตั้งแต่สองสิ่งขึ้นไปเกิดขึ้นร่วมกัน

오늘 (คำนาม) : 지금 지나가고 있는 이날.
วันนี้
วันนี้ที่กำลังผ่านไปตอนนี้

도 : 이미 있는 어떤 것에 다른 것을 더하거나 포함함을 나타내는 조사.
...ด้วย
คำชี้ที่แสดงการรวมหรือเพิ่มสิ่งอื่นลงในสิ่งใด ๆ ที่มีอยู่แล้ว

나 (สรรพนาม) : 말하는 사람이 친구나 아랫사람에게 자기를 가리키는 말.
ฉัน
คำที่คนพูดใช้เรียกตนเองต่อเพื่อนหรือคนที่อายุน้อยกว่า

는 : 문장 속에서 어떤 대상이 화제임을 나타내는 조사.
...นั้น
คำชี้ที่แสดงว่าเป้าหมายใดๆเป็นหัวเรื่องในประโยค

살아가다 (คำกริยา) : 어떤 종류의 삶이나 시대 등을 견디며 생활해 나가다.
ดำเนินชีวิต, ใช้ชีวิต
ดำเนินชีวิตต่อไปโดยอดทนต่อยุคสมัยหรือชีวิตในรูปแบบใด ๆ เป็นต้น

-고 있다 : 앞의 말이 나타내는 행동이 계속 진행됨을 나타내는 표현.
กำลัง...อยู่
สำนวนที่แสดงว่าการกระทำที่ปรากฏในคำพูดข้างหน้าได้ดำเนินอย่างต่อเนื่อง

-네요 : (두루높임으로) 말하는 사람이 직접 경험하여 새롭게 알게 된 사실에 대해 감탄함을 나타낼 때 쓰는 표현.
...จังค่ะ(ครับ)
(ใช้ในการยกย่องอย่างไม่เป็นทางการ) สำนวนที่ใช้เมื่อแสดงการอุทานเกี่ยวกับสิ่งที่ผู้พูดเพิ่งรู้เมื่อได้ประสบด้วยตนเอง

<u>누(구)+가</u> 시키+[는 대로] <u>살(사)+[는 것]+은</u> 이제 너무 짜증+이 <u>나+(아)요</u>.

누가 **사는 것은** **나요**

누구 (สรรพนาม) : 굳이 이름을 밝힐 필요가 없는 사람을 가리키는 말.
ใคร, คนใด
คำที่ใช้เรียกคนที่ไม่จำเป็นต้องเปิดเผยชื่ออย่างโจ่งแจ้ง

가 : 어떤 상태나 상황에 놓인 대상이나 동작의 주체를 나타내는 조사.
คำชี้ประธาน
คำชี้ที่ใช้แสดงสิ่งที่อยู่ในสถานการณ์หรือสภาพใด ๆ หรือผู้ที่เป็นประธานของอากัปกริยา

시키다 (คำกริยา) : 어떤 일이나 행동을 하게 하다.
สั่ง, สั่งให้ทำ
สั่งให้ทำงานหรือกระทำสิ่งใด ๆ

-는 대로 : 앞에 오는 말이 뜻하는 현재의 행동이나 상황과 같음을 나타내는 표현.
เท่าที่..., ตามที่...
สำนวนที่แสดงว่าเหมือนกับการกระทำหรือสถานการณ์ ณ ปัจจุบัน ซึ่งคำพูดอยู่ข้างหน้าแสดงไว้

살다 (คำกริยา) : 사람이 생활을 하다.
ใช้ชีวิต, มีชีวิต, ดำรงชีพ
คนใช้ชีวิต

-는 것 : 명사가 아닌 것을 문장에서 명사처럼 쓰이게 하거나 '이다' 앞에 쓰일 수 있게 할 때 쓰는 표현.
การ..., การที่..., สิ่งที่...
สำนวนที่ทำให้คำที่ไม่ใช่คำนามใช้เหมือนคำนามในประโยคหรือทำให้ใช้วางไว้หน้า '이다' ได้

은 : 문장 속에서 어떤 대상이 화제임을 나타내는 조사.
ตัวชี้หัวเรื่อง
คำชี้ที่แสดงว่าเป้าหมายใด ๆ เป็นหัวข้อเรื่องในประโยค

이제 (คำวิเศษณ์) : 지금의 시기가 되어.
ตอนนี้, มาถึงตอนนี้, มาถึงเวลานี้
เมื่อมาถึงเวลานี้

너무 (คำวิเศษณ์) : 일정한 정도나 한계를 훨씬 넘어선 상태로.
เกินไป, มากเกินไป, เหลือเกิน
ด้วยสภาพที่เกินระดับหรือขอบเขตที่กำหนดเป็นอย่างมาก

짜증 (คำนาม) : 마음에 들지 않아서 화를 내거나 싫은 느낌을 겉으로 드러내는 일. 또는 그런 성미.
ความหงุดหงิด, ความรำคาญ, ความโมโห
การแสดงความรู้สึกที่ไม่ชอบหรือโกรธเพราะไม่พอใจออกมาภายนอก หรือนิสัยที่เป็นเช่นนั้น

이 : 어떤 상태나 상황의 대상이나 동작의 주체를 나타내는 조사.
ตัวชี้ประธาน
คำชี้ที่ใช้แสดงสิ่งที่อยู่ในสถานการณ์หรือสภาพใด ๆ หรือผู้ที่เป็นประธานของอากัปกริยา

나다 (คำกริยา) : 어떤 감정이나 느낌이 생기다.
เกิด, มี, ออก
อารมณ์หรือความรู้สึกใดได้เกิดขึ้น

-아요 : (두루높임으로) 어떤 사실을 서술하거나 질문, 명령, 권유함을 나타내는 종결 어미.
วิภัตติปัจจัยลงท้ายประโยคที่ใช้ในการยกย่องโดยทั่วไป
(ใช้ในการยกย่องอย่างไม่เป็นทางการ) วิภัตติปัจจัยลงท้ายประโยคที่แสดงการบอกเล่า การถาม การสั่ง หรือการชักชวนเรื่องใด ๆ
<การพูดตามลำดับ>

바라+고 원하+는 생각+들+을 하늘 너머+로 <u>떠나보내+(어)요</u>.
떠나보내요

바라다 (คำกริยา) : 생각이나 희망대로 어떤 일이 이루어지기를 기대하다.
ปรารถนา, คาดหวัง, หวัง
คาดหวังให้สิ่งใด ๆ สำเร็จลุล่วงตามที่คิดหรือหวังไว้

-고 : 두 가지 이상의 대등한 사실을 나열할 때 쓰는 연결 어미.
ทั้ง...และ..
วิภัตติปัจจัยเชื่อมระหว่างประโยคที่ใช้เมื่อแจกแจงข้อเท็จจริงที่เท่าเทียมกันสองสิ่งขึ้นไปต่อกัน

원하다 (คำกริยา) : 무엇을 바라거나 하고자 하다.
ต้องการ, ปรารถนา, ประสงค์, หวัง
ปรารถนาหรือตั้งใจทำสิ่งใด ๆ

-는 : 앞의 말이 관형어의 기능을 하게 만들고 사건이나 동작이 현재 일어남을 나타내는 어미.
...ที่...
วิภัตติปัจจัยที่แสดงการที่ทำให้คำพูดข้างหน้าทำหน้าที่เป็นคุณศัพท์ขยายนามและเหตุการณ์หรืออากัปกิริยาเกิดขึ้นในปัจจุบัน

생각 (คำนาม) : 사람이 머리를 써서 판단하거나 인식하는 것.
ความคิด, การพิจารณา, การไตร่ตรอง, การพินิจพิเคราะห์
การที่คนใช้สมองวินิจฉัยและเข้าใจ

들 : '복수'의 뜻을 더하는 접미사.
พวก..., ...ทั้งหลาย, ที่เป็นพหูพจน์
ปัจจัยที่เพิ่มคำไปในคำเพื่อให้มีความหมายว่า 'พหูพจน์'

을 : 동작이 직접적으로 영향을 미치는 대상을 나타내는 조사.
ไม่พบคำแปล
คำชี้ที่แสดงเป้าหมายที่การกระทำส่งผลกระทบโดยตรง

하늘 (คำนาม) : 땅 위로 펼쳐진 무한히 넓은 공간.
ฟ้า, ท้องฟ้า, ผืนฟ้า, แผ่นฟ้า
พื้นที่กว้างใหญ่ไม่มีที่สิ้นสุดที่แผ่ครอบคลุมผืนดิน

너머 (คำนาม) : 경계나 가로막은 것을 넘어선 건너편.
ด้านตรงกันข้าม, ฝั่งตรงกันข้าม
ฝั่งตรงข้ามที่ข้ามผ่านเส้นเขตแดนหรือสิ่งกีดขวาง

로 : 움직임의 방향을 나타내는 조사.
ที่...
คำชี้ที่แสดงทิศทางของการเคลื่อนไหว

떠나보내다 (คำกริยา) : 있던 곳을 떠나 다른 곳으로 가게 하다.
ส่งไป, ส่งไปยัง, ปล่อยให้ไป
ทำให้ออกจากสถานที่ที่เคยอยู่ไปยังสถานที่อื่น

-어요 : (두루높임으로) 어떤 사실을 서술하거나 질문, 명령, 권유함을 나타내는 종결 어미.
วิภัตติปัจจัยลงท้ายประโยคที่ใช้ในการยกย่องโดยทั่วไป
(ใช้ในการยกย่องอย่างไม่เป็นทางการ) วิภัตติปัจจัยลงท้ายประโยคที่แสดงการบอกเล่า การถาม การสั่ง หรือการชักชวนเรื่องใด ๆ
<การชักชวน>

우리 모두 거기+서 자유롭+게 살+[아 보]+아요.
살아 봐요

우리 (สรรพนาม) : 말하는 사람이 자기와 듣는 사람 또는 이를 포함한 여러 사람들을 가리키는 말.
เรา, พวกเรา
คำเรียกที่ผู้พูดเรียกรวมตนเองกับผู้ฟังหรือผู้ฟังหลาย ๆ คน

모두 (คำวิเศษณ์) : 빠짐없이 다.
ทั้งหมด, ทุก, ทั้งสิ้น, ทั้งมวล, ทั้งปวง, ทุกคน, ทุกอย่าง, ทั้งนั้น
ทั้งหมดโดยไม่มีข้อยกเว้น

거기 (สรรพนาม) : 앞에서 이미 이야기한 곳을 가리키는 말.
ที่นั่น
คำที่ใช้เรียกสถานที่ที่ได้พูดไปก่อนหน้านี้แล้ว

서 : 앞말이 행동이 이루어지고 있는 장소임을 나타내는 조사.
ที่...
คำชี้ที่แสดงว่าคำพูดข้างหน้าเป็นสถานที่ที่การกระทำดำเนินอยู่

자유롭다 (คำคุณศัพท์) : 무엇에 얽매이거나 구속되지 않고 자기 생각과 의지대로 할 수 있다.
มีอิสระ, มีเสรี
สามารถทำได้ตามความตั้งใจและความคิดของตนโดยไม่ถูกผูกมัดหรือถูกควบคุม

-게 : 앞의 말이 뒤에서 가리키는 일의 목적이나 결과, 방식, 정도 등이 됨을 나타내는 연결 어미.
อย่าง..., ให้...
วิภัตติปัจจัยเชื่อมระหว่างประโยคที่แสดงว่าคำพูดข้างหน้าชี้บอกระดับ วิธีการ ผลลัพธ์หรือวัตถุประสงค์ หรืออื่นๆ
ของสิ่งที่อยู่ในเนื้อหาข้างหลัง <รูปแบบ>

살다 (คำกริยา) : 사람이 생활을 하다.
ใช้ชีวิต, มีชีวิต, ดำรงชีพ
คนใช้ชีวิต

-아 보다 : 앞의 말이 나타내는 행동을 시험 삼아 함을 나타내는 표현.
...ดู, ลอง..., ลอง...ดู
สำนวนที่แสดงว่าเป็นการทดลองทำการกระทำที่ปรากฏในคำพูดข้างหน้า

-아요 : (두루높임으로) 어떤 사실을 서술하거나 질문, 명령, 권유함을 나타내는 종결 어미.
วิภัตติปัจจัยลงท้ายประโยคที่ใช้ในการยกย่องโดยทั่วไป
(ใช้ในการยกย่องอย่างไม่เป็นทางการ) วิภัตติปัจจัยลงท้ายประโยคที่แสดงการบอกเล่า การถาม การสั่ง หรือการชักชวนเรื่องใด ๆ
<การชักชวน>

< 후렴(สร้อยเพลง) >

이제+부터+는 지금+부터+는

이제 (คำนาม) : 지금의 시기.
ตอนนี้, เดี๋ยวนี้, ปัจจุบัน, ขณะนี้
ช่วงเวลาในตอนนี้

부터 : 어떤 일의 시작이나 처음을 나타내는 조사.
ตั้งแต่..., จาก...
คำชี้ที่แสดงการเริ่มต้นหรือครั้งแรกของงานใด ๆ

는 : 어떤 대상이 다른 것과 대조됨을 나타내는 조사.
สำหรับ..., ส่วน...
คำชี้ที่แสดงว่าเป้าหมายใดถูกเทียบกับสิ่งอื่น

지금 (คำนาม) : 말을 하고 있는 바로 이때.
เดี๋ยวนี้, ตอนนี้, ประเดี๋ยวนี้
ตอนนี้ที่กำลังพูดอยู่

부터 : 어떤 일의 시작이나 처음을 나타내는 조사.
ตั้งแต่..., จาก...
คำชี้ที่แสดงการเริ่มต้นหรือครั้งแรกของงานใด ๆ

는 : 어떤 대상이 다른 것과 대조됨을 나타내는 조사.
สำหรับ..., ส่วน...
คำชี้ที่แสดงว่าเป้าหมายใดถูกเทียบกับสิ่งอื่น

이제+부터+는 지금+부터+는

이제 (คำนาม) : 지금의 시기.
ตอนนี้, เดี๋ยวนี้, ปัจจุบัน, ขณะนี้
ช่วงเวลาในตอนนี้

부터 : 어떤 일의 시작이나 처음을 나타내는 조사.
ตั้งแต่..., จาก...
คำชี้ที่แสดงการเริ่มต้นหรือครั้งแรกของงานใด ๆ

는 : 어떤 대상이 다른 것과 대조됨을 나타내는 조사.
สำหรับ..., ส่วน...
คำชี้ที่แสดงว่าเป้าหมายใดถูกเทียบกับสิ่งอื่น

지금 (คำนาม) : 말을 하고 있는 바로 이때.
เดียวนี้, ตอนนี้, ปรเดียวนี้
ตอนนี้ที่กำลังพูดอยู่

부터 : 어떤 일의 시작이나 처음을 나타내는 조사.
ตั้งแต่..., จาก...
คำชี้ที่แสดงการเริ่มต้นหรือครั้งแรกของงานใด ๆ

는 : 어떤 대상이 다른 것과 대조됨을 나타내는 조사.
สำหรับ..., ส่วน...
คำชี้ที่แสดงว่าเป้าหมายใดถูกเทียบกับสิ่งอื่น

가슴+이 시키+[는 대로] 살+[아 보]+아요.
살아 봐요

가슴 (คำนาม) : 마음이나 느낌.
ใจ, อก, หัวอก
ความรู้สึกหรือจิตใจ

이 : 어떤 상태나 상황의 대상이나 동작의 주체를 나타내는 조사.
ตัวชี้ประธาน
คำชี้ที่ใช้แสดงสิ่งที่อยู่ในสถานการณ์หรือสภาพใด ๆ หรือผู้ที่เป็นประธานของอากัปกริยา

시키다 (คำกริยา) : 어떤 일이나 행동을 하게 하다.
สั่ง, สั่งให้ทำ
สั่งให้ทำงานหรือกระทำสิ่งใด ๆ

-는 대로 : 앞에 오는 말이 뜻하는 현재의 행동이나 상황과 같음을 나타내는 표현.
เท่าที่..., ตามที่...
สำนวนที่แสดงว่าเหมือนกับการกระทำหรือสถาณการณ์ ณ ปัจจุบัน ซึ่งคำพูดอยู่ข้างหน้าแสดงไว้

살다 (คำกริยา) : 사람이 생활을 하다.
ใช้ชีวิต, มีชีวิต, ดำรงชีพ
คนใช้ชีวิต

-아 보다 : 앞의 말이 나타내는 행동을 시험 삼아 함을 나타내는 표현.
...ดู, ลอง..., ลอง...ดู
สำนวนที่แสดงว่าเป็นการทดลองทำการกระทำที่ปรากฏในคำพูดข้างหน้า

-아요 : (두루높임으로) 어떤 사실을 서술하거나 질문, 명령, 권유함을 나타내는 종결 어미.
วิภัตติปัจจัยลงท้ายประโยคที่ใช้ในการยกย่องโดยทั่วไป
(ใช้ในการยกย่องอย่างไม่เป็นทางการ) วิภัตติปัจจัยลงท้ายประโยคที่แสดงการบอกเล่า การถาม การสั่ง หรือการชักชวนเรื่องใด ๆ
<การชักชวน>

이제+부터+는 지금+부터+는

이제 (คำนาม) : 지금의 시기.
ตอนนี้, เดียวนี้, ปัจจุบัน, ขณะนี้
ช่วงเวลาในตอนนี้

부터 : 어떤 일의 시작이나 처음을 나타내는 조사.
ตั้งแต่..., จาก...
คำชี้ที่แสดงการเริ่มต้นหรือครั้งแรกของงานใด ๆ

는 : 어떤 대상이 다른 것과 대조됨을 나타내는 조사.
สำหรับ..., ส่วน...
คำชี้ที่แสดงว่าเป้าหมายใดถูกเทียบกับสิ่งอื่น

지금 (คำนาม) : 말을 하고 있는 바로 이때.
เดียวนี้, ตอนนี้, ประเดียวนี้
ตอนนี้ที่กำลังพูดอยู่

부터 : 어떤 일의 시작이나 처음을 나타내는 조사.
ตั้งแต่..., จาก...
คำชี้ที่แสดงการเริ่มต้นหรือครั้งแรกของงานใด ๆ

는 : 어떤 대상이 다른 것과 대조됨을 나타내는 조사.
สำหรับ..., ส่วน...
คำชี้ที่แสดงว่าเป้าหมายใดถูกเทียบกับสิ่งอื่น

가슴+이 느끼+[는 대로] 자유롭+게

가슴 (คำนาม) : 마음이나 느낌.
ใจ, อก, หัวอก
ความรู้สึกหรือจิตใจ

이 : 어떤 상태나 상황의 대상이나 동작의 주체를 나타내는 조사.
ตัวชี้ประธาน
คำชี้ที่ใช้แสดงสิ่งที่อยู่ในสถานการณ์หรือสภาพใด ๆ หรือผู้ที่เป็นประธานของอากัปกริยา

느끼다 (คำกริยา) : 특정한 대상이나 상황을 어떻다고 생각하거나 인식하다.
รู้สึก
รับรู้หรือคิดว่าอย่างไรกับสถานการณ์หรือเป้าหมายที่กำหนดพิเศษจำเพาะ

-는 대로 : 앞에 오는 말이 뜻하는 현재의 행동이나 상황과 같음을 나타내는 표현.
เท่าที่..., ตามที่...
สำนวนที่แสดงว่าเหมือนกับการกระทำหรือสถาณการณ์ ณ ปัจจุบัน ซึ่งคำพูดอยู่ข้างหน้าแสดงไว้

자유롭다 (คำคุณศัพท์) : 무엇에 얽매이거나 구속되지 않고 자기 생각과 의지대로 할 수 있다.
มีอิสระ, มีเสรี
สามารถทำได้ตามความตั้งใจและความคิดของตนโดยไม่ถูกผูกมัดหรือถูกควบคุม

-게 : 앞의 말이 뒤에서 가리키는 일의 목적이나 결과, 방식, 정도 등이 됨을 나타내는 연결 어미.
อย่าง..., ให้...
วิภัตติปัจจัยเชื่อมระหว่างประโยคที่แสดงว่าคำพูดข้างหน้าชี้บอกระดับ วิธีการ ผลลัพธ์หรือวัตถุประสงค์ หรืออื่นๆ
ของสิ่งที่อยู่ในเนื้อหาข้างหลัง <รูปแบบ>

이제+부터+는 지금+부터+는

이제 (คำนาม) : 지금의 시기.
ตอนนี้, เดี๋ยวนี้, ปัจจุบัน, ขณะนี้
ช่วงเวลาในตอนนี้

부터 : 어떤 일의 시작이나 처음을 나타내는 조사.
ตั้งแต่..., จาก...
คำชี้ที่แสดงการเริ่มต้นหรือครั้งแรกของงานใด ๆ

는 : 어떤 대상이 다른 것과 대조됨을 나타내는 조사.
สำหรับ..., ส่วน...
คำชี้ที่แสดงว่าเป้าหมายใดถูกเทียบกับสิ่งอื่น

지금 (คำนาม) : 말을 하고 있는 바로 이때.
เดี๋ยวนี้, ตอนนี้, ประเดี๋ยวนี้
ตอนนี้ที่กำลังพูดอยู่

부터 : 어떤 일의 시작이나 처음을 나타내는 조사.
ตั้งแต่..., จาก...
คำชี้ที่แสดงการเริ่มต้นหรือครั้งแรกของงานใด ๆ

는 : 어떤 대상이 다른 것과 대조됨을 나타내는 조사.
สำหรับ..., ส่วน...
คำชี้ที่แสดงว่าเป้าหมายใดถูกเทียบกับสิ่งอื่น

(우리 모두 거기+서)

우리 (สรรพนาม) : 말하는 사람이 자기와 듣는 사람 또는 이를 포함한 여러 사람들을 가리키는 말.
เรา, พวกเรา
คำเรียกที่ผู้พูดเรียกรวมตนเองกับผู้ฟังหรือผู้ฟังหลาย ๆ คน

모두 (คำวิเศษณ์) : 빠짐없이 다.
ทั้งหมด, ทุก, ทั้งสิ้น, ทั้งมวล, ทั้งปวง, ทุกคน, ทุกอย่าง, ทั้งนั้น
ทั้งหมดโดยไม่มีข้อยกเว้น

거기 (สรรพนาม) : 앞에서 이미 이야기한 곳을 가리키는 말.
ที่นั่น
คำที่ใช้เรียกสถานที่ที่ได้พูดไปก่อนหน้านี้แล้ว

서 : 앞말이 행동이 이루어지고 있는 장소임을 나타내는 조사.
ที่...
คำชี้ที่แสดงว่าคำพูดข้างหน้าเป็นสถานที่ที่การกระทำดำเนินอยู่

가슴+이 시키+[는 대로] 살+[아 보]+아요.

살아 봐요

가슴 (คำนาม) : 마음이나 느낌.
ใจ, อก, หัวอก
ความรู้สึกหรือจิตใจ

이 : 어떤 상태나 상황의 대상이나 동작의 주체를 나타내는 조사.
ตัวชี้ประธาน
คำชี้ที่ใช้แสดงสิ่งที่อยู่ในสถานการณ์หรือสภาพใด ๆ หรือผู้ที่เป็นประธานของอากัปกริยา

시키다 (คำกริยา) : 어떤 일이나 행동을 하게 하다.
สั่ง, สั่งให้ทำ
สั่งให้ทำงานหรือกระทำสิ่งใด ๆ

-는 대로 : 앞에 오는 말이 뜻하는 현재의 행동이나 상황과 같음을 나타내는 표현.
เท่าที่..., ตามที่...
สำนวนที่แสดงว่าเหมือนกับการกระทำหรือสถานการณ์ ณ ปัจจุบัน ซึ่งคำพูดอยู่ข้างหน้าแสดงไว้

살다 (คำกริยา) : 사람이 생활을 하다.
ใช้ชีวิต, มีชีวิต, ดำรงชีพ
คนใช้ชีวิต

-아 보다 : 앞의 말이 나타내는 행동을 시험 삼아 함을 나타내는 표현.
...ดู, ลอง..., ลอง...ดู
สำนวนที่แสดงว่าเป็นการทดลองทำการกระทำที่ปรากฏในคำพูดข้างหน้า

-아요 : (두루높임으로) 어떤 사실을 서술하거나 질문, 명령, 권유함을 나타내는 종결 어미.
วิภัตติปัจจัยลงท้ายประโยคที่ใช้ในการยกย่องโดยทั่วไป
(ใช้ในการยกย่องอย่างไม่เป็นทางการ) วิภัตติปัจจัยลงท้ายประโยคที่แสดงการบอกเล่า การถาม การสั่ง หรือการชักชวนเรื่องใด ๆ
<การชักชวน>

(자유롭+게 살+아요)

자유롭다 (คำคุณศัพท์) : 무엇에 얽매이거나 구속되지 않고 자기 생각과 의지대로 할 수 있다.
มีอิสระ, มีเสรี
สามารถทำได้ตามความตั้งใจและความคิดของตนโดยไม่ถูกผูกมัดหรือถูกควบคุม

-게 : 앞의 말이 뒤에서 가리키는 일의 목적이나 결과, 방식, 정도 등이 됨을 나타내는 연결 어미.
อย่าง..., ให้...
วิภัตติปัจจัยเชื่อมระหว่างประโยคที่แสดงว่าคำพูดข้างหน้าชี้บอกระดับ วิธีการ ผลลัพธ์หรือวัตถุประสงค์ หรืออื่นๆ
ของสิ่งที่อยู่ในเนื้อหาข้างหลัง <รูปแบบ>

살다 (คำกริยา) : 사람이 생활을 하다.
ใช้ชีวิต, มีชีวิต, ดำรงชีพ
คนใช้ชีวิต

-아요 : (두루높임으로) 어떤 사실을 서술하거나 질문, 명령, 권유함을 나타내는 종결 어미.
วิภัตติปัจจัยลงท้ายประโยคที่ใช้ในการยกย่องโดยทั่วไป
(ใช้ในการยกย่องอย่างไม่เป็นทางการ) วิภัตติปัจจัยลงท้ายประโยคที่แสดงการบอกเล่า การถาม การสั่ง หรือการชักชวนเรื่องใด ๆ
<การชักชวน>

이제+부터+는 지금+부터+는

이제 (คำนาม) : 지금의 시기.
ตอนนี้, เดี๋ยวนี้, ปัจจุบัน, ขณะนี้
ช่วงเวลาในตอนนี้

부터 : 어떤 일의 시작이나 처음을 나타내는 조사.
ตั้งแต่..., จาก...
คำชี้ที่แสดงการเริ่มต้นหรือครั้งแรกของงานใด ๆ

는 : 어떤 대상이 다른 것과 대조됨을 나타내는 조사.
สำหรับ..., ส่วน...
คำชี้ที่แสดงว่าเป้าหมายใดถูกเทียบกับสิ่งอื่น

지금 (คำนาม) : 말을 하고 있는 바로 이때.
เดี๋ยวนี้, ตอนนี้, ประเดี๋ยวนี้
ตอนนี้ที่กำลังพูดอยู่

부터 : 어떤 일의 시작이나 처음을 나타내는 조사.
ตั้งแต่..., จาก...
คำชี้ที่แสดงการเริ่มต้นหรือครั้งแรกของงานใด ๆ

는 : 어떤 대상이 다른 것과 대조됨을 나타내는 조사.
สำหรับ..., ส่วน...
คำชี้ที่แสดงว่าเป้าหมายใดถูกเทียบกับสิ่งอื่น

(우리 모두 거기+서)

우리 (สรรพนาม) : 말하는 사람이 자기와 듣는 사람 또는 이를 포함한 여러 사람들을 가리키는 말.
เรา, พวกเรา
คำเรียกที่ผู้พูดเรียกรวมตนเองกับผู้ฟังหรือผู้ฟังหลาย ๆ คน

모두 (คำวิเศษณ์) : 빠짐없이 다.
ทั้งหมด, ทุก, ทั้งสิ้น, ทั้งมวล, ทั้งปวง, ทุกคน, ทุกอย่าง, ทั้งนั้น
ทั้งหมดโดยไม่มีข้อยกเว้น

거기 (สรรพนาม) : 앞에서 이미 이야기한 곳을 가리키는 말.
ที่นั่น
คำที่ใช้เรียกสถานที่ที่ได้พูดไปก่อนหน้านี้แล้ว

서 : 앞말이 행동이 이루어지고 있는 장소임을 나타내는 조사.
ที่...
คำชี้ที่แสดงว่าคำพูดข้างหน้าเป็นสถานที่ที่การกระทำดำเนินอยู่

가슴+이 느끼+[는 대로] 자유롭+게

가슴 (คำนาม) : 마음이나 느낌.
ใจ, อก, หัวอก
ความรู้สึกหรือจิตใจ

이 : 어떤 상태나 상황의 대상이나 동작의 주체를 나타내는 조사.
ตัวชี้ประธาน
คำชี้ที่ใช้แสดงสิ่งที่อยู่ในสถานการณ์หรือสภาพใด ๆ หรือผู้ที่เป็นประธานของอากัปกริยา

느끼다 (คำกริยา) : 특정한 대상이나 상황을 어떻다고 생각하거나 인식하다.
รู้สึก
รับรู้หรือคิดว่าอย่างไรกับสถานการณ์หรือเป้าหมายที่กำหนดพิเศษจำเพาะ

-는 대로 : 앞에 오는 말이 뜻하는 현재의 행동이나 상황과 같음을 나타내는 표현.
เท่าที่..., ตามที่...
สำนวนที่แสดงว่าเหมือนกับการกระทำหรือสถาณการณ์ ณ ปัจจุบัน ซึ่งคำพูดอยู่ข้างหน้าแสดงไว้

자유롭다 (คำคุณศัพท์) : 무엇에 얽매이거나 구속되지 않고 자기 생각과 의지대로 할 수 있다.
มีอิสระ, มีเสรี
สามารถทำได้ตามความตั้งใจและความคิดของตนโดยไม่ถูกผูกมัดหรือถูกควบคุม

-게 : 앞의 말이 뒤에서 가리키는 일의 목적이나 결과, 방식, 정도 등이 됨을 나타내는 연결 어미.
อย่าง..., ให้...
วิภัตติปัจจัยเชื่อมระหว่างประโยคที่แสดงว่าคำพูดข้างหน้าชี้บอกระดับ วิธีการ ผลลัพธ์หรือวัตถุประสงค์ หรืออื่นๆ
ของสิ่งที่อยู่ในเนื้อหาข้างหลัง <รูปแบบ>

(자유롭+게)

자유롭다 (คำคุณศัพท์) : 무엇에 얽매이거나 구속되지 않고 자기 생각과 의지대로 할 수 있다.
มีอิสระ, มีเสรี
สามารถทำได้ตามความตั้งใจและความคิดของตนโดยไม่ถูกผูกมัดหรือถูกควบคุม

-게 : 앞의 말이 뒤에서 가리키는 일의 목적이나 결과, 방식, 정도 등이 됨을 나타내는 연결 어미.
อย่าง..., ให้...
วิภัตติปัจจัยเชื่อมระหว่างประโยคที่แสดงว่าคำพูดข้างหน้าชี้บอกระดับ วิธีการ ผลลัพธ์หรือวัตถุประสงค์ หรืออื่นๆ
ของสิ่งที่อยู่ในเนื้อหาข้างหลัง <รูปแบบ>

그런 사람+이+었+어요.

그런 (คุณศัพท์) : 상태, 모양, 성질 등이 그러한.
แบบนั้น, เช่นนั้น, อย่างนั้น, ประเภทนั้น
ที่เป็นเช่นนั้น เช่น สภาพ รูปร่างลักษณะ อุปนิสัย เป็นต้น

사람 (คำนาม) : 생각할 수 있으며 언어와 도구를 만들어 사용하고 사회를 이루어 사는 존재.
คน, มนุษย์
สิ่งที่ดำรงอยู่ร่วมกันเป็นสังคม มีความรู้สึกนึกคิด มีการประดิษฐ์เครื่องมือและภาษาเพื่อใช้งาน

이다 : 주어가 지시하는 대상의 속성이나 부류를 지정하는 뜻을 나타내는 서술격 조사.
เป็น
คำชี้ภาคแสดงการกที่แสดงความหมายที่กำหนดประเภทหรือคุณสมบัติของเป้าหมายที่ประธานบ่งชี้

-었- : 어떤 사건이 과거에 완료되었거나 그 사건의 결과가 현재까지 지속되는 상황을 나타내는 어미.
...แล้ว
วิภัตติปัจจัยที่แสดงว่าเหตุการณ์ใดๆเสร็จสมบูรณ์ไปแล้วในอดีตหรือแสดงสถานการณ์ที่ผลลัพธ์ของเหตุการณ์ดังกล่าวต่อเนื่องจนถึงปัจจุบัน

-어요 : (두루높임으로) 어떤 사실을 서술하거나 질문, 명령, 권유함을 나타내는 종결 어미.
วิภัตติปัจจัยลงท้ายประโยคที่ใช้ในการยกย่องโดยทั่วไป
(ใช้ในการยกย่องอย่างไม่เป็นทางการ) วิภัตติปัจจัยลงท้ายประโยคที่แสดงการบอกเล่า การถาม การสั่ง หรือการชักชวนเรื่องใด ๆ
<การพูดตามลำดับ>

그런 인생+이+었+어요.

그런 (คุณศัพท์) : 상태, 모양, 성질 등이 그러한.
แบบนั้น, เช่นนั้น, อย่างนั้น, ประเภทนั้น
ที่เป็นเช่นนั้น เช่น สภาพ รูปร่างลักษณะ อุปนิสัย เป็นต้น

인생 (คำนาม) : 사람이 세상을 살아가는 일.
ชีวิต, การดำรงชีวิต
การดำรงชีวิตของคนบนโลก

이다 : 주어가 지시하는 대상의 속성이나 부류를 지정하는 뜻을 나타내는 서술격 조사.
เป็น
คำชี้ภาคแสดงการกที่แสดงความหมายที่กำหนดประเภทหรือคุณสมบัติของเป้าหมายที่ประธานบ่งชี้

-었- : 어떤 사건이 과거에 완료되었거나 그 사건의 결과가 현재까지 지속되는 상황을 나타내는 어미.
...แล้ว
วิภัตติปัจจัยที่แสดงว่าเหตุการณ์ใดๆเสร็จสมบูรณ์ไปแล้วในอดีตหรือแสดงสถานการณ์ที่ผลลัพธ์ของเหตุการณ์ดังกล่าวต่อเนื่องจนถึงปัจจุบัน

-어요 : (두루높임으로) 어떤 사실을 서술하거나 질문, 명령, 권유함을 나타내는 종결 어미.
วิภัตติปัจจัยลงท้ายประโยคที่ใช้ในการยกย่องโดยทั่วไป
(ใช้ในการยกย่องอย่างไม่เป็นทางการ) วิภัตติปัจจัยลงท้ายประโยคที่แสดงการบอกเล่า การถาม การสั่ง หรือการชักชวนเรื่องใด ๆ
<การพูดตามลำดับ>

그렇+게 기억하+[여 주]+어요.

기억해 줘요

그렇다 (คำคุณศัพท์) : 상태, 모양, 성질 등이 그와 같다.
เป็นอย่างนั้น, เป็นเช่นนั้น, เป็นแบบนั้น
สภาพ รูปร่าง ลักษณะ เป็นต้น เหมือนดังเช่นนั้น

-게 : 앞의 말이 뒤에서 가리키는 일의 목적이나 결과, 방식, 정도 등이 됨을 나타내는 연결 어미.
อย่าง..., ให้...
วิภัตติปัจจัยเชื่อมระหว่างประโยคที่แสดงว่าคำพูดข้างหน้าชี้บอกระดับ วิธีการ ผลลัพธ์หรือวัตถุประสงค์ หรืออื่นๆ ของสิ่งที่อยู่ในเนื้อหาข้างหลัง <รูปแบบ>

기억하다 (คำกริยา) : 이전의 모습, 사실, 지식, 경험 등을 잊지 않거나 다시 생각해 내다.
จำ, จดจำ, จำได้
ไม่ลืมรูปร่าง เรื่องราว ความรู้หรือประสบการณ์ เป็นต้น ในอดีต แสนึกออกอีกครั้ง

-여 주다 : 남을 위해 앞의 말이 나타내는 행동을 함을 나타내는 표현.
ช่วย..., ช่วย...ให้
สำนวนที่แสดงว่าทำการกระทำที่ปรากฏในคำพูดข้างหน้าเพื่อผู้อื่น

-어요 : (두루높임으로) 어떤 사실을 서술하거나 질문, 명령, 권유함을 나타내는 종결 어미.
วิภัตติปัจจัยลงท้ายประโยคที่ใช้ในการยกย่องโดยทั่วไป
(ใช้ในการยกย่องอย่างไม่เป็นทางการ) วิภัตติปัจจัยลงท้ายประโยคที่แสดงการบอกเล่า การถาม การสั่ง หรือการชักชวนเรื่องใด ๆ <คำสั่ง>

< 6 >

독주
(เหล้าแรง)

[발음(การออกเสียง)]

< 1 절(ท่อนเพลง) >

누구라도 한 잔 술을 따라 줘요
누구라도 한 잔 수를 따라 줘요
nugurado han jan sureul ttara jwoyo

비우고 싶은 것이 많아서
비우고 시픈 거시 마나서
biugo sipeun geosi manaseo

이 한 잔 마시고 나면 잊을 수 있을까요?
이 한 잔 마시고 나면 이즐 쑤 이쓸까요?
i han jan masigo namyeon ijeul su isseulkkayo?

버리고 싶은 것이 가득해서
버리고 시픈 거시 가드캐서
beorigo sipeun geosi gadeukaeseo

뜨거웠던 가슴, 마지막 온기가 사라지기 전에
뜨거웓떤 가슴, 마지막 온기가 사라지기 저네
tteugeowotdeon gaseum, majimak ongiga sarajigi jeone

누구라도 독한 술 한 잔 따라 줘요.
누구라도 도칸 술 한 잔 따라 줘요.
nugurado dokan sul han jan ttara jwoyo.

< 후렴(สร้อยเพลง) >

이제부터 하얀 여백에 가득 찬
이제부터 하얀 여배게 가득 찬
ijebuteo hayan yeobaege gadeuk chan

내가 모르는 나를 지울 거예요
내가 모르는 나를 지울 꺼예요
naega moreuneun nareul jiul geoyeyo

오늘은 꼭 당신이 따라 준
오느른 꼭 당시니 따라 준
oneureun kkok dangsini ttara jun

한 잔의 가득한 독주를 비울 거예요.
한 자네 가드칸 독쭈를 비울 꺼예요.
han jane gadeukan dokjureul biul geoyeyo.

< 2 절(ท่อนเพลง) >

누구라도 술 한 잔 따라 줘요
누구라도 술 한 잔 따라 줘요
nugurado sul han jan ttara jwoyo

추억에 취해 비틀거리기 전에
추어게 취해 비틀거리기 저네
chueoge chwihae biteulgeorigi jeone

이 한 잔 마시고 나면 지울 수 있을까요?
이 한 잔 마시고 나면 지울 쑤 이쓸까요?
i han jan masigo namyeon jiul su isseulkkayo?

그리움에 취해 잠들기 전에
그리우메 취해 잠들기 저네
geuriume chwihae jamdeulgi jeone

아직 어제를 살고 있는 이 꿈속에서 깨지 않도록
아직 어제를 살고 인는 이 꿈쏘게서 깨지 안토록
ajik eojereul salgo inneun i kkumsogeseo kkaeji antorok

누구라도 지독한 술 한 잔 따라 줘요.
누구라도 지도칸 술 한 잔 따라 줘요.
nugurado jidokan sul han jan ttara jwoyo.

< 후렴(สร้อยเพลง) >

이제부터 하얀 여백에 가득 찬
이제부터 하얀 여배게 가득 찬
ijebuteo hayan yeobaege gadeuk chan

내가 모르는 나를 지울 거예요
내가 모르는 나를 지울 꺼예요
naega moreuneun nareul jiul geoyeyo

오늘은 꼭 당신이 따라 준
오느른 꼭 당시니 따라 준
oneureun kkok dangsini ttara jun

한 잔의 가득한 독주를 비울 거예요.
한 자네 가드칸 독쭈를 비울 꺼예요.
han jane gadeukan dokjureul biul geoyeyo.

이제부터 하얀 여백에 가득 찬
이제부터 하얀 여배게 가득 찬
ijebuteo hayan yeobaege gadeuk chan

내가 모르는 나를 지울 거예요
내가 모르는 나를 지울 꺼예요
naega moreuneun nareul jiul geoyeyo

오늘은 꼭 당신이 따라 준
오느른 꼭 당시니 따라 준
oneureun kkok dangsini ttara jun

한 잔의 가득한 독주를 비울 거예요.
한 자네 가드칸 독쭈를 비울 꺼예요.
han jane gadeukan dokjureul biul geoyeyo.

< 1 절(ท่อนเพลง) >

누구+라도 한 잔 술+을 따르(따ㄹ)+[아 주]+어요.

따라 줘요

누구 (สรรพนาม) : 정해지지 않은 어떤 사람을 가리키는 말.
ใคร ๆ
คำที่ใช้เรียกคนใดที่ไม่ได้เฉพาะเจาะจง

라도 : 그것이 최선은 아니나 여럿 중에서는 그런대로 괜찮음을 나타내는 조사.
แม้ว่า..., แม้ว่าจะ..., ถึงว่าจะ..., ...สัก...ก็ดี
คำชี้ที่แสดงว่าแม้สิ่งนั้นไม่ใช่สิ่งที่ดีที่สุด แต่พอใช้ได้ตามนั้นจากในบรรดาหลาย ๆ สิ่ง

한 (คุณศัพท์) : 하나의.
หนึ่ง
อันหนึ่ง

잔 (คำนาม) : 음료나 술 등을 담은 그릇을 기준으로 그 분량을 세는 단위.
ถ้วย, แก้ว(ลักษณนาม)
หน่วยนับจำนวนที่มีแก้วใส่เครื่องดื่ม เหล้า เป็นต้น เป็นเกณฑ์

술 (คำนาม) : 맥주나 소주 등과 같이 알코올 성분이 들어 있어서 마시면 취하는 음료.
เหล้า, สุรา, น้ำเมา
เครื่องดื่มชนิดหนึ่งทำให้เกิดอาการมึนเมาเมื่อดื่มเพราะมีแอลกอฮอล์เป็นส่วนผสม เช่น เบียร์หรือโซจู เป็นต้น

을 : 동작이 직접적으로 영향을 미치는 대상을 나타내는 조사.
ไม่พบคำแปล
คำชี้ที่แสดงเป้าหมายที่การกระทำส่งผลกระทบโดยตรง

따르다 (คำกริยา) : 액체가 담긴 물건을 기울여 액체를 밖으로 조금씩 흐르게 하다.
เท, ริน
ทำให้สิ่งของที่ใส่ของเหลวไว้เอียงและให้ของเหลวไหลออกมาข้างนอกทีละนิด

-아 주다 : 남을 위해 앞의 말이 나타내는 행동을 함을 나타내는 표현.
ช่วย..., ช่วย...ให้
สำนวนที่แสดงว่าทำการกระทำที่ปรากฏในคำพูดข้างหน้าเพื่อผู้อื่น

-어요 : (두루높임으로) 어떤 사실을 서술하거나 질문, 명령, 권유함을 나타내는 종결 어미.
วิภัตติปัจจัยลงท้ายประโยคที่ใช้ในการยกย่องโดยทั่วไป
(ใช้ในการยกย่องอย่างไม่เป็นทางการ) วิภัตติปัจจัยลงท้ายประโยคที่แสดงการบอกเล่า การถาม การสั่ง หรือการชักชวนเรื่องใด ๆ
<คำสั่ง>

비우+[고 싶]+[은 것]+이 많+아서

비우다 (คำกริยา) : 욕심이나 집착을 버리다.
ทำให้โล่ง, ทำให้สบาย(ใจ)
สลัดทิ้งความโลภหรือการยึดติด

-고 싶다 : 앞의 말이 나타내는 행동을 하기를 원함을 나타내는 표현.
อยาก..., ต้องการ...
สำนวนที่แสดงความต้องการที่จะกระทำสิ่งที่ปรากฏในคำพูดข้างหน้า

-은 것 : 명사가 아닌 것을 문장에서 명사처럼 쓰이게 하거나 '이다' 앞에 쓰일 수 있게 할 때 쓰는 표현.
การ..., ความ...
สำนวนที่ทำให้คำที่ไม่ใช่คำนามใช้เหมือนคำนามในประโยคหรือทำให้ใช้วางไว้หน้า '이다' ได้

이 : 어떤 상태나 상황의 대상이나 동작의 주체를 나타내는 조사.
ตัวชี้ประธาน
คำชี้ที่ใช้แสดงสิ่งที่อยู่ในสถานการณ์หรือสภาพใด ๆ หรือผู้ที่เป็นประธานของอากัปกริยา

많다 (คำคุณศัพท์) : 수나 양, 정도 등이 일정한 기준을 넘다.
มาก, เยอะ
จำนวน ปริมาณ ระดับหรือสิ่งใดที่เกินกว่าระดับที่กำหนด

-아서 : 이유나 근거를 나타내는 연결 어미.
เพราะ...จึง...
วิภัตติปัจจัยเชื่อมระหว่างประโยคที่แสดงเหตุผลหรือสาเหตุ

이 한 잔 마시+[고 나]+면 잊+[을 수 있]+을까요?

이 (คุณศัพท์) : 바로 앞에서 이야기한 대상을 가리킬 때 쓰는 말.
นี้
คำที่ใช้ตอนที่เรียกบ่งชี้สิ่งที่ข้างหน้าเองที่พูดถึง

한 (คุณศัพท์) : 하나의.
หนึ่ง
อันหนึ่ง

잔 (คำนาม) : 음료나 술 등을 담은 그릇을 기준으로 그 분량을 세는 단위.
ถ้วย, แก้ว(ลักษณนาม)
หน่วยนับจำนวนที่มีแก้วใส่เครื่องดื่ม เหล้า เป็นต้น เป็นเกณฑ์

마시다 (คำกริยา) : 물 등의 액체를 목구멍으로 넘어가게 하다.
ดื่ม, กิน
ทำให้ของเหลว น้ำ เป็นต้น ผ่านลำคอไป

-고 나다 : 앞에 오는 말이 나타내는 행동이 끝났음을 나타내는 표현.
(ประโยคหลัง)หลังจากที่(ประโยคหน้า), พอ...แล้ว ก็...
สำนวนที่แสดงการสิ้นสุดของการกระทำที่ปรากฏออกมาในคำพูดข้างหน้า

-면 : 뒤에 오는 말에 대한 근거나 조건이 됨을 나타내는 연결 어미.
ถ้า...
วิภัตติปัจจัยเชื่อมระหว่างประโยคที่แสดงถึงการที่กลายเป็นสาเหตุหรือเงื่อนไขเกี่ยวกับคำพูดตามมาข้างหลัง

잊다 (คำกริยา) : 어려움이나 고통, 또는 좋지 않은 지난 일을 마음속에 두지 않거나 신경 쓰지 않다.
ลืม, ลืมเลือน
ไม่ใส่ใจหรือปล่อยวางความเจ็บปวด ความยากลำบากหรือเรื่องที่ไม่ดีในจิตใจไป

-을 수 있다 : 어떤 행동이나 상태가 가능함을 나타내는 표현.
น่า(จะ), อาจ(จะ), คง(จะ), เป็นไปได้, มีสิทธิ์
สำนวนที่แสดงว่าการกระทำหรือสภาพใด ๆ อาจเกิดขึ้นได้

-을까요 : (두루높임으로) 아직 일어나지 않았거나 모르는 일에 대해서 말하는 사람이 추측하며 질문할 때 쓰는 표현.
...ไหมนะคะ(ครับ), ...หรือเปล่าคะ(ครับ), ...หรือเปล่านะคะ(ครับ)
(ใช้ในการยกย่องอย่างไม่เป็นทางการ)สำนวนที่ใช้เมื่อผู้พูดสันนิษฐานแล้วถามคำถามเกี่ยวกับเรื่องที่ยังไม่เกิดหรือไม่รู้

버리+[고 싶]+[은 것]+이 <u>가득하+여서</u>

가득해서

버리다 (คำกริยา) : 마음속에 가졌던 생각을 스스로 잊다.
ทิ้ง, ละทิ้ง(ความคิด), เลิก(คิด)
ลืมความคิดที่อยู่ภายในจิตใจไปเอง

-고 싶다 : 앞의 말이 나타내는 행동을 하기를 원함을 나타내는 표현.
อยาก..., ต้องการ...
สำนวนที่แสดงความต้องการที่จะกระทำสิ่งที่ปรากฏในคำพูดข้างหน้า

-은 것 : 명사가 아닌 것을 문장에서 명사처럼 쓰이게 하거나 '이다' 앞에 쓰일 수 있게 할 때 쓰는 표현.
การ..., ความ...
สำนวนที่ทำให้คำที่ไม่ใช่คำนามใช้เหมือนคำนามในประโยคหรือทำให้ใช้วางไว้หน้า '이다' ได้

이 : 어떤 상태나 상황의 대상이나 동작의 주체를 나타내는 조사.
ตัวชี้ประธาน
คำชี้ที่ใช้แสดงสิ่งที่อยู่ในสถานการณ์หรือสภาพใด ๆ หรือผู้ที่เป็นประธานของอากัปกริยา

가득하다 **(คำคุณศัพท์)** : 어떤 감정이나 생각이 강하다.
อย่างเต็มที่, อย่างหนักแน่น
อารมณ์หรือความคิดใด ๆ ที่ลึกซึ้ง

-여서 : 이유나 근거를 나타내는 연결 어미.
เพราะ..จึง...
วิภัตติปัจจัยเชื่อมระหว่างประโยคที่แสดงเหตุผลหรือสาเหตุ

뜨겁(뜨거우)+었던 가슴, 마지막 온기+가 사라지+[기 전에]
뜨거웠던

뜨겁다 **(คำคุณศัพท์)** : (비유적으로) 감정이나 열정 등이 격렬하고 강하다.
ร้อนแรง, รุนแรง, ดุเดือด
(ในเชิงเปรียบเทียบ)ความรู้สึกหรือความคลั่งไคล้ เป็นต้น ที่รุนแรงและมีพลัง

-었던 : 과거의 사건이나 상태를 다시 떠올리거나 그 사건이나 상태가 완료되지 않고 중단되었다는 의미를 나타내는 표현.
ที่เคย...
สำนวนที่แสดงความหมายว่านึกถึงสภาพหรือเหตุการณ์ในอดีตอีกครั้งหรือสภาพหรือเหตุการณ์ดังกล่าวไม่เสร็จสมบูรณ์และหยุดชะงัก

가슴 **(คำนาม)** : 마음이나 느낌.
ใจ, อก, หัวอก
ความรู้สึกหรือจิตใจ

마지막 **(คำนาม)** : 시간이나 순서의 맨 끝.
สุดท้าย, ตอนสุดท้าย, วาระสุดท้าย, ครั้งสุดท้าย, อวสาน, ท้ายที่สุด
หลังสุดของลำดับหรือช่วงเวลา

온기 **(คำนาม)** : (비유적으로) 다정하거나 따뜻하게 베푸는 분위기나 마음.
ไออุ่น
(ในเชิงเปรียบเทียบ)จิตใจหรือบรรยากาศที่แบ่งปันกันอย่างอบอุ่นหรือโอบอ้อมอารี

가 : 어떤 상태나 상황에 놓인 대상이나 동작의 주체를 나타내는 조사.
คำชี้ประธาน
คำชี้ที่ใช้แสดงสิ่งที่อยู่ในสถานการณ์หรือสภาพใด ๆ หรือผู้ที่เป็นประธานของอากัปกริยา

사라지다 **(คำกริยา)** : 생각이나 감정 등이 없어지다.
(ความคิด, ความรู้สึก)หายไป
ความคิดหรือความรู้สึก เป็นต้น หายไป

-기 전에 : 뒤에 오는 말이 나타내는 행동이 앞에 오는 말이 나타내는 행동보다 앞서는 것을 나타내는 표현.
(ประโยคหลัง)ก่อน(ประโยคหน้า), (ประโยคหลัง)ก่อนที่จะ(ประโยคหลัง)
สำนวนที่แสดงว่าการกระทำที่คำพูดที่ตามมาข้างหลังแสดงไว้นั้นมาก่อนการกระทำที่คำพูดข้างหน้าแสดงไว้

누구+라도 독하+ㄴ 술 한 잔 따르(따ㄹ)+[아 주]+어요.
독한 따라 줘요

누구 (สรรพนาม) : 정해지지 않은 어떤 사람을 가리키는 말.
ใคร ๆ
คำที่ใช้เรียกคนใดที่ไม่ได้เฉพาะเจาะจง

라도 : 그것이 최선은 아니나 여럿 중에서는 그런대로 괜찮음을 나타내는 조사.
แม้ว่า..., แม้ว่าจะ..., ถึงว่าจะ..., ...สัก...ก็ดี
คำชี้ที่แสดงว่าแม้สิ่งนั้นไม่ใช่สิ่งที่ดีที่สุด แต่พอใช้ได้ตามนั้นจากในบรรดาหลาย ๆ สิ่ง

독하다 (คำคุณศัพท์) : 맛이나 냄새 등이 지나치게 자극적이다.
เข้ม, จัด, แรง, ฉุน, แก่
รสชาติ กลิ่น หรือสิ่งอื่นฉุนเกินไป

-ㄴ : 앞의 말이 관형어의 기능을 하게 만들고 현재의 상태를 나타내는 어미.
...ที่
วิภัตติปัจจัยที่ทำให้คำพูดข้างหน้าทำหน้าที่เป็นคุณศัพท์ขยายนามและแสดงถึงสภาพที่เป็นอยู่ในปัจจุบัน

술 (คำนาม) : 맥주나 소주 등과 같이 알코올 성분이 들어 있어서 마시면 취하는 음료.
เหล้า, สุรา, น้ำเมา
เครื่องดื่มชนิดหนึ่งทำให้เกิดอาการมึนเมาเมื่อดื่มเพราะมีแอลกอฮอล์เป็นส่วนผสม เช่น เบียร์หรือโซจู เป็นต้น

한 (คุณศัพท์) : 하나의.
หนึ่ง
อันหนึ่ง

잔 (คำนาม) : 음료나 술 등을 담은 그릇을 기준으로 그 분량을 세는 단위.
ถ้วย, แก้ว(ลักษณนาม)
หน่วยนับจำนวนที่มีแก้วใส่เครื่องดื่ม เหล้า เป็นต้น เป็นเกณฑ์

따르다 (คำกริยา) : 액체가 담긴 물건을 기울여 액체를 밖으로 조금씩 흐르게 하다.
เท, ริน
ทำให้สิ่งของที่ใส่ของเหลวไว้เอียงและให้ของเหลวไหลออกมาข้างนอกทีละนิด

-아 주다 : 남을 위해 앞의 말이 나타내는 행동을 함을 나타내는 표현.
ช่วย..., ช่วย...ให้
สำนวนที่แสดงว่าทำการกระทำที่ปรากฏในคำพูดข้างหน้าเพื่อผู้อื่น

-어요 : (두루높임으로) 어떤 사실을 서술하거나 질문, 명령, 권유함을 나타내는 종결 어미.
วิภัตติปัจจัยลงท้ายประโยคที่ใช้ในการยกย่องโดยทั่วไป
(ใช้ในการยกย่องอย่างไม่เป็นทางการ) วิภัตติปัจจัยลงท้ายประโยคที่แสดงการบอกเล่า การถาม การสั่ง หรือการชักชวนเรื่องใด ๆ
<คำสั่ง>

< 후렴(สร้อยเพลง) >

이제+부터 하얗(하야)+ㄴ 여백+에 가득 차+ㄴ

하얀 찬

이제 (คำนาม) : 말하고 있는 바로 이때.
ตอนนี้, ขณะนี้, เวลานี้, บัดนี้
ตอนนี้ที่กำลังพูดอยู่

부터 : 어떤 일의 시작이나 처음을 나타내는 조사.
ตั้งแต่..., จาก...
คำชี้ที่แสดงการเริ่มต้นหรือครั้งแรกของงานใด ๆ

하얗다 (คำคุณศัพท์) : 눈이나 우유의 빛깔과 같이 밝고 선명하게 희다.
สีขาว
ขาวอย่างใสและสว่างราวกับสีของหิมะหรือนม

-ㄴ : 앞의 말이 관형어의 기능을 하게 만들고 현재의 상태를 나타내는 어미.
...ที่
วิภัตติปัจจัยที่ทำให้คำพูดข้างหน้าทำหน้าที่เป็นคุณศัพท์ขยายนามและแสดงถึงสภาพที่เป็นอยู่ในปัจจุบัน

여백 (คำนาม) : 종이 등에 글씨를 쓰거나 그림을 그리고 남은 빈 자리.
ช่องว่าง, ที่ว่าง
ที่ว่างที่เหลือจากการวาดภาพหรือเขียนหนังสือในกระดาษ เป็นต้น

에 : 앞말이 어떤 장소나 자리임을 나타내는 조사.
ที่...
คำชี้ที่แสดงว่าคำพูดข้างหน้าเป็นตำแหน่งหรือสถานที่ใด ๆ

가득 (คำวิเศษณ์) : 어떤 감정이나 생각이 강한 모양.
อย่างเต็มที่, อย่างหนักแน่น
ลักษณะที่มีความรู้สึกหรือความคิดบางอย่างที่หนักแน่น

차다 (คำกริยา) : 감정이나 느낌 등이 가득하게 되다.
แน่น, เต็ม, เต็มเปี่ยม, เต็มไปด้วย
เต็มเปี่ยมไปด้วยความรู้สึกหรืออารมณ์ เป็นต้น

-ㄴ : 앞의 말이 관형어의 기능을 하게 만들고 사건이나 동작이 완료되어 그 상태가 유지되고 있음을 나타내는 어미.
ที่..., ...อยู่
วิภัตติปัจจัยที่แสดงการที่ทำให้คำพูดข้างหน้าทำหน้าที่เป็นคุณศัพท์ขยายนามและเหตุการณ์หรืออากัปกริยานั้นเสร็จสิ้นไปแล้วและยังคงสภาพดังกล่าวอย่างต่อเนื่องอยู่

내+가 모르+는 나+를 지우+[ㄹ 것(거)]+이+에요.

지울 거예요

내 (สรรพนาม) : '나'에 조사 '가'가 붙을 때의 형태.
ฉัน
รูปแบบของคำว่า '나' ที่ตามด้วยคำชี้ '가'

가 : 어떤 상태나 상황에 놓인 대상이나 동작의 주체를 나타내는 조사.
คำชี้ประธาน
คำชี้ที่ใช้แสดงสิ่งที่อยู่ในสถานการณ์หรือสภาพใด ๆ หรือผู้ที่เป็นประธานของอากัปกริยา

모르다 (คำกริยา) : 사람이나 사물, 사실 등을 알지 못하거나 이해하지 못하다.
ไม่รู้จัก, ไม่รู้, ไม่ทราบ, ไม่เข้าใจ
ไม่รู้จักหรือไม่สามารถเข้าใจคน วัตถุ หรือข้อเท็จจริง เป็นต้น

-는 : 앞의 말이 관형어의 기능을 하게 만들고 사건이나 동작이 현재 일어남을 나타내는 어미.
...ที่...
วิภัตติปัจจัยที่แสดงการที่ทำให้คำพูดข้างหน้าทำหน้าที่เป็นคุณศัพท์ขยายนามและเหตุการณ์หรืออากัปกริยาเกิดขึ้นในปัจจุบัน

나 (สรรพนาม) : 말하는 사람이 친구나 아랫사람에게 자기를 가리키는 말.
ฉัน
คำที่คนพูดใช้เรียกตนเองต่อเพื่อนหรือคนที่อายุน้อยกว่า

를 : 동작이 직접적으로 영향을 미치는 대상을 나타내는 조사.
ไม่พบคำแปล
คำชี้ที่แสดงเป้าหมายที่การกระทำส่งผลกระทบโดยตรง

지우다 (คำกริยา) : 생각이나 기억을 없애거나 잊다.
ลบ, ลืม
ลบหรือลืมความคิดหรือความทรงจำ

-ㄹ 것 : 명사가 아닌 것을 문장에서 명사처럼 쓰이게 하거나 '이다' 앞에 쓰일 수 있게 할 때 쓰는 표현.
สิ่งที่จะ.., อะไรที่จะ.., จะ..
สำนวนที่ทำให้คำที่ไม่ใช่คำนามใช้เหมือนคำนามในประโยคหรือทำให้ใช้วางไว้หน้า '이다' ได้

이다 : 주어가 지시하는 대상의 속성이나 부류를 지정하는 뜻을 나타내는 서술격 조사.
เป็น
คำชี้ภาคแสดงการกที่แสดงความหมายที่กำหนดประเภทหรือคุณสมบัติของเป้าหมายที่ประธานบ่งชี้

-에요 : (두루높임으로) 어떤 사실을 서술하거나 질문함을 나타내는 종결 어미.
วิภัตติปัจจัยลงท้ายประโยคที่ใช้ในการยกย่องโดยทั่วไป
(ใช้ในการยกย่องอย่างไม่เป็นทางการ) วิภัตติปัจจัยลงท้ายประโยคที่แสดงการบอกเล่าหรือการถามถึงสิ่งใด ๆ <การพูดตามลำดับ>

오늘+은 꼭 당신+이 따르(따르)+[아 주]+ㄴ
따라 준

오늘 (คำนาม) : 지금 지나가고 있는 이날.
วันนี้
วันนี้ที่กำลังผ่านไปตอนนี้

은 : 문장 속에서 어떤 대상이 화제임을 나타내는 조사.
ตัวชี้หัวเรื่อง
คำชี้ที่แสดงว่าเป้าหมายใด ๆ เป็นหัวข้อเรื่องในประโยค

꼭 (คำวิเศษณ์) : 어떤 일이 있어도 반드시.
อย่างแน่นอน, ทีเดียว, ต้อง...ให้ได้, ด้วยวิธีใดก็ตาม
ถึงแม้ว่าจะมีเรื่องใดก็ตามก็ต้อง

당신 (สรรพนาม) : (조금 높이는 말로) 듣는 사람을 가리키는 말.
คุณ
(ใช้ในการยกย่องเล็กน้อยและเป็นทางการ)คำที่ใช้เรียกผู้ฟัง

이 : 어떤 상태나 상황의 대상이나 동작의 주체를 나타내는 조사.
ตัวชี้ประธาน
คำชี้ที่ใช้แสดงสิ่งที่อยู่ในสถานการณ์หรือสภาพใด ๆ หรือผู้ที่เป็นประธานของอากัปกริยา

따르다 (คำกริยา) : 액체가 담긴 물건을 기울여 액체를 밖으로 조금씩 흐르게 하다.
เท, ริน
ทำให้สิ่งของที่ใส่ของเหลวไว้เอียงและให้ของเหลวไหลออกมาข้างนอกทีละนิด

-아 주다 : 남을 위해 앞의 말이 나타내는 행동을 함을 나타내는 표현.
ช่วย..., ช่วย...ให้
สำนวนที่แสดงว่าทำการกระทำที่ปรากฏในคำพูดข้างหน้าเพื่อผู้อื่น

-ㄴ : 앞의 말이 관형어의 기능을 하게 만들고 사건이나 동작이 완료되어 그 상태가 유지되고 있음을 나타내는 어미.
ที่..., ...อยู่
วิภัตติปัจจัยที่แสดงการที่ทำให้คำพูดข้างหน้าทำหน้าที่เป็นคุณศัพท์ขยายนามและเหตุการณ์หรืออาการกิริยานั้นเสร็จสิ้นไปแล้วและยังคงสภาพดังกล่าวอย่างต่อเนื่องอยู่

한 잔+의 가득하+ㄴ 독주+를 비우+[ㄹ 것(거)]+이+에요.
가득한 비울 거예요

한 (คุณศัพท์) : 하나의.
หนึ่ง
อันหนึ่ง

잔 (คำนาม) : 음료나 술 등을 담은 그릇을 기준으로 그 분량을 세는 단위.
ถ้วย, แก้ว(ลักษณนาม)
หน่วยนับจำนวนที่มีแก้วใส่เครื่องดื่ม เหล้า เป็นต้น เป็นเกณฑ์

의 : 앞의 말이 뒤의 말에 대하여 속성이나 수량을 한정하거나 같은 자격임을 나타내는 조사.
ที่..., ที่เป็น...
คำชี้ที่แสดงว่าคำพูดข้างหน้าเป็นคุณสมบัติที่เหมือนกันหรือกำหนดปริมาณหรือคุณสมบัติต่อคำพูดข้างหลัง

가득하다 (คำคุณศัพท์) : 양이나 수가 정해진 범위에 꽉 차 있다.
เต็ม, เต็มเปี่ยม, เต็มปรี่, เอ่อ
จำนวนหรือปริมาณมีอยู่อย่างเต็มเปี่ยมตามขอบเขตที่ถูกกำหนด

-ㄴ : 앞의 말이 관형어의 기능을 하게 만들고 현재의 상태를 나타내는 어미.
...ที่
วิภัตติปัจจัยที่ทำให้คำพูดข้างหน้าทำหน้าที่เป็นคุณศัพท์ขยายนามและแสดงถึงสภาพที่เป็นอยู่ในปัจจุบัน

독주 (คำนาม) : 매우 독한 술.
เหล้าแรง, เหล้าดีกรีแรง
เหล้าที่แรงมาก

를 : 동작이 직접적으로 영향을 미치는 대상을 나타내는 조사.
ไม่พบคำแปล
คำชี้ที่แสดงเป้าหมายที่การกระทำส่งผลกระทบโดยตรง

비우다 (คำกริยา) : 안에 든 것을 없애 속을 비게 하다.
ทำให้ว่างเปล่า, ทำให้หมดไป
ทำให้ข้างในว่างโดยทำให้สิ่งของที่อยู่ด้านในหมดไป

-ㄹ 것 : 명사가 아닌 것을 문장에서 명사처럼 쓰이게 하거나 '이다' 앞에 쓰일 수 있게 할 때 쓰는 표현.
สิ่งที่จะ..., อะไรที่จะ..., จะ..
สำนวนที่ทำให้คำที่ไม่ใช่คำนามใช้เหมือนคำนามในประโยคหรือทำให้ใช้วางไว้หน้า '이다' ได้

이다 : 주어가 지시하는 대상의 속성이나 부류를 지정하는 뜻을 나타내는 서술격 조사.
เป็น
คำชี้ภาคแสดงการกที่แสดงความหมายที่กำหนดประเภทหรือคุณสมบัติของเป้าหมายที่ประธานบ่งชี้

-에요 : (두루높임으로) 어떤 사실을 서술하거나 질문함을 나타내는 종결 어미.
วิภัตติปัจจัยลงท้ายประโยคที่ใช้ในการยกย่องโดยทั่วไป
(ใช้ในการยกย่องอย่างไม่เป็นทางการ) วิภัตติปัจจัยลงท้ายประโยคที่แสดงการบอกเล่าหรือการถามถึงสิ่งใด ๆ <การพูดตามลำดับ>

< 2 절(ท่อนเพลง) >

누구+라도 술 한 잔 따르(따ㄹ)+[아 주]+어요.
따라 줘요

누구 (สรรพนาม) : 정해지지 않은 어떤 사람을 가리키는 말.
ใคร ๆ
คำที่ใช้เรียกคนใดที่ไม่ได้เฉพาะเจาะจง

라도 : 그것이 최선은 아니나 여럿 중에서는 그런대로 괜찮음을 나타내는 조사.
แม้ว่า..., แม้ว่าจะ..., ถึงว่าจะ..., ...สัก...ก็ดี
คำชี้ที่แสดงว่าแม้สิ่งนั้นไม่ใช่สิ่งที่ดีที่สุด แต่พอใช้ได้ตามนั้นจากในบรรดาหลาย ๆ สิ่ง

술 (คำนาม) : 맥주나 소주 등과 같이 알코올 성분이 들어 있어서 마시면 취하는 음료.
เหล้า, สุรา, น้ำเมา
เครื่องดื่มชนิดหนึ่งทำให้เกิดอาการมึนเมาเมื่อดื่มเพราะมีแอลกอฮอล์เป็นส่วนผสม เช่น เบียร์หรือโซจู เป็นต้น

한 (คุณศัพท์) : 하나의.
หนึ่ง
อันหนึ่ง

잔 (คำนาม) : 음료나 술 등을 담은 그릇을 기준으로 그 분량을 세는 단위.
ถ้วย, แก้ว(ลักษณนาม)
หน่วยนับจำนวนที่มีแก้วใส่เครื่องดื่ม เหล้า เป็นต้น เป็นเกณฑ์

따르다 (คำกริยา) : 액체가 담긴 물건을 기울여 액체를 밖으로 조금씩 흐르게 하다.
เท, ริน
ทำให้สิ่งของที่ใส่ของเหลวไว้เอียงและให้ของเหลวไหลออกมาข้างนอกทีละนิด

-아 주다 : 남을 위해 앞의 말이 나타내는 행동을 함을 나타내는 표현.
ช่วย..., ช่วย...ให้
สำนวนที่แสดงว่าทำการกระทำที่ปรากฏในคำพูดข้างหน้าเพื่อผู้อื่น

-어요 : (두루높임으로) 어떤 사실을 서술하거나 질문, 명령, 권유함을 나타내는 종결 어미.
วิภัตติปัจจัยลงท้ายประโยคที่ใช้ในการยกย่องโดยทั่วไป
(ใช้ในการยกย่องอย่างไม่เป็นทางการ) วิภัตติปัจจัยลงท้ายประโยคที่แสดงการบอกเล่า การถาม การสั่ง หรือการชักชวนเรื่องใด ๆ
<คำสั่ง>

추억+에 <u>취하</u>+여 비틀거리+[기 전에]
취해

추억 (คำนาม) : 지나간 일을 생각함. 또는 그런 생각이나 일.
ความทรงจำ, ความหลัง
การคิดถึงเรื่องที่ผ่านไปแล้ว หรือความคิดหรือเรื่องดังกล่าว

에 : 앞말이 어떤 행위나 감정 등의 대상임을 나타내는 조사.
ต่อ..., ต่อการ..., กับ...
คำชี้ที่แสดงว่าคำพูดข้างหน้าเป็นเป้าหมายของความรู้สึกหรือการกระทำใด ๆ เป็นต้น

취하다 (คำกริยา) : 무엇에 매우 깊이 빠져 마음을 빼앗기다.
หลง, ลุ่มหลง, หลงใหล, มัวเมา
หลงใหลในบางสิ่งเป็นอย่างมาก แล้วจึงถูกยึดจิตใจ

-여 : 앞에 오는 말이 뒤에 오는 말에 대한 원인이나 이유임을 나타내는 연결 어미.
เพราะ...จึง...
วิภัตติปัจจัยเชื่อมระหว่างประโยคที่แสดงการที่คำพูดข้างหน้าเป็นสาเหตุหรือเหตุผลของคำพูดตามมาข้างหลัง

비틀거리다 (คำกริยา) : 몸을 가누지 못하고 계속 이리저리 쓰러질 듯이 걷다.
เดินโซเซ, เดินกระโซกระเซ, เดินตุปัดตุเป
เดินราวกับจะล้มลงอย่างต่อเนื่อง โดยไม่สามารถทรงตัวได้

-기 전에 : 뒤에 오는 말이 나타내는 행동이 앞에 오는 말이 나타내는 행동보다 앞서는 것을 나타내는 표현.
(ประโยคหลัง)ก่อน(ประโยคหน้า), (ประโยคหลัง)ก่อนที่จะ(ประโยคหลัง)
สำนวนที่แสดงว่าการกระทำที่คำพูดที่ตามมาข้างหลังแสดงไว้นั้นมาก่อนการกระทำที่คำพูดข้างหน้าแสดงไว้

이 한 잔 마시+[고 나]+면 지우+[ㄹ 수 있]+을까요?

지울 수 있을까요

이 (คุณศัพท์) : 바로 앞에서 이야기한 대상을 가리킬 때 쓰는 말.
นี้
คำที่ใช้ตอนที่เรียกบ่งชี้สิ่งที่ข้างหน้าเองที่พูดถึง

한 (คุณศัพท์) : 하나의.
หนึ่ง
อันหนึ่ง

잔 (คำนาม) : 음료나 술 등을 담은 그릇을 기준으로 그 분량을 세는 단위.
ถ้วย, แก้ว(ลักษณนาม)
หน่วยนับจำนวนที่มีแก้วใส่เครื่องดื่ม เหล้า เป็นต้น เป็นเกณฑ์

마시다 (คำกริยา) : 물 등의 액체를 목구멍으로 넘어가게 하다.
ดื่ม, กิน
ทำให้ของเหลว น้ำ เป็นต้น ผ่านลำคอไป

-고 나다 : 앞에 오는 말이 나타내는 행동이 끝났음을 나타내는 표현.
(ประโยคหลัง)หลังจากที่(ประโยคหน้า), พอ...แล้ว ก็...
สำนวนที่แสดงการสิ้นสุดของการกระทำที่ปรากฏออกมาในคำพูดข้างหน้า

-면 : 뒤에 오는 말에 대한 근거나 조건이 됨을 나타내는 연결 어미.
ถ้า...
วิภัตติปัจจัยเชื่อมระหว่างประโยคที่แสดงถึงการที่กลายเป็นสาเหตุหรือเงื่อนไขเกี่ยวกับคำพูดตามมาข้างหลัง

지우다 (คำกริยา) : 생각이나 기억을 없애거나 잊다.
ลบ, ลืม
ลบหรือลืมความคิดหรือความทรงจำ

-ㄹ 수 있다 : 어떤 행동이나 상태가 가능함을 나타내는 표현.
น่า(จะ), อาจ(จะ), คง(จะ), เป็นไปได้, มีสิทธิ์
สำนวนที่แสดงว่าการกระทำหรือสภาพใด ๆ อาจเกิดขึ้นได้

-을까요 : (두루높임으로) 아직 일어나지 않았거나 모르는 일에 대해서 말하는 사람이 추측하며 질문할 때 쓰는 표현.
...ไหมนะคะ(ครับ), ...หรือเปล่าคะ(ครับ), ...หรือเปล่านะคะ(ครับ)
(ใช้ในการยกย่องอย่างไม่เป็นทางการ) สำนวนที่ใช้เมื่อผู้พูดสันนิษฐานแล้วถามคำถามเกี่ยวกับเรื่องที่ยังไม่เกิดหรือไม่รู้

그리움+에 취하+여 잠들+[기 전에]
취해

그리움 (คำนาม) : 어떤 대상을 몹시 보고 싶어 하는 안타까운 마음.
ความคิดถึง, ความอาลัย, ความคะนึงถึง, การเฝ้าแต่คิดถึง
ความรู้สึกอาลัยอาวรณ์ที่อยากพบผู้ใดเป็นอย่างยิ่ง

에 : 앞말이 어떤 행위나 감정 등의 대상임을 나타내는 조사.
ต่อ..., ต่อการ..., กับ...
คำชี้ที่แสดงว่าคำพูดข้างหน้าเป็นเป้าหมายของความรู้สึกหรือการกระทำใด ๆ เป็นต้น

취하다 (คำกริยา) : 무엇에 매우 깊이 빠져 마음을 빼앗기다.
หลง, ลุ่มหลง, หลงใหล, มัวเมา
หลงใหลในบางสิ่งเป็นอย่างมาก แล้วจึงถูกยึดจิตใจ

-여 : 앞에 오는 말이 뒤에 오는 말에 대한 원인이나 이유임을 나타내는 연결 어미.
เพราะ...จึง...
วิภัตติปัจจัยเชื่อมระหว่างประโยคที่แสดงการที่คำพูดข้างหน้าเป็นสาเหตุหรือเหตุผลของคำพูดตามมาข้างหลัง

잠들다 (คำกริยา) : 잠을 자는 상태가 되다.
หลับไป, ผล็อยหลับไป
เข้าสู่สภาพนอนหลับ

-기 전에 : 뒤에 오는 말이 나타내는 행동이 앞에 오는 말이 나타내는 행동보다 앞서는 것을 나타내는 표현.
(ประโยคหลัง)ก่อน(ประโยคหน้า), (ประโยคหลัง)ก่อนที่จะ(ประโยคหลัง)
สำนวนที่แสดงว่าการกระทำที่คำพูดที่ตามมาข้างหลังแสดงไว้นั้นมาก่อนการกระทำที่คำพูดข้างหน้าแสดงไว้

아직 어제+를 살+[고 있]+는 이 꿈속+에서 깨+[지 않]+도록

아직 (คำวิเศษณ์) : 어떤 일이나 상태 또는 어떻게 되기까지 시간이 더 지나야 함을 나타내거나, 어떤 일이나 상태가 끝나지 않고 계속 이어지고 있음을 나타내는 말.
ยัง, ยัง...อยู่
คำที่แสดงถึงว่างานหรือสภาพใดๆ ต้องผ่านเวลาไปอีกต่อไปจนกว่าจะเป็นอย่างไร หรือการที่งานหรือสภาพใดๆ ยังดำเนินต่อไปอยู่โดยไม่จบสิ้น

어제 (คำนาม) : 지나간 때.
ที่ผ่านมา, แต่ก่อน
ตอนที่ได้ผ่านไปแล้ว

를 : 동작이 직접적으로 영향을 미치는 대상을 나타내는 조사.
ไม่พบคำแปล
คำชี้ที่แสดงเป้าหมายที่การกระทำส่งผลกระทบโดยตรง

살다 (คำกริยา) : 사람이 생활을 하다.
ใช้ชีวิต, มีชีวิต, ดำรงชีพ
คนใช้ชีวิต

-고 있다 : 앞의 말이 나타내는 행동이 계속 진행됨을 나타내는 표현.
กำลัง...อยู่
สำนวนที่แสดงว่าการกระทำที่ปรากฏในคำพูดข้างหน้าได้ดำเนินอย่างต่อเนื่อง

-는 : 앞의 말이 관형어의 기능을 하게 만들고 사건이나 동작이 현재 일어남을 나타내는 어미.
...ที่...
วิภัตติปัจจัยที่แสดงการที่ทำให้คำพูดข้างหน้าทำหน้าที่เป็นคุณศัพท์ขยายนามและเหตุการณ์หรืออากัปกิริยาเกิดขึ้นในปัจจุบัน

이 (คุณศัพท์) : 말하는 사람에게 가까이 있거나 말하는 사람이 생각하고 있는 대상을 가리킬 때 쓰는 말.
นี่
คำที่ใช้ตอนที่บ่งชี้สิ่งที่ผู้พูดกำลังคิดอยู่หรือสิ่งที่อยู่ใกล้กับผู้พูด

꿈속 (คำนาม) : 현실과 동떨어진 환상 속.
ในความฝัน, ในจินตนาการ
ในจินตนาการที่ห่างไกลจากความเป็นจริง

에서 : 앞말이 행동이 이루어지고 있는 장소임을 나타내는 조사.
ที่...
คำชี้ที่แสดงว่าคำพูดข้างหน้าเป็นสถานที่ที่การกระทำบรรลุผล

깨다 (คำกริยา) : 잠이 든 상태에서 벗어나 정신을 차리다. 또는 그렇게 하다.
ตื่น, ตื่นนอน, ทำให้ตื่น, ทำให้ตื่นนอน
พ้นจากสภาพที่นอนหลับและมีสติสัมปชัญญะ หรือทำให้เป็นเช่นนั้น

-지 않다 : 앞의 말이 나타내는 행위나 상태를 부정하는 뜻을 나타내는 표현.
ไม่...
สำนวนที่ใช้แสดงความหมายปฏิเสธการกระทำหรือสภาพที่ปรากฏในคำพูดข้างหน้า

-도록 : 앞에 오는 말이 뒤에 오는 말에 대한 목적이나 결과, 방식, 정도임을 나타내는 연결 어미.
เพื่อให้...
วิภัตติปัจจัยเชื่อมระหว่างประโยคที่แสดงว่าคำพูดข้างหน้าเป็นจุดประสงค์ ผลลัพธ์ วิธีการ หรือระดับของคำพูดที่ตามมาข้างหลัง
<วัตถุประสงค์>

누구+라도 지독하+ㄴ 술 한 잔 따르(따르)+[아 주]+어요.

지독한　　　　　　　　따라 줘요

누구 (สรรพนาม) : 정해지지 않은 어떤 사람을 가리키는 말.
ใคร ๆ
คำที่ใช้เรียกคนใดที่ไม่ได้เฉพาะเจาะจง

라도 : 그것이 최선은 아니나 여럿 중에서는 그런대로 괜찮음을 나타내는 조사.
แม้ว่า..., แม้ว่าจะ..., ถึงว่าจะ..., ...สัก...ก็ดี
คำชี้ที่แสดงว่าแม้สิ่งนั้นไม่ใช่สิ่งที่ดีที่สุด แต่พอใช้ได้ตามนั้นจากในบรรดาหลาย ๆ สิ่ง

지독하다 (คำคุณศัพท์) : 맛이나 냄새 등이 해롭거나 참기 어려울 정도로 심하다.
แรง, รุนแรง
รสชาติหรือกลิ่น เป็นต้นมีจุดที่รุนแรงจนขนาดเป็นพิษหรือทนได้ยาก

-ㄴ : 앞의 말이 관형어의 기능을 하게 만들고 현재의 상태를 나타내는 어미.
...ที่
วิภัตติปัจจัยที่ทำให้คำพูดข้างหน้าทำหน้าที่เป็นคุณศัพท์ขยายนามและแสดงถึงสภาพที่เป็นอยู่ในปัจจุบัน

술 (คำนาม) : 맥주나 소주 등과 같이 알코올 성분이 들어 있어서 마시면 취하는 음료.
เหล้า, สุรา, น้ำเมา
เครื่องดื่มชนิดหนึ่งทำให้เกิดอาการมึนเมาเมื่อดื่มเพราะมีแอลกอฮอล์เป็นส่วนผสม เช่น เบียร์หรือโซจู เป็นต้น

한 (คุณศัพท์) : 하나의.
หนึ่ง
อันหนึ่ง

잔 (คำนาม) : 음료나 술 등을 담은 그릇을 기준으로 그 분량을 세는 단위.
ถ้วย, แก้ว(ลักษณนาม)
หน่วยนับจำนวนที่มีแก้วใส่เครื่องดื่ม เหล้า เป็นต้น เป็นเกณฑ์

따르다 (คำกริยา) : 액체가 담긴 물건을 기울여 액체를 밖으로 조금씩 흐르게 하다.
เท, ริน
ทำให้สิ่งของที่ใส่ของเหลวไว้เอียงและให้ของเหลวไหลออกมาข้างนอกทีละนิด

-아 주다 : 남을 위해 앞의 말이 나타내는 행동을 함을 나타내는 표현.
ช่วย..., ช่วย...ให้
สำนวนที่แสดงว่าทำการกระทำที่ปรากฏในคำพูดข้างหน้าเพื่อผู้อื่น

-어요 : (두루높임으로) 어떤 사실을 서술하거나 질문, 명령, 권유함을 나타내는 종결 어미.
วิภัตติปัจจัยลงท้ายประโยคที่ใช้ในการยกย่องโดยทั่วไป
(ใช้ในการยกย่องอย่างไม่เป็นทางการ) วิภัตติปัจจัยลงท้ายประโยคที่แสดงการบอกเล่า การถาม การสั่ง หรือการชักชวนเรื่องใด ๆ
<คำสั่ง>

< 후렴(สร้อยเพลง) >

이제+부터 하얗(하야)+ㄴ 여백+에 가득 차+ㄴ

하얀 찬

이제 (คำนาม) : 말하고 있는 바로 이때.
ตอนนี้, ขณะนี้, เวลานี้, บัดนี้
ตอนนี้ที่กำลังพูดอยู่

부터 : 어떤 일의 시작이나 처음을 나타내는 조사.
ตั้งแต่..., จาก...
คำชี้ที่แสดงการเริ่มต้นหรือครั้งแรกของงานใด ๆ

하얗다 (คำคุณศัพท์) : 눈이나 우유의 빛깔과 같이 밝고 선명하게 희다.
สีขาว
ขาวอย่างใสและสว่างราวกับสีของหิมะหรือนม

-ㄴ : 앞의 말이 관형어의 기능을 하게 만들고 현재의 상태를 나타내는 어미.
...ที่
วิภัตติปัจจัยที่ทำให้คำพูดข้างหน้าทำหน้าที่เป็นคุณศัพท์ขยายนามและแสดงถึงสภาพที่เป็นอยู่ในปัจจุบัน

여백 (คำนาม) : 종이 등에 글씨를 쓰거나 그림을 그리고 남은 빈 자리.
ช่องว่าง, ที่ว่าง
ที่ว่างที่เหลือจากการวาดภาพหรือเขียนหนังสือในกระดาษ เป็นต้น

에 : 앞말이 어떤 장소나 자리임을 나타내는 조사.
ที่...
คำชี้ที่แสดงว่าคำพูดข้างหน้าเป็นตำแหน่งหรือสถานที่ใด ๆ

가득 (คำวิเศษณ์) : 어떤 감정이나 생각이 강한 모양.
อย่างเต็มที่, อย่างหนักแน่น
ลักษณะที่มีความรู้สึกหรือความคิดบางอย่างที่หนักแน่น

차다 (คำกริยา) : 감정이나 느낌 등이 가득하게 되다.
แน่น, เต็ม, เต็มเปี่ยม, เต็มไปด้วย
เต็มเปี่ยมไปด้วยความรู้สึกหรืออารมณ์ เป็นต้น

-ㄴ : 앞의 말이 관형어의 기능을 하게 만들고 사건이나 동작이 완료되어 그 상태가 유지되고 있음을 나타내는 어미.
ที่..., ...อยู่
วิภัตติปัจจัยที่แสดงการที่ทำให้คำพูดข้างหน้าทำหน้าที่เป็นคุณศัพท์ขยายนามและเหตุการณ์หรืออากัปกิริยานั้นเสร็จสิ้นไปแล้วและยังคงสภาพดังกล่าวอย่างต่อเนื่องอยู่

내+가 모르+는 나+를 지우+[ㄹ 것(거)]+이+에요.

지울 거예요

내 (สรรพนาม) : '나'에 조사 '가'가 붙을 때의 형태.
ฉัน
รูปแบบของคำว่า '나' ที่ตามด้วยคำชี้ '가'

가 : 어떤 상태나 상황에 놓인 대상이나 동작의 주체를 나타내는 조사.
คำชี้ประธาน
คำชี้ที่ใช้แสดงสิ่งที่อยู่ในสถานการณ์หรือสภาพใด ๆ หรือผู้ที่เป็นประธานของอากัปกริยา

모르다 (คำกริยา) : 사람이나 사물, 사실 등을 알지 못하거나 이해하지 못하다.
ไม่รู้จัก, ไม่รู้, ไม่ทราบ, ไม่เข้าใจ
ไม่รู้จักหรือไม่สามารถเข้าใจคน วัตถุ หรือข้อเท็จจริง เป็นต้น

-는 : 앞의 말이 관형어의 기능을 하게 만들고 사건이나 동작이 현재 일어남을 나타내는 어미.
...ที่...
วิภัตติปัจจัยที่แสดงการที่ทำให้คำพูดข้างหน้าทำหน้าที่เป็นคุณศัพท์ขยายนามและเหตุการณ์หรืออากัปกิริยาเกิดขึ้นในปัจจุบัน

나 (สรรพนาม) : 말하는 사람이 친구나 아랫사람에게 자기를 가리키는 말.
ฉัน
คำที่คนพูดใช้เรียกตนเองต่อเพื่อนหรือคนที่อายุน้อยกว่า

를 : 동작이 직접적으로 영향을 미치는 대상을 나타내는 조사.
ไม่พบคำแปล
คำชี้ที่แสดงเป้าหมายที่การกระทำส่งผลกระทบโดยตรง

지우다 (คำกริยา) : 생각이나 기억을 없애거나 잊다.
ลบ, ลืม
ลบหรือลืมความคิดหรือความทรงจำ

-ㄹ 것 : 명사가 아닌 것을 문장에서 명사처럼 쓰이게 하거나 '이다' 앞에 쓰일 수 있게 할 때 쓰는 표현.
สิ่งที่จะ..., อะไรที่จะ..., จะ..
สำนวนที่ทำให้คำที่ไม่ใช่คำนามใช้เหมือนคำนามในประโยคหรือทำให้ใช้วางไว้หน้า '이다' ได้

이다 : 주어가 지시하는 대상의 속성이나 부류를 지정하는 뜻을 나타내는 서술격 조사.
เป็น
คำชี้ภาคแสดงการกที่แสดงความหมายที่กำหนดประเภทหรือคุณสมบัติของเป้าหมายที่ประธานบ่งชี้

-에요 : (두루높임으로) 어떤 사실을 서술하거나 질문함을 나타내는 종결 어미.
วิภัตติปัจจัยลงท้ายประโยคที่ใช้ในการยกย่องโดยทั่วไป
(ใช้ในการยกย่องอย่างไม่เป็นทางการ) วิภัตติปัจจัยลงท้ายประโยคที่แสดงการบอกเล่าหรือการถามถึงสิ่งใด ๆ <การพูดตามลำดับ>

오늘+은 꼭 당신+이 따르(따르)+[아 주]+ㄴ
따라 준

오늘 (คำนาม) : 지금 지나가고 있는 이날.
วันนี้
วันนี้ที่กำลังผ่านไปตอนนี้

은 : 문장 속에서 어떤 대상이 화제임을 나타내는 조사.
ตัวชี้หัวเรื่อง
คำชี้ที่แสดงว่าเป้าหมายใด ๆ เป็นหัวข้อเรื่องในประโยค

꼭 (คำวิเศษณ์) : 어떤 일이 있어도 반드시.
อย่างแน่นอน, ทีเดียว, ต้อง...ให้ได้, ด้วยวิธีใดก็ตาม
ถึงแม้ว่าจะมีเรื่องใดก็ตามก็ต้อง

당신 (สรรพนาม) : (조금 높이는 말로) 듣는 사람을 가리키는 말.
คุณ
(ใช้ในการยกย่องเล็กน้อยและเป็นทางการ)คำที่ใช้เรียกผู้ฟัง

이 : 어떤 상태나 상황의 대상이나 동작의 주체를 나타내는 조사.
ตัวชี้ประธาน
คำชี้ที่ใช้แสดงสิ่งที่อยู่ในสถานการณ์หรือสภาพใด ๆ หรือผู้ที่เป็นประธานของอากัปกริยา

따르다 (คำกริยา) : 액체가 담긴 물건을 기울여 액체를 밖으로 조금씩 흐르게 하다.
เท, ริน
ทำให้สิ่งของที่ใส่ของเหลวไว้เอียงและให้ของเหลวไหลออกมาข้างนอกทีละนิด

-아 주다 : 남을 위해 앞의 말이 나타내는 행동을 함을 나타내는 표현.
ช่วย..., ช่วย...ให้
สำนวนที่แสดงว่าทำการกระทำที่ปรากฏในคำพูดข้างหน้าเพื่อผู้อื่น

-ㄴ : 앞의 말이 관형어의 기능을 하게 만들고 사건이나 동작이 완료되어 그 상태가 유지되고 있음을 나타내는 어미.
ที่..., ...อยู่
วิภัตติปัจจัยที่แสดงการที่ทำให้คำพูดข้างหน้าทำหน้าที่เป็นคุณศัพท์ขยายนามและเหตุการณ์หรืออากัปกิริยานั้นเสร็จสิ้นไปแล้วและยังคงสภาพดังกล่าวอย่างต่อเนื่องอยู่

한 잔+의 가득하+ㄴ 독주+를 비우+[ㄹ 것(거)]+이+에요.
가득한 비울 거예요

한 (คุณศัพท์) : 하나의.
หนึ่ง
อันหนึ่ง

잔 (คำนาม) : 음료나 술 등을 담은 그릇을 기준으로 그 분량을 세는 단위.
ถ้วย, แก้ว(ลักษณนาม)
หน่วยนับจำนวนที่มีแก้วใส่เครื่องดื่ม เหล้า เป็นต้น เป็นเกณฑ์

의 : 앞의 말이 뒤의 말에 대하여 속성이나 수량을 한정하거나 같은 자격임을 나타내는 조사.
ที่..., ที่เป็น...
คำชี้ที่แสดงว่าคำพูดข้างหน้าเป็นคุณสมบัติที่เหมือนกันหรือกำหนดปริมาณหรือคุณสมบัติต่อคำพูดข้างหลัง

가득하다 (คำคุณศัพท์) : 양이나 수가 정해진 범위에 꽉 차 있다.
เต็ม, เต็มเปี่ยม, เต็มปรี่, เอ่อ
จำนวนหรือปริมาณมีอยู่อย่างเต็มเปี่ยมตามขอบเขตที่ถูกกำหนด

-ㄴ : 앞의 말이 관형어의 기능을 하게 만들고 현재의 상태를 나타내는 어미.
...ที่
วิภัตติปัจจัยที่ทำให้คำพูดข้างหน้าทำหน้าที่เป็นคุณศัพท์ขยายนามและแสดงถึงสภาพที่เป็นอยู่ในปัจจุบัน

독주 (คำนาม) : 매우 독한 술.
เหล้าแรง, เหล้าดีกรีแรง
เหล้าที่แรงมาก

를 : 동작이 직접적으로 영향을 미치는 대상을 나타내는 조사.
ไม่พบคำแปล
คำชี้ที่แสดงเป้าหมายที่การกระทำส่งผลกระทบโดยตรง

비우다 (คำกริยา) : 안에 든 것을 없애 속을 비게 하다.
ทำให้ว่างเปล่า, ทำให้หมดไป
ทำให้ข้างในว่างโดยทำให้สิ่งของที่อยู่ด้านในหมดไป

-ㄹ 것 : 명사가 아닌 것을 문장에서 명사처럼 쓰이게 하거나 '이다' 앞에 쓰일 수 있게 할 때 쓰는 표현.
สิ่งที่จะ..., อะไรที่จะ..., จะ..
สำนวนที่ทำให้คำที่ไม่ใช่คำนามใช้เหมือนคำนามในประโยคหรือทำให้ใช้วางไว้หน้า '이다' ได้

이다 : 주어가 지시하는 대상의 속성이나 부류를 지정하는 뜻을 나타내는 서술격 조사.
เป็น
คำชี้ภาคแสดงการกที่แสดงความหมายที่กำหนดประเภทหรือคุณสมบัติของเป้าหมายที่ประธานบ่งชี้

-에요 : (두루높임으로) 어떤 사실을 서술하거나 질문함을 나타내는 종결 어미.
วิภัตติปัจจัยลงท้ายประโยคที่ใช้ในการยกย่องโดยทั่วไป
(ใช้ในการยกย่องอย่างไม่เป็นทางการ) วิภัตติปัจจัยลงท้ายประโยคที่แสดงการบอกเล่าหรือการถามถึงสิ่งใด ๆ <การพูดตามลำดับ>

이제+부터 하얗(하야)+ㄴ 여백+에 가득 차+ㄴ

하얀 **찬**

이제 (คำนาม) : 말하고 있는 바로 이때.
ตอนนี้, ขณะนี้, เวลานี้, บัดนี้
ตอนนี้ที่กำลังพูดอยู่

부터 : 어떤 일의 시작이나 처음을 나타내는 조사.
ตั้งแต่..., จาก...
คำชี้ที่แสดงการเริ่มต้นหรือครั้งแรกของงานใด ๆ

하얗다 (คำคุณศัพท์) : 눈이나 우유의 빛깔과 같이 밝고 선명하게 희다.
สีขาว
ขาวอย่างใสและสว่างราวกับสีของหิมะหรือนม

-ㄴ : 앞의 말이 관형어의 기능을 하게 만들고 현재의 상태를 나타내는 어미.
...ที่
วิภัตติปัจจัยที่ทำให้คำพูดข้างหน้าทำหน้าที่เป็นคุณศัพท์ขยายนามและแสดงถึงสภาพที่เป็นอยู่ในปัจจุบัน

여백 (คำนาม) : 종이 등에 글씨를 쓰거나 그림을 그리고 남은 빈 자리.
ช่องว่าง, ที่ว่าง
ที่ว่างที่เหลือจากการวาดภาพหรือเขียนหนังสือในกระดาษ เป็นต้น

에 : 앞말이 어떤 장소나 자리임을 나타내는 조사.
ที่...
คำชี้ที่แสดงว่าคำพูดข้างหน้าเป็นตำแหน่งหรือสถานที่ใด ๆ

가득 (คำวิเศษณ์) : 어떤 감정이나 생각이 강한 모양.
อย่างเต็มที่, อย่างหนักแน่น
ลักษณะที่มีความรู้สึกหรือความคิดบางอย่างที่หนักแน่น

차다 (คำกริยา) : 감정이나 느낌 등이 가득하게 되다.
แน่น, เต็ม, เต็มเปี่ยม, เต็มไปด้วย
เต็มเปี่ยมไปด้วยความรู้สึกหรืออารมณ์ เป็นต้น

-ㄴ : 앞의 말이 관형어의 기능을 하게 만들고 사건이나 동작이 완료되어 그 상태가 유지되고 있음을 나타내는 어미.
ที่..., ...อยู่
วิภัตติปัจจัยที่แสดงการที่ทำให้คำพูดข้างหน้าทำหน้าที่เป็นคุณศัพท์ขยายนามและเหตุการณ์หรืออากัปกิริยานั้นเสร็จสิ้นไปแล้วและยังคงสภาพดังกล่าวอย่างต่อเนื่องอยู่

내+가 모르+는 나+를 지우+[ㄹ 것(거)]+이+에요.

지울 거예요

내 (สรรพนาม) : '나'에 조사 '가'가 붙을 때의 형태.
ฉัน
รูปแบบของคำว่า '나' ที่ตามด้วยคำชี้ '가'

가 : 어떤 상태나 상황에 놓인 대상이나 동작의 주체를 나타내는 조사.
คำชี้ประธาน
คำชี้ที่ใช้แสดงสิ่งที่อยู่ในสถานการณ์หรือสภาพใด ๆ หรือผู้ที่เป็นประธานของอากัปกริยา

모르다 (คำกริยา) : 사람이나 사물, 사실 등을 알지 못하거나 이해하지 못하다.
ไม่รู้จัก, ไม่รู้, ไม่ทราบ, ไม่เข้าใจ
ไม่รู้จักหรือไม่สามารถเข้าใจคน วัตถุ หรือข้อเท็จจริง เป็นต้น

-는 : 앞의 말이 관형어의 기능을 하게 만들고 사건이나 동작이 현재 일어남을 나타내는 어미.
...ที่...
วิภัตติปัจจัยที่แสดงการที่ทำให้คำพูดข้างหน้าทำหน้าที่เป็นคุณศัพท์ขยายนามและเหตุการณ์หรืออากัปกิริยาเกิดขึ้นในปัจจุบัน

나 (สรรพนาม) : 말하는 사람이 친구나 아랫사람에게 자기를 가리키는 말.
ฉัน
คำที่คนพูดใช้เรียกตนเองต่อเพื่อนหรือคนที่อายุน้อยกว่า

를 : 동작이 직접적으로 영향을 미치는 대상을 나타내는 조사.
ไม่พบคำแปล
คำชี้ที่แสดงเป้าหมายที่การกระทำส่งผลกระทบโดยตรง

지우다 (คำกริยา) : 생각이나 기억을 없애거나 잊다.
ลบ, ลืม
ลบหรือลืมความคิดหรือความทรงจำ

-ㄹ 것 : 명사가 아닌 것을 문장에서 명사처럼 쓰이게 하거나 ‘이다’ 앞에 쓰일 수 있게 할 때 쓰는 표현.
สิ่งที่จะ..., อะไรที่จะ..., จะ..
สำนวนที่ทำให้คำที่ไม่ใช่คำนามใช้เหมือนคำนามในประโยคหรือทำให้ใช้วางไว้หน้า '이다' ได้

이다 : 주어가 지시하는 대상의 속성이나 부류를 지정하는 뜻을 나타내는 서술격 조사.
เป็น
คำชี้ภาคแสดงการกที่แสดงความหมายที่กำหนดประเภทหรือคุณสมบัติของเป้าหมายที่ประธานบ่งชี้

-에요 : (두루높임으로) 어떤 사실을 서술하거나 질문함을 나타내는 종결 어미.
วิภัตติปัจจัยลงท้ายประโยคที่ใช้ในการยกย่องโดยทั่วไป
(ใช้ในการยกย่องอย่างไม่เป็นทางการ) วิภัตติปัจจัยลงท้ายประโยคที่แสดงการบอกเล่าหรือการถามถึงสิ่งใด ๆ <การพูดตามลำดับ>

오늘+은 꼭 당신+이 <u>따르(따르)+[아 주]+ㄴ</u>

따라 준

오늘 (คำนาม) : 지금 지나가고 있는 이날.
วันนี้
วันนี้ที่กำลังผ่านไปตอนนี้

은 : 문장 속에서 어떤 대상이 화제임을 나타내는 조사.
ตัวชี้หัวเรื่อง
คำชี้ที่แสดงว่าเป้าหมายใด ๆ เป็นหัวข้อเรื่องในประโยค

꼭 (คำวิเศษณ์) : 어떤 일이 있어도 반드시.
อย่างแน่นอน, ทีเดียว, ต้อง...ให้ได้, ด้วยวิธีใดก็ตาม
ถึงแม้ว่าจะมีเรื่องใดก็ตามก็ต้อง

당신 (สรรพนาม) : (조금 높이는 말로) 듣는 사람을 가리키는 말.
คุณ
(ใช้ในการยกย่องเล็กน้อยและเป็นทางการ)คำที่ใช้เรียกผู้ฟัง

이 : 어떤 상태나 상황의 대상이나 동작의 주체를 나타내는 조사.
ตัวชี้ประธาน
คำชี้ที่ใช้แสดงสิ่งที่อยู่ในสถานการณ์หรือสภาพใด ๆ หรือผู้ที่เป็นประธานของอากัปกริยา

따르다 (คำกริยา) : 액체가 담긴 물건을 기울여 액체를 밖으로 조금씩 흐르게 하다.
เท, ริน
ทำให้สิ่งของที่ใส่ของเหลวไว้เอียงและให้ของเหลวไหลออกมาข้างนอกทีละนิด

-아 주다 : 남을 위해 앞의 말이 나타내는 행동을 함을 나타내는 표현.
ช่วย..., ช่วย...ให้
สำนวนที่แสดงว่าทำการกระทำที่ปรากฏในคำพูดข้างหน้าเพื่อผู้อื่น

-ㄴ : 앞의 말이 관형어의 기능을 하게 만들고 사건이나 동작이 완료되어 그 상태가 유지되고 있음을 나타내는 어미.
ที่..., ...อยู่
วิภัตติปัจจัยที่แสดงการที่ทำให้คำพูดข้างหน้าทำหน้าที่เป็นคุณศัพท์ขยายนามและเหตุการณ์หรืออากัปกิริยานั้นเสร็จสิ้นไปแล้วและยังคงสภาพดังกล่าวอย่างต่อเนื่องอยู่

한 잔+의 가득하+ㄴ 독주+를 비우+[ㄹ 것(거)]+이+에요.

가득한 비울 거예요

한 (คุณศัพท์) : 하나의.
หนึ่ง
อันหนึ่ง

잔 (คำนาม) : 음료나 술 등을 담은 그릇을 기준으로 그 분량을 세는 단위.
ถ้วย, แก้ว(ลักษณนาม)
หน่วยนับจำนวนที่มีแก้วใส่เครื่องดื่ม เหล้า เป็นต้น เป็นเกณฑ์

의 : 앞의 말이 뒤의 말에 대하여 속성이나 수량을 한정하거나 같은 자격임을 나타내는 조사.
ที่..., ที่เป็น...
คำชี้ที่แสดงว่าคำพูดข้างหน้าเป็นคุณสมบัติที่เหมือนกันหรือกำหนดปริมาณหรือคุณสมบัติต่อคำพูดข้างหลัง

가득하다 (คำคุณศัพท์) : 양이나 수가 정해진 범위에 꽉 차 있다.
เต็ม, เต็มเปี่ยม, เต็มปรี่, เอ่อ
จำนวนหรือปริมาณมีอยู่อย่างเต็มเปี่ยมตามขอบเขตที่ถูกกำหนด

-ㄴ : 앞의 말이 관형어의 기능을 하게 만들고 현재의 상태를 나타내는 어미.
...ที่
วิภัตติปัจจัยที่ทำให้คำพูดข้างหน้าทำหน้าที่เป็นคุณศัพท์ขยายนามและแสดงถึงสภาพที่เป็นอยู่ในปัจจุบัน

독주 (คำนาม) : 매우 독한 술.
เหล้าแรง, เหล้าดีกรีแรง
เหล้าที่แรงมาก

를 : 동작이 직접적으로 영향을 미치는 대상을 나타내는 조사.
ไม่พบคำแปล
คำชี้ที่แสดงเป้าหมายที่การกระทำส่งผลกระทบโดยตรง

비우다 (คำกริยา) : 안에 든 것을 없애 속을 비게 하다.
ทำให้ว่างเปล่า, ทำให้หมดไป
ทำให้ข้างในว่างโดยทำให้สิ่งของที่อยู่ด้านในหมดไป

- 166 -

-ㄹ 것 : 명사가 아닌 것을 문장에서 명사처럼 쓰이게 하거나 '이다' 앞에 쓰일 수 있게 할 때 쓰는 표현.
สิ่งที่จะ.., อะไรที่จะ.., จะ..
สำนวนที่ทำให้คำที่ไม่ใช่คำนามใช้เหมือนคำนามในประโยคหรือทำให้ใช้วางไว้หน้า '이다' ได้

이다 : 주어가 지시하는 대상의 속성이나 부류를 지정하는 뜻을 나타내는 서술격 조사.
เป็น
คำชี้ภาคแสดงการกที่แสดงความหมายที่กำหนดประเภทหรือคุณสมบัติของเป้าหมายที่ประธานบ่งชี้

-에요 : (두루높임으로) 어떤 사실을 서술하거나 질문함을 나타내는 종결 어미.
วิภัตติปัจจัยลงท้ายประโยคที่ใช้ในการยกย่องโดยทั่วไป
(ใช้ในการยกย่องอย่างไม่เป็นทางการ) วิภัตติปัจจัยลงท้ายประโยคที่แสดงการบอกเล่าหรือการถามถึงสิ่งใด ๆ <การพูดตามลำดับ>

< 7 >

애창곡
(เพลงโปรด)

[발음(การออกเสียง)]

< 1 절(ท่อนเพลง) >

내가 부르는 이 노래
내가 부르는 이 노래
naega bureuneun i norae

너에게 아직 다 못다 한 말
너에게 아직 다 몯따 한 말
neoege ajik da motda han mal

이 곡조엔 우리만 아는 속삭임
이 곡쪼엔 우리만 아는 속싸김
i gokjoen uriman aneun soksagim

내가 부르는 이 노래
내가 부르는 이 노래
naega bureuneun i norae

너에게 꼭 하고 싶은 말
너에게 꼭 하고 시픈 말
neoege kkok hago sipeun mal

이 선율엔 우리만 아는 귓속말
이 서뉴렌 우리만 아는 귇쏭말
i seonyuren uriman aneun gwitsongmal

아무리 화가 나도 삐져 있어도
아무리 화가 나도 삐저 이써도
amuri hwaga nado ppijeo isseodo

이 가락에 취해
이 가라게 취해
i garage chwihae

우린 서로 남몰래 눈을 맞춰요.
우린 서로 남몰래 누늘 맏춰요.
urin seoro nammollae nuneul matchwoyo.

내가 즐겨 부르는 이 노래
내가 즐겨 부르는 이 노래
naega jeulgyeo bureuneun i norae

이 음악이 흐르면
이 으마기 흐르면
i eumagi heureumyeon

너의 눈빛, 너의 표정
너에 눈삗, 너에 표정
neoe nunbit, neoe pyojeong

내 가슴이 살살 녹아요.
내 가스미 살살 노가요.
nae gaseumi salsal nogayo.

< 2 절(ท่อนเพลง) >

내가 부르는 이 노래
내가 부르는 이 노래
naega bureuneun i norae

너에게만 들려줬던 말
너에게만 들려줟떤 말
neoegeman deullyeojwotdeon mal

이 곡조엔 둘이만 아는 짜릿함
이 곡쪼엔 두리만 아는 짜리탐
i gokjoen duriman aneun jjaritam

내가 부르는 이 노래
내가 부르는 이 노래
naega bureuneun i norae

너에게만 속삭였던 말
너에게만 속싸겯떤 말
neoegeman soksagyeotdeon mal

이 선율엔 둘이만 아는 아찔함
이 서뉴렌 두리만 아는 아찔함
i seonyuren duriman aneun ajjilham

아무리 토라져도 삐져 있어도
아무리 토라저도 삐저 이써도
amuri torajeodo ppijeo isseodo

이 노랫말에 잠겨
이 노랜마레 잠겨
i noraenmare jamgyeo

우린 서로 남몰래 눈을 맞춰요.
우린 서로 남몰래 누늘 맏춰요.
urin seoro nammollae nuneul matchwoyo.

내가 즐겨 부르는 이 노래
내가 즐겨 부르는 이 노래
naega jeulgyeo bureuneun i norae

이 음악이 흐르면
이 으마기 흐르면
i eumagi heureumyeon

너의 눈빛, 너의 표정
너에 눈삗, 너에 표정
neoe nunbit, neoe pyojeong

내 가슴이 살살 녹아요.
내 가스미 살살 노가요.
nae gaseumi salsal nogayo.

< 3 절(ท่อนเพลง) >

우리 둘이 부르는 이 노래
우리 두리 부르는 이 노래
uri duri bureuneun i norae

우리 둘만 아는 이 노래
우리 둘만 아는 이 노래
uri dulman aneun i norae

우리 둘이 영원히 함께 불러요
우리 두리 영원히 함께 불러요
uri duri yeongwonhi hamkke bulleoyo

이 음표에 우리 사랑 싣고
이 음표에 우리 사랑 싣꼬
i eumpyoe uri sarang sitgo

높고 낮게 길고 짧은 리듬
놉꼬 낟께 길고 짤븐 리듬
nopgo natge gilgo jjalbeun rideum

이 가락에 밤새도록 취해 봐요.
이 가라게 밤새도록 취해 봐요.
i garage bamsaedorok chwihae bwayo.

< 1 절(ท่อนเพลง) >

내+가 부르+는 이 노래

내 (สรรพนาม) : '나'에 조사 '가'가 붙을 때의 형태.
ฉัน
รูปแบบของคำว่า '나' ที่ตามด้วยคำชี้ '가'

가 : 어떤 상태나 상황에 놓인 대상이나 동작의 주체를 나타내는 조사.
คำชี้ประธาน
คำชี้ที่ใช้แสดงสิ่งที่อยู่ในสถานการณ์หรือสภาพใด ๆ หรือผู้ที่เป็นประธานของอากัปกริยา

부르다 (คำกริยา) : 곡조에 따라 노래하다.
ร้องเพลง, ขับเพลง
ร้องเพลงตามทำนอง

-는 : 앞의 말이 관형어의 기능을 하게 만들고 사건이나 동작이 현재 일어남을 나타내는 어미.
...ที่...
วิภัตติปัจจัยที่แสดงการที่ทำให้คำพูดข้างหน้าทำหน้าที่เป็นคุณศัพท์ขยายนามและเหตุการณ์หรืออากัปกิริยาเกิดขึ้นในปัจจุบัน

이 (คุณศัพท์) : 말하는 사람에게 가까이 있거나 말하는 사람이 생각하고 있는 대상을 가리킬 때 쓰는 말.
นี้
คำที่ใช้ตอนที่บ่งชี้สิ่งที่ผู้พูดกำลังคิดอยู่หรือสิ่งที่อยู่ใกล้กับผู้พูด

노래 (คำนาม) : 운율에 맞게 지은 가사에 곡을 붙인 음악. 또는 그런 음악을 소리 내어 부름.
เพลง, บทเพลง, การขับร้องเพลง
เพลงที่ใส่ทำนองในเนื้อร้องซึ่งแต่งให้ตรงกับกฎการสัมผัสจังหวะ หรือการขับร้องเพลงดังกล่าว

너+에게 아직 다 못다 <u>하+ㄴ</u> 말
한

너 (สรรพนาม) : 듣는 사람이 친구나 아랫사람일 때, 그 사람을 가리키는 말.
เธอ, แก, เอ็ง
คำที่ใช้เรียกชี้บ่งคนนั้นที่เป็นผู้ฟังในกรณีที่เป็นผู้น้อยหรือเพื่อน

에게 : 어떤 행동이 미치는 대상임을 나타내는 조사.
แก่, ให้แก่, ให้, ถึง
คำชี้ที่แสดงว่าเป็นเป้าหมายที่การกระทำใด ๆ มีผลต่อ

아직 (คำวิเศษณ์) : 어떤 일이나 상태 또는 어떻게 되기까지 시간이 더 지나야 함을 나타내거나, 어떤 일이나 상태가 끝나지 않고 계속 이어지고 있음을 나타내는 말.

ยัง, ยัง...อยู่

คำที่แสดงถึงว่างานหรือสภาพใดๆ ต้องผ่านเวลาไปอีกต่อไปจนกว่าจะเป็นอย่างไร หรือการที่งานหรือสภาพใดๆ ยังดำเนินต่อไปอยู่โดยไม่จบสิ้น

다 (คำวิเศษณ์) : 남거나 빠진 것이 없이 모두.

ทั้งหมด, ไม่เหลือ

ทั้งหมดโดยที่ไม่ขาดหายหรือไม่เหลือ

못다 (คำวิเศษณ์) : '어떤 행동을 완전히 다하지 못함'을 나타내는 말.

โดยไม่สามารถ, อย่างเกินกำลัง, โดยเกินกว่าความสามารถ, โดยไม่ได้ทำ

คำพูดที่แสดงความหมายว่า 'ไม่สามารถปฏิบัติสิ่งใดได้อย่างสมบูรณ์'

하다 (คำกริยา) : 어떤 행동이나 동작, 활동 등을 행하다.

ทำ

ทำกิจกรรม การเคลื่อนไหว หรือพฤติกรรมใด ๆ เป็นต้น

-ㄴ : 앞의 말이 관형어의 기능을 하게 만들고 사건이나 동작이 완료되어 그 상태가 유지되고 있음을 나타내는 어미.

ที่..., ...อยู่

วิภัตติปัจจัยที่แสดงการที่ทำให้คำพูดข้างหน้าทำหน้าที่เป็นคุณศัพท์ขยายนามและเหตุการณ์หรืออากัปกิริยานั้นเสร็จสิ้นไปแล้วและยังคงสภาพดังกล่าวอย่างต่อเนื่องอยู่

말 (คำนาม) : 생각이나 느낌을 표현하고 전달하는 사람의 소리.

การพูด, คำพูด

เสียงของคนที่แสดงและถ่ายทอดความรู้สึกหรือความคิด

이 곡조+에+는 우리+만 알(아)+는 속삭임

곡조엔 **아는**

이 (คุณศัพท์) : 말하는 사람에게 가까이 있거나 말하는 사람이 생각하고 있는 대상을 가리킬 때 쓰는 말.

นี้

คำที่ใช้ตอนที่บ่งชี้สิ่งที่ผู้พูดกำลังคิดอยู่หรือสิ่งที่อยู่ใกล้กับผู้พูด

곡조 (คำนาม) : 음악이나 노래의 흐름.

ทำนองเพลง, ทำนองดนตรี

การลื่นไหลของเพลงหรือดนตรี

에 : 앞말이 어떤 장소나 자리임을 나타내는 조사.

ที่...

คำชี้ที่แสดงว่าคำพูดข้างหน้าเป็นตำแหน่งหรือสถานที่ใด ๆ

는 : 문장 속에서 어떤 대상이 화제임을 나타내는 조사.
...นั้น
คำชี้ที่แสดงว่าเป้าหมายใดๆเป็นหัวเรื่องในประโยค

우리 (สรรพนาม) : 말하는 사람이 자기보다 높지 않은 사람에게 자기를 포함한 여러 사람들을 가리키는 말.
เรา, พวกเรา
คำเรียกที่ผู้พูดเรียกรวมตนเองกับผู้คนหลาย ๆ คนและพูดกับคนที่อ่อนอาวุโสกว่าตน

만 : 다른 것은 제외하고 어느 것을 한정함을 나타내는 조사.
แค่..., ...เท่านั้น, เพียง...เท่านั้น, เฉพาะ...เท่านั้น
คำชี้ที่แสดงการยกเว้นสิ่งอื่นและจำกัดสิ่งใด ๆ

알다 (คำกริยา) : 교육이나 경험, 생각 등을 통해 사물이나 상황에 대한 정보 또는 지식을 갖추다.
รู้, ทราบ
มีความรู้หรือรู้ข้อมูลที่เกี่ยวกับสถานการณ์หรือสิ่งต่าง ๆ โดยผ่านความคิด ประสบการณ์หรือการศึกษา เป็นต้น

-는 : 앞의 말이 관형어의 기능을 하게 만들고 사건이나 동작이 현재 일어남을 나타내는 어미.
...ที่...
วิภัตติปัจจัยที่แสดงการที่ทำให้คำพูดข้างหน้าทำหน้าที่เป็นคุณศัพท์ขยายนามและเหตุการณ์หรืออากัปกิริยาเกิดขึ้นในปัจจุบัน

속삭임 (คำนาม) : 작고 낮은 목소리로 가만가만히 하는 이야기.
เรื่องลับ, เรื่องกระซิบ, เรื่องซุบซิบ
เรื่องราวที่พูดอย่างเงียบๆ ด้วยเสียงเบาและต่ำ

내+가 부르+는 이 노래

내 (สรรพนาม) : '나'에 조사 '가'가 붙을 때의 형태.
ฉัน
รูปแบบของคำว่า '나' ที่ตามด้วยคำชี้ '가'

가 : 어떤 상태나 상황에 놓인 대상이나 동작의 주체를 나타내는 조사.
คำชี้ประธาน
คำชี้ที่ใช้แสดงสิ่งที่อยู่ในสถานการณ์หรือสภาพใด ๆ หรือผู้ที่เป็นประธานของอากัปกริยา

부르다 (คำกริยา) : 곡조에 따라 노래하다.
ร้องเพลง, ขับเพลง
ร้องเพลงตามทำนอง

-는 : 앞의 말이 관형어의 기능을 하게 만들고 사건이나 동작이 현재 일어남을 나타내는 어미.
...ที่...
วิภัตติปัจจัยที่แสดงการที่ทำให้คำพูดข้างหน้าทำหน้าที่เป็นคุณศัพท์ขยายนามและเหตุการณ์หรืออากัปกิริยาเกิดขึ้นในปัจจุบัน

이 (คุณศัพท์) : 말하는 사람에게 가까이 있거나 말하는 사람이 생각하고 있는 대상을 가리킬 때 쓰는 말.
นี่
คำที่ใช้ตอนที่บ่งชี้สิ่งที่ผู้พูดกำลังคิดอยู่หรือสิ่งที่อยู่ใกล้กับผู้พูด

노래 (คำนาม) : 운율에 맞게 지은 가사에 곡을 붙인 음악. 또는 그런 음악을 소리 내어 부름.
เพลง, บทเพลง, การขับร้องเพลง
เพลงที่ใส่ทำนองในเนื้อร้องซึ่งแต่งให้ตรงกับกฎการสัมผัสจังหวะ หรือการขับร้องเพลงดังกล่าว

너+에게 꼭 하+[고 싶]+은 말

너 (สรรพนาม) : 듣는 사람이 친구나 아랫사람일 때, 그 사람을 가리키는 말.
เธอ, แก, เอ็ง
คำที่ใช้เรียกชี้บ่งคนนั้นที่เป็นผู้ฟังในกรณีที่เป็นผู้น้อยหรือเพื่อน

에게 : 어떤 행동이 미치는 대상임을 나타내는 조사.
แก่, ให้แก่, ให้, ถึง
คำชี้ที่แสดงว่าเป็นเป้าหมายที่การกระทำใด ๆ มีผลต่อ

꼭 (คำวิเศษณ์) : 어떤 일이 있어도 반드시.
อย่างแน่นอน, ทีเดียว, ต้อง...ให้ได้, ด้วยวิธีใดก็ตาม
ถึงแม้ว่าจะมีเรื่องใดก็ตามก็ต้อง

하다 (คำกริยา) : 어떤 행동이나 동작, 활동 등을 행하다.
ทำ
ทำกิจกรรม การเคลื่อนไหว หรือพฤติกรรมใด ๆ เป็นต้น

-고 싶다 : 앞의 말이 나타내는 행동을 하기를 원함을 나타내는 표현.
อยาก..., ต้องการ...
สำนวนที่แสดงความต้องการที่จะกระทำสิ่งที่ปรากฏในคำพูดข้างหน้า

-은 : 앞의 말이 관형어의 기능을 하게 만들고 현재의 상태를 나타내는 어미.
ที่..., ซึ่ง...
วิภัตติปัจจัยที่ทำให้คำพูดข้างหน้าทำหน้าที่เป็นคุณศัพท์ขยายนามและแสดงถึงสภาพที่เป็นอยู่ในปัจจุบัน

말 (คำนาม) : 생각이나 느낌을 표현하고 전달하는 사람의 소리.
การพูด, คำพูด
เสียงของคนที่แสดงและถ่ายทอดความรู้สึกหรือความคิด

이 <u>선율+에+는</u> 우리+만 <u>알(아)+는</u> 귓속말

선율엔 **아는**

이 (คุณศัพท์) : 말하는 사람에게 가까이 있거나 말하는 사람이 생각하고 있는 대상을 가리킬 때 쓰는 말.
นี้
คำที่ใช้ตอนที่บ่งชี้สิ่งที่ผู้พูดกำลังคิดอยู่หรือสิ่งที่อยู่ใกล้กับผู้พูด

선율 (คำนาม) : 길고 짧거나 높고 낮은 소리가 어우러진 음의 흐름.
ทำนอง, ท่วงทำนอง, ทำนองเพลง, น้ำเสียง, จังหวะดนตรี
การลื่นไหลของทำนองที่ผสมผสานกันเป็นเสียงต่ำและสูงหรือสั้นและยาว

에 : 앞말이 어떤 장소나 자리임을 나타내는 조사.
ที่...
คำชี้ที่แสดงว่าคำพูดข้างหน้าเป็นตำแหน่งหรือสถานที่ใด ๆ

는 : 문장 속에서 어떤 대상이 화제임을 나타내는 조사.
...นั้น
คำชี้ที่แสดงว่าเป้าหมายใดๆเป็นหัวเรื่องในประโยค

우리 (สรรพนาม) : 말하는 사람이 자기보다 높지 않은 사람에게 자기를 포함한 여러 사람들을 가리키는 말.
เรา, พวกเรา
คำเรียกที่ผู้พูดเรียกรวมตนเองกับผู้คนหลาย ๆ คนและพูดกับคนที่อ่อนอาวุโสกว่าตน

만 : 다른 것은 제외하고 어느 것을 한정함을 나타내는 조사.
แค่..., ...เท่านั้น, เพียง...เท่านั้น, เฉพาะ...เท่านั้น
คำชี้ที่แสดงการยกเว้นสิ่งอื่นและจำกัดสิ่งใด ๆ

알다 (คำกริยา) : 교육이나 경험, 생각 등을 통해 사물이나 상황에 대한 정보 또는 지식을 갖추다.
รู้, ทราบ
มีความรู้หรือรู้ข้อมูลที่เกี่ยวกับสถานการณ์หรือสิ่งต่าง ๆ โดยผ่านความคิด ประสบการณ์หรือการศึกษา เป็นต้น

-는 : 앞의 말이 관형어의 기능을 하게 만들고 사건이나 동작이 현재 일어남을 나타내는 어미.
...ที่...
วิภัตติปัจจัยที่แสดงการที่ทำให้คำพูดข้างหน้าทำหน้าที่เป็นคุณศัพท์ขยายนามและเหตุการณ์หรืออากัปกิริยาเกิดขึ้นในปัจจุบัน

귓속말 (คำนาม) : 남의 귀에 입을 가까이 대고 작은 소리로 말함. 또는 그런 말.
การกระซิบ, การกระซิบกระซาบ, การกระซุบกระซิบ
การพูดเสียงเบา ๆ โดยใช้ปากแนบและพูดใกล้ ๆ หูของผู้อื่น หรือคำพูดดังกล่าว

아무리 화+가 <u>나+(아)도</u> <u>삐지+[어 있]+어도</u>
나도   삐져 있어도

아무리 (คำวิเศษณ์) : 비록 그렇다 하더라도.
ถึงแม้ว่า
ถึงแม้ว่าจะเป็นเช่นนั้นก็ตาม

화 (คำนาม) : 몹시 못마땅하거나 노여워하는 감정.
ความโกธร, ความโมโห
ความรู้สึกที่ไม่พอใจหรือโมโหเป็นอย่างมาก

가 : 어떤 상태나 상황에 놓인 대상이나 동작의 주체를 나타내는 조사.
คำชี้ประธาน
คำชี้ที่ใช้แสดงสิ่งที่อยู่ในสถานการณ์หรือสภาพใด ๆ หรือผู้ที่เป็นประธานของอากัปกริยา

나다 (คำกริยา) : 어떤 감정이나 느낌이 생기다.
เกิด, มี, ออก
อารมณ์หรือความรู้สึกใดได้เกิดขึ้น

-아도 : 앞에 오는 말을 가정하거나 인정하지만 뒤에 오는 말에는 관계가 없거나 영향을 끼치지 않음을
        나타내는 연결 어미.
แม้ว่า..., ถึงแม้ว่า...
วิภัตติปัจจัยเชื่อมระหว่างประโยคที่แสดงการสมมุติหรือยอมรับคำพูดข้างหน้าแต่ไม่เกี่ยวข้องหรือไม่มีผลกระทบต่อคำพูดตามมาข้างหลัง

삐지다 (คำกริยา) : 화가 나거나 서운해서 마음이 뒤틀리다.
งอน, ไม่พอใจ, บึ้งตึง
ผิดใจ เพราะโกรธหรือเสียความรู้สึก

-어 있다 : 앞의 말이 나타내는 상태가 계속됨을 나타내는 표현.
...อยู่
สำนวนที่แสดงว่าสภาพที่คำพูดข้างหน้าแสดงไว้นั้นดำเนินอยู่อย่างต่อเนื่อง

-어도 : 앞에 오는 말을 가정하거나 인정하지만 뒤에 오는 말에는 관계가 없거나 영향을 끼치지 않음을
        나타내는 연결 어미.
แม้ว่า..., ถึงแม้ว่า...
วิภัตติปัจจัยเชื่อมระหว่างประโยคที่แสดงการสมมุติหรือยอมรับคำพูดข้างหน้าแต่ไม่เกี่ยวข้องหรือไม่มีผลกระทบต่อคำพูดตามมาข้างหลัง

이 가락+에 취하+여
취해

이 (คุณศัพท์) : 말하는 사람에게 가까이 있거나 말하는 사람이 생각하고 있는 대상을 가리킬 때 쓰는 말.
นี่
คำที่ใช้ตอนที่บ่งชี้สิ่งที่ผู้พูดกำลังคิดอยู่หรือสิ่งที่อยู่ใกล้กับผู้พูด

가락 (คำนาม) : 음악에서 음의 높낮이의 흐름.
ทำนอง
ท่วงทำนองของเสียงซึ่งมีทั้งเสียงสูงเสียงต่ำในทางดนตรี

에 : 앞말이 어떤 행위나 감정 등의 대상임을 나타내는 조사.
ต่อ..., ต่อการ..., กับ...
คำชี้ที่แสดงว่าคำพูดข้างหน้าเป็นเป้าหมายของความรู้สึกหรือการกระทำใด ๆ เป็นต้น

취하다 (คำกริยา) : 무엇에 매우 깊이 빠져 마음을 빼앗기다.
หลง, ลุ่มหลง, หลงใหล, มัวเมา
หลงใหลในบางสิ่งเป็นอย่างมาก แล้วจึงถูกยึดจิตใจ

-여 : 앞의 말이 뒤의 말보다 먼저 일어났거나 뒤의 말에 대한 방법이나 수단이 됨을 나타내는 연결 어미.
แล้ว..., แล้วจึง...
วิภัตติปัจจัยเชื่อมระหว่างประโยคที่แสดงการที่คำพูดข้างหน้าเกิดขึ้นก่อนคำพูดข้างหลัง หรือกลายเป็นวิธีการหรือวิธีทำเกี่ยวกับคำพูดข้างหลัง

우리+는 서로 남몰래 [눈을 맞추]+어요.
우린 눈을 맞춰요

우리 (สรรพนาม) : 말하는 사람이 자기보다 높지 않은 사람에게 자기를 포함한 여러 사람들을 가리키는 말.
เรา, พวกเรา
คำเรียกที่ผู้พูดเรียกรวมตนเองกับผู้คนหลาย ๆ คนและพูดกับคนที่อ่อนอาวุโสกว่าตน

는 : 문장 속에서 어떤 대상이 화제임을 나타내는 조사.
...นั้น
คำชี้ที่แสดงว่าเป้าหมายใดๆเป็นหัวเรื่องในประโยค

서로 (คำวิเศษณ์) : 관계를 맺고 있는 둘 이상의 대상이 함께. 또는 같이.
ซึ่งกันและกัน, ต่อกัน, ต่อกันและกัน
เป้าหมายที่มากกว่าสองสิ่งขึ้นไปที่มีความสัมพันธ์กันร่วมกัน หรือด้วยกัน

남몰래 (คำวิเศษณ์) : 다른 사람이 모르게.
อย่างลับ ๆ, อย่างไม่ให้ใครรู้, อย่างไม่ให้คนรู้
อย่างไม่ให้คนอื่นรู้

눈을 맞추다 (สำนวน) : 서로 눈을 마주 보다.
(ป.ต.)สบตากัน ; สบตากัน
มองตากันและกัน

-어요 : (두루높임으로) 어떤 사실을 서술하거나 질문, 명령, 권유함을 나타내는 종결 어미.
วิภัตติปัจจัยลงท้ายประโยคที่ใช้ในการยกย่องโดยทั่วไป
(ใช้ในการยกย่องอย่างไม่เป็นทางการ)วิภัตติปัจจัยลงท้ายประโยคที่แสดงการบอกเล่า การถาม การสั่ง หรือการชักชวนเรื่องใด ๆ

내+가 <u>즐기+어</u> 부르+는 이 노래
즐겨

내 (สรรพนาม) : '나'에 조사 '가'가 붙을 때의 형태.
ฉัน
รูปแบบของคำว่า '나' ที่ตามด้วยคำชี้ '가'

가 : 어떤 상태나 상황에 놓인 대상이나 동작의 주체를 나타내는 조사.
คำชี้ประธาน
คำชี้ที่ใช้แสดงสิ่งที่อยู่ในสถานการณ์หรือสภาพใด ๆ หรือผู้ที่เป็นประธานของอากัปกริยา

즐기다 (คำกริยา) : 어떤 것을 좋아하여 자주 하다.
สนุกสนาน, ชื่นชอบ
ชื่นชอบในสิ่งใดแล้วจึงทำบ่อย ๆ

-어 : 앞의 말이 뒤의 말보다 먼저 일어났거나 뒤의 말에 대한 방법이나 수단이 됨을 나타내는 연결 어미.
แล้ว..., แล้วจึง...
วิภัตติปัจจัยเชื่อมระหว่างประโยคที่แสดงการที่คำพูดข้างหน้าเกิดขึ้นก่อนคำพูดข้างหลัง หรือกลายเป็นวิธีการหรือวิธีทำเกี่ยวกับคำพูดข้างหลัง

부르다 (คำกริยา) : 곡조에 따라 노래하다.
ร้องเพลง, ขับเพลง
ร้องเพลงตามทำนอง

-는 : 앞의 말이 관형어의 기능을 하게 만들고 사건이나 동작이 현재 일어남을 나타내는 어미.
...ที่...
วิภัตติปัจจัยที่แสดงการที่ทำให้คำพูดข้างหน้าทำหน้าที่เป็นคุณศัพท์ขยายนามและเหตุการณ์หรืออากัปกิริยาเกิดขึ้นในปัจจุบัน

이 (คุณศัพท์) : 말하는 사람에게 가까이 있거나 말하는 사람이 생각하고 있는 대상을 가리킬 때 쓰는 말.
นี้
คำที่ใช้ตอนที่บ่งชี้สิ่งที่ผู้พูดกำลังคิดอยู่หรือสิ่งที่อยู่ใกล้กับผู้พูด

노래 (คำนาม) : 운율에 맞게 지은 가사에 곡을 붙인 음악. 또는 그런 음악을 소리 내어 부름.
เพลง, บทเพลง, การขับร้องเพลง
เพลงที่ใส่ทำนองในเนื้อร้องซึ่งแต่งให้ตรงกับกฎการสัมผัสจังหวะ หรือการขับร้องเพลงดังกล่าว

이 음악+이 흐르+면

이 (คุณศัพท์) : 말하는 사람에게 가까이 있거나 말하는 사람이 생각하고 있는 대상을 가리킬 때 쓰는 말.
นี้
คำที่ใช้ตอนที่บ่งชี้สิ่งที่ผู้พูดกำลังคิดอยู่หรือสิ่งที่อยู่ใกล้กับผู้พูด

음악 (คำนาม) : 목소리나 악기로 박자와 가락이 있게 소리 내어 생각이나 감정을 표현하는 예술.
เพลง, ดนตรี
ศิลปะที่แสดงความรู้สึกหรือความคิดโดยเปล่งเสียงมีจังหวะและทำนองดนตรีด้วยเครื่องดนตรีหรือเสียง

이 : 어떤 상태나 상황의 대상이나 동작의 주체를 나타내는 조사.
ตัวชี้ประธาน
คำชี้ที่ใช้แสดงสิ่งที่อยู่ในสถานการณ์หรือสภาพใด ๆ หรือผู้ที่เป็นประธานของอากัปกริยา

흐르다 (คำกริยา) : 빛, 소리, 향기 등이 부드럽게 퍼지다.
แสงที่เปล่งออกมา, กลิ่นโชย, เสียงเพลงที่แว่วมา
แสง เสียง หรือกลิ่น เป็นต้น กระจายออกมาอย่างอ่อนโยน

-면 : 뒤에 오는 말에 대한 근거나 조건이 됨을 나타내는 연결 어미.
ถ้า...
วิภัตติปัจจัยเชื่อมระหว่างประโยคที่แสดงถึงการที่กลายเป็นสาเหตุหรือเงื่อนไขเกี่ยวกับคำพูดตามมาข้างหลัง

너+의 눈빛, 너+의 표정

너 (สรรพนาม) : 듣는 사람이 친구나 아랫사람일 때, 그 사람을 가리키는 말.
เธอ, แก, เอ็ง
คำที่ใช้เรียกชี้บ่งคนนั้นที่เป็นผู้ฟังในกรณีที่เป็นผู้น้อยหรือเพื่อน

의 : 앞의 말이 뒤의 말에 대하여 소유, 소속, 소재, 관계, 기원, 주체의 관계를 가짐을 나타내는 조사.
ของ...
คำชี้ที่แสดงว่าคำพูดข้างหน้ามีความสัมพันธ์กับประธาน แหล่งกำเนิด ความสัมพันธ์ วัตถุดิบ การสังกัด การเป็นเจ้าของ ต่อคำพูดข้างหลัง

눈빛 (คำนาม) : 눈에 나타나는 감정.
สายตา
อารมณ์ที่แสดงออกทางดวงตา

너 (สรรพนาม) : 듣는 사람이 친구나 아랫사람일 때, 그 사람을 가리키는 말.
เธอ, แก, เอ็ง
คำที่ใช้เรียกชี้บ่งคนนั้นที่เป็นผู้ฟังในกรณีที่เป็นผู้น้อยหรือเพื่อน

의 : 앞의 말이 뒤의 말에 대하여 소유, 소속, 소재, 관계, 기원, 주체의 관계를 가짐을 나타내는 조사.
ของ...
คำชี้ที่แสดงว่าคำพูดข้างหน้ามีความสัมพันธ์กับประธาน แหล่งกำเนิด ความสัมพันธ์ วัตถุดิบ การสังกัด การเป็นเจ้าของ ต่อคำพูดข้างหลัง

표정 (คำนาม) : 마음속에 품은 감정이나 생각 등이 얼굴에 드러남. 또는 그런 모습.
สีหน้า, ลักษณะสีหน้าที่แสดงออก
การที่ความรู้สึกหรือความคิด เป็นต้น ที่อยู่ภายในใจ ปรากฏออกมาทางใบหน้า หรือลักษณะดังกล่าว

나+의 가슴+이 살살 녹+아요.
내

나 (สรรพนาม) : 말하는 사람이 친구나 아랫사람에게 자기를 가리키는 말.
ฉัน
คำที่คนพูดใช้เรียกตนเองต่อเพื่อนหรือคนที่อายุน้อยกว่า

의 : 앞의 말이 뒤의 말에 대하여 소유, 소속, 소재, 관계, 기원, 주체의 관계를 가짐을 나타내는 조사.
ของ...
คำชี้ที่แสดงว่าคำพูดข้างหน้ามีความสัมพันธ์กับประธาน แหล่งกำเนิด ความสัมพันธ์ วัตถุดิบ การสังกัด การเป็นเจ้าของ ต่อคำพูดข้างหลัง

가슴 (คำนาม) : 마음이나 느낌.
ใจ, อก, หัวอก
ความรู้สึกหรือจิตใจ

이 : 어떤 상태나 상황의 대상이나 동작의 주체를 나타내는 조사.
ตัวชี้ประธาน
คำชี้ที่ใช้แสดงสิ่งที่อยู่ในสถานการณ์หรือสภาพใด ๆ หรือผู้ที่เป็นประธานของอากัปกริยา

살살 (คำวิเศษณ์) : 눈이나 설탕 등이 모르는 사이에 저절로 녹는 모양.
อย่างค่อย ๆ
ลักษณะที่หิมะหรือน้ำตาล เป็นต้น สลายไปเองโดยที่ไม่รู้

녹다 (คำกริยา) : 어떤 대상에게 몹시 반하거나 빠지다.
ตกหลุมรัก, หลงรัก, หลงใหล, หลงเสน่ห์, ลุ่มหลง
หลงรักหรือตกหลุมรักสิ่งใดๆ อย่างมาก

-아요 : (두루높임으로) 어떤 사실을 서술하거나 질문, 명령, 권유함을 나타내는 종결 어미.
วิภัตติปัจจัยลงท้ายประโยคที่ใช้ในการยกย่องโดยทั่วไป
(ใช้ในการยกย่องอย่างไม่เป็นทางการ)วิภัตติปัจจัยลงท้ายประโยคที่แสดงการบอกเล่า การถาม การสั่ง หรือการชักชวนเรื่องใด ๆ

< 2 절(ท่อนเพลง) >

내+가 부르+는 이 노래

내 (สรรพนาม) : '나'에 조사 '가'가 붙을 때의 형태.
ฉัน
รูปแบบของคำว่า '나' ที่ตามด้วยคำชี้ '가'

가 : 어떤 상태나 상황에 놓인 대상이나 동작의 주체를 나타내는 조사.
คำชี้ประธาน
คำชี้ที่ใช้แสดงสิ่งที่อยู่ในสถานการณ์หรือสภาพใด ๆ หรือผู้ที่เป็นประธานของอากัปกริยา

부르다 (คำกริยา) : 곡조에 따라 노래하다.
ร้องเพลง, ขับเพลง
ร้องเพลงตามทำนอง

-는 : 앞의 말이 관형어의 기능을 하게 만들고 사건이나 동작이 현재 일어남을 나타내는 어미.
...ที่...
วิภัตติปัจจัยที่แสดงการที่ทำให้คำพูดข้างหน้าทำหน้าที่เป็นคุณศัพท์ขยายนามและเหตุการณ์หรืออากัปกิริยาเกิดขึ้นในปัจจุบัน

이 (คุณศัพท์) : 말하는 사람에게 가까이 있거나 말하는 사람이 생각하고 있는 대상을 가리킬 때 쓰는 말.
นี่
คำที่ใช้ตอนที่บ่งชี้สิ่งที่ผู้พูดกำลังคิดอยู่หรือสิ่งที่อยู่ใกล้กับผู้พูด

노래 (คำนาม) : 운율에 맞게 지은 가사에 곡을 붙인 음악. 또는 그런 음악을 소리 내어 부름.
เพลง, บทเพลง, การขับร้องเพลง
เพลงที่ใส่ทำนองในเนื้อร้องซึ่งแต่งให้ตรงกับกฎการสัมผัสจังหวะ หรือการขับร้องเพลงดังกล่าว

너+에게+만 들려주+었던 말

들려줬던

너 (สรรพนาม) : 듣는 사람이 친구나 아랫사람일 때, 그 사람을 가리키는 말.
เธอ, แก, เอ็ง
คำที่ใช้เรียกชี้บ่งคนนั้นที่เป็นผู้ฟังในกรณีที่เป็นผู้น้อยหรือเพื่อน

에게 : 어떤 행동이 미치는 대상임을 나타내는 조사.
แก่, ให้แก่, ให้, ถึง
คำชี้ที่แสดงว่าเป็นเป้าหมายที่การกระทำใด ๆ มีผลต่อ

만 : 다른 것은 제외하고 어느 것을 한정함을 나타내는 조사.
แค่..., ...เท่านั้น, เพียง...เท่านั้น, เฉพาะ...เท่านั้น
คำชี้ที่แสดงการยกเว้นสิ่งอื่นและจำกัดสิ่งใด ๆ

들려주다 (คำกริยา) : 소리나 말을 듣게 해 주다.
พูดให้ฟัง, เล่าให้ฟัง, บอกให้ฟัง
ช่วยบอกคำพูดหรือเสียงให้ฟัง

-었던 : 과거의 사건이나 상태를 다시 떠올리거나 그 사건이나 상태가 완료되지 않고 중단되었다는 의미를 나타내는 표현.
ที่เคย...
สำนวนที่แสดงความหมายว่านึกถึงสภาพหรือเหตุการณ์ในอดีตอีกครั้งหรือสภาพหรือเหตุการณ์ดังกล่าวไม่เสร็จสมบูรณ์และหยุดชะงัก

말 (คำนาม) : 생각이나 느낌을 표현하고 전달하는 사람의 소리.
การพูด, คำพูด
เสียงของคนที่แสดงและถ่ายทอดความรู้สึกหรือความคิด

이 곡조+에+는 둘+이+만 알(아)+는 짜릿하+ㅁ
곡조엔 아는 짜릿함

이 (คุณศัพท์) : 말하는 사람에게 가까이 있거나 말하는 사람이 생각하고 있는 대상을 가리킬 때 쓰는 말.
นี้
คำที่ใช้ตอนที่บ่งชี้สิ่งที่ผู้พูดกำลังคิดอยู่หรือสิ่งที่อยู่ใกล้กับผู้พูด

곡조 (คำนาม) : 음악이나 노래의 흐름.
ทำนองเพลง, ทำนองดนตรี
การลื่นไหลของเพลงหรือดนตรี

에 : 앞말이 어떤 장소나 자리임을 나타내는 조사.
ที่...
คำชี้ที่แสดงว่าคำพูดข้างหน้าเป็นตำแหน่งหรือสถานที่ใด ๆ

는 : 문장 속에서 어떤 대상이 화제임을 나타내는 조사.
...นั้น
คำชี้ที่แสดงว่าเป้าหมายใดๆเป็นหัวเรื่องในประโยค

둘 (คำบอกจำนวน) : 하나에 하나를 더한 수.
2, สอง, เลขสอง, จำนวนสอง
จำนวนหนึ่งบวกหนึ่ง

이 : 어떤 상태나 상황의 대상이나 동작의 주체를 나타내는 조사.
ตัวชี้ประธาน
คำชี้ที่ใช้แสดงสิ่งที่อยู่ในสถานการณ์หรือสภาพใด ๆ หรือผู้ที่เป็นประธานของอากัปกริยา

만 : 다른 것은 제외하고 어느 것을 한정함을 나타내는 조사.
แค่..., ...เท่านั้น, เพียง...เท่านั้น, เฉพาะ...เท่านั้น
คำชี้ที่แสดงการยกเว้นสิ่งอื่นและจำกัดสิ่งใด ๆ

알다 (คำกริยา) : 교육이나 경험, 생각 등을 통해 사물이나 상황에 대한 정보 또는 지식을 갖추다.
รู้, ทราบ
มีความรู้หรือรู้ข้อมูลที่เกี่ยวกับสถานการณ์หรือสิ่งต่าง ๆ โดยผ่านความคิด ประสบการณ์หรือการศึกษา เป็นต้น

-는 : 앞의 말이 관형어의 기능을 하게 만들고 사건이나 동작이 현재 일어남을 나타내는 어미.
...ที่...
วิภัตติปัจจัยที่แสดงการที่ทำให้คำพูดข้างหน้าทำหน้าที่เป็นคุณศัพท์ขยายนามและเหตุการณ์หรืออากัปกิริยาเกิดขึ้นในปัจจุบัน

짜릿하다 (คำคุณศัพท์) : 심리적 자극을 받아 마음이 순간적으로 조금 흥분되고 떨리는 듯하다.
ตื่นเต้น, ขนลุก, เสียว, หวาดเสียว
เหมือนจิตใจสั่นและตื่นเต้นเล็กน้อยเป็นชั่วครู่เพราะได้รับการกระตุ้นทางจิตใจ

-ㅁ : 앞의 말이 명사의 기능을 하게 하는 어미.
การ..., ความ...
วิภัตติปัจจัยที่ทำให้คำข้างทำหน้าที่เป็นคำนาม

내+가 부르+는 이 노래

내 (สรรพนาม) : '나'에 조사 '가'가 붙을 때의 형태.
ฉัน
รูปแบบของคำว่า '나' ที่ตามด้วยคำชี้ '가'

가 : 어떤 상태나 상황에 놓인 대상이나 동작의 주체를 나타내는 조사.
คำชี้ประธาน
คำชี้ที่ใช้แสดงสิ่งที่อยู่ในสถานการณ์หรือสภาพใด ๆ หรือผู้ที่เป็นประธานของอากัปกริยา

부르다 (คำกริยา) : 곡조에 따라 노래하다.
ร้องเพลง, ขับเพลง
ร้องเพลงตามทำนอง

-는 : 앞의 말이 관형어의 기능을 하게 만들고 사건이나 동작이 현재 일어남을 나타내는 어미.
...ที่...
วิภัตติปัจจัยที่แสดงการที่ทำให้คำพูดข้างหน้าทำหน้าที่เป็นคุณศัพท์ขยายนามและเหตุการณ์หรืออากัปกิริยาเกิดขึ้นในปัจจุบัน

이 (คุณศัพท์) : 말하는 사람에게 가까이 있거나 말하는 사람이 생각하고 있는 대상을 가리킬 때 쓰는 말.
นี้
คำที่ใช้ตอนที่บ่งชี้สิ่งที่ผู้พูดกำลังคิดอยู่หรือสิ่งที่อยู่ใกล้กับผู้พูด

노래 (คำนาม) : 운율에 맞게 지은 가사에 곡을 붙인 음악. 또는 그런 음악을 소리 내어 부름.
เพลง, บทเพลง, การขับร้องเพลง
เพลงที่ใส่ทำนองในเนื้อร้องซึ่งแต่งให้ตรงกับกฎการสัมผัสจังหวะ หรือการขับร้องเพลงดังกล่าว

너+에게+만 속삭이+었던 말

속삭였던

너 (สรรพนาม) : 듣는 사람이 친구나 아랫사람일 때, 그 사람을 가리키는 말.
เธอ, แก, เอ็ง
คำที่ใช้เรียกชี้บ่งคนนั้นที่เป็นผู้ฟังในกรณีที่เป็นผู้น้อยหรือเพื่อน

에게 : 어떤 행동이 미치는 대상임을 나타내는 조사.
แก่, ให้แก่, ให้, ถึง
คำชี้ที่แสดงว่าเป็นเป้าหมายที่การกระทำใด ๆ มีผลต่อ

만 : 다른 것은 제외하고 어느 것을 한정함을 나타내는 조사.
แค่..., ...เท่านั้น, เพียง...เท่านั้น, เฉพาะ...เท่านั้น
คำชี้ที่แสดงการยกเว้นสิ่งอื่นและจำกัดสิ่งใด ๆ

속삭이다 (คำกริยา) : 남이 알아듣지 못하게 작은 목소리로 가만가만 이야기하다.
พูดกระซิบ, พูดกระซิบกระซาบ, กระซิบกระซาบ, พูดเบา ๆ
พูดอย่างเงียบๆ ด้วยเสียงเบา ๆ เพื่อไม่ให้ผู้อื่นเข้าใจ

-었던 : 과거의 사건이나 상태를 다시 떠올리거나 그 사건이나 상태가 완료되지 않고 중단되었다는 의미를 나타내는 표현.
ที่เคย...
สำนวนที่แสดงความหมายว่านึกถึงสภาพหรือเหตุการณ์ในอดีตอีกครั้งหรือสภาพหรือเหตุการณ์ดังกล่าวไม่เสร็จสมบูรณ์และหยุดชะงัก

말 (คำนาม) : 생각이나 느낌을 표현하고 전달하는 사람의 소리.
การพูด, คำพูด
เสียงของคนที่แสดงและถ่ายทอดความรู้สึกหรือความคิด

이 선율+에+ㄴ 둘+이+만 알(아)+는 아찔하+ㅁ

선율엔 아는 아찔함

이 (คุณศัพท์) : 말하는 사람에게 가까이 있거나 말하는 사람이 생각하고 있는 대상을 가리킬 때 쓰는 말.
นี้
คำที่ใช้ตอนที่บ่งชี้สิ่งที่ผู้พูดกำลังคิดอยู่หรือสิ่งที่อยู่ใกล้กับผู้พูด

선율 (คำนาม) : 길고 짧거나 높고 낮은 소리가 어우러진 음의 흐름.
ทำนอง, ท่วงทำนอง, ทำนองเพลง, น้ำเสียง, จังหวะดนตรี
การลื่นไหลของทำนองที่ผสมผสานกันเป็นเสียงต่ำและสูงหรือสั้นและยาว

에 : 앞말이 어떤 장소나 자리임을 나타내는 조사.
ที่...
คำชี้ที่แสดงว่าคำพูดข้างหน้าเป็นตำแหน่งหรือสถานที่ใด ๆ

는 : 문장 속에서 어떤 대상이 화제임을 나타내는 조사.
...นั้น
คำชี้ที่แสดงว่าเป้าหมายใดๆเป็นหัวเรื่องในประโยค

둘 (คำบอกจำนวน) : 하나에 하나를 더한 수.
2, สอง, เลขสอง, จำนวนสอง
จำนวนหนึ่งบวกหนึ่ง

이 : 어떤 상태나 상황의 대상이나 동작의 주체를 나타내는 조사.
ตัวชี้ประธาน
คำชี้ที่ใช้แสดงสิ่งที่อยู่ในสถานการณ์หรือสภาพใด ๆ หรือผู้ที่เป็นประธานของอากัปกริยา

만 : 다른 것은 제외하고 어느 것을 한정함을 나타내는 조사.
แค่..., ...เท่านั้น, เพียง...เท่านั้น, เฉพาะ...เท่านั้น
คำชี้ที่แสดงการยกเว้นสิ่งอื่นและจำกัดสิ่งใด ๆ

알다 (คำกริยา) : 교육이나 경험, 생각 등을 통해 사물이나 상황에 대한 정보 또는 지식을 갖추다.
รู้, ทราบ
มีความรู้หรือรู้ข้อมูลที่เกี่ยวกับสถานการณ์หรือสิ่งต่าง ๆ โดยผ่านความคิด ประสบการณ์หรือการศึกษา เป็นต้น

-는 : 앞의 말이 관형어의 기능을 하게 만들고 사건이나 동작이 현재 일어남을 나타내는 어미.
...ที่...
วิภัตติปัจจัยที่แสดงการที่ทำให้คำพูดข้างหน้าทำหน้าที่เป็นคุณศัพท์ขยายนามและเหตุการณ์หรืออากัปกิริยาเกิดขึ้นในปัจจุบัน

아찔하다 (คำคุณศัพท์) : 놀라거나 해서 갑자기 정신이 흐려지고 어지럽다.
เสียว, หวาดเสียว, วิงเวียน, มึน, หวิว, หวิว ๆ, หน้ามืด, เวียนศีรษะ, มึนศีรษะ
ตกใจหรืออย่างอื่นแล้วสติจึงขุ่นมัวขึ้นและเวียนหัวอย่างกะทันหัน

-ㅁ : 앞의 말이 명사의 기능을 하게 하는 어미.
การ..., ความ...
วิภัตติปัจจัยที่ทำให้คำข้างหน้าทำหน้าที่เป็นคำนาม

아무리 토라지+어도 삐지+[어 있]+어도

토라져도 삐져 있어도

아무리 (คำวิเศษณ์) : 비록 그렇다 하더라도.
ถึงแม้ว่า
ถึงแม้ว่าจะเป็นเช่นนั้นก็ตาม

토라지다 (คำกริยา) : 마음에 들지 않아 불만스러워 싹 돌아서다.
งอน, ไม่พอใจ, ปึ่งตึง
หันหลังไปเต็มที่เพราะไม่น่าพอใจเนื่องจากไม่ถูกใจ

-어도 : 앞에 오는 말을 가정하거나 인정하지만 뒤에 오는 말에는 관계가 없거나 영향을 끼치지 않음을 나타내는 연결 어미.
แม้ว่า..., ถึงแม้ว่า...
วิภัตติปัจจัยเชื่อมระหว่างประโยคที่แสดงการสมมุติหรือยอมรับคำพูดข้างหน้าแต่ไม่เกี่ยวข้องหรือไม่มีผลกระทบต่อคำพูดตามมาข้างหลัง

삐지다 (คำกริยา) : 화가 나거나 서운해서 마음이 뒤틀리다.
งอน, ไม่พอใจ, ปึ่งตึง
ผิดใจ เพราะโกรธหรือเสียความรู้สึก

-어 있다 : 앞의 말이 나타내는 상태가 계속됨을 나타내는 표현.
...อยู่
สำนวนที่แสดงว่าสภาพที่คำพูดข้างหน้าแสดงไว้นั้นดำเนินอยู่อย่างต่อเนื่อง

-어도 : 앞에 오는 말을 가정하거나 인정하지만 뒤에 오는 말에는 관계가 없거나 영향을 끼치지 않음을 나타내는 연결 어미.
แม้ว่า..., ถึงแม้ว่า...
วิภัตติปัจจัยเชื่อมระหว่างประโยคที่แสดงการสมมุติหรือยอมรับคำพูดข้างหน้าแต่ไม่เกี่ยวข้องหรือไม่มีผลกระทบต่อคำพูดตามมาข้างหลัง

이 노랫말+에 잠기+어
잠겨

이 (คุณศัพท์) : 말하는 사람에게 가까이 있거나 말하는 사람이 생각하고 있는 대상을 가리킬 때 쓰는 말.
นี่
คำที่ใช้ตอนที่บ่งชี้สิ่งที่ผู้พูดกำลังคิดอยู่หรือสิ่งที่อยู่ใกล้กับผู้พูด

노랫말 (คำนาม) : 노래의 가락에 따라 부를 수 있게 만든 글이나 말.
เนื้อเพลง, เนื้อร้อง, คำร้อง, บทร้อง, คำประพันธ์เพลง
คำพูดหรือข้อความที่ทำขึ้นสำหรับขับร้องตามทำนองดนตรีของบทเพลง

에 : 앞말이 어떤 행위나 감정 등의 대상임을 나타내는 조사.
ต่อ..., ต่อการ..., กับ...
คำชี้ที่แสดงว่าคำพูดข้างหน้าเป็นเป้าหมายของความรู้สึกหรือการกระทำใด ๆ เป็นต้น

잠기다 (คำกริยา) : 생각이나 느낌 속에 빠지다.
หลงใหล, หมกมุ่น, จมกับ, ตกอยู่ในห้วง
ตกอยู่ในห้วงความรู้สึกหรือความคิด

-어 : 앞의 말이 뒤의 말보다 먼저 일어났거나 뒤의 말에 대한 방법이나 수단이 됨을 나타내는 연결 어미.
แล้ว..., แล้วจึง...
วิภัตติปัจจัยเชื่อมระหว่างประโยคที่แสดงการที่คำพูดข้างหน้าเกิดขึ้นก่อนคำพูดข้างหลัง หรือกลายเป็นวิธีการหรือวิธีทำเกี่ยวกับคำพูดข้างหลัง

우리+는 서로 남몰래 [눈을 맞추]+어요.
우린 눈을 맞춰요

우리 (สรรพนาม) : 말하는 사람이 자기보다 높지 않은 사람에게 자기를 포함한 여러 사람들을 가리키는 말.
เรา, พวกเรา
คำเรียกที่ผู้พูดเรียกรวมตนเองกับผู้คนหลาย ๆ คนและพูดกับคนที่อ่อนอาวุโสกว่าตน

는 : 문장 속에서 어떤 대상이 화제임을 나타내는 조사.
...นั้น
คำชี้ที่แสดงว่าเป้าหมายใดๆเป็นหัวเรื่องในประโยค

서로 (คำวิเศษณ์) : 관계를 맺고 있는 둘 이상의 대상이 함께. 또는 같이.
ซึ่งกันและกัน, ต่อกัน, ต่อกันและกัน
เป้าหมายที่มากกว่าสองสิ่งขึ้นไปที่มีความสัมพันธ์กันร่วมกัน หรือด้วยกัน

남몰래 (คำวิเศษณ์) : 다른 사람이 모르게.
อย่างลับ ๆ, อย่างไม่ให้ใครรู้, อย่างไม่ให้คนรู้
อย่างไม่ให้คนอื่นรู้

눈을 맞추다 (สำนวน) : 서로 눈을 마주 보다.
(ป.ต.)สบตากัน ; สบตากัน
มองตากันและกัน

-어요 : (두루높임으로) 어떤 사실을 서술하거나 질문, 명령, 권유함을 나타내는 종결 어미.
วิภัตติปัจจัยลงท้ายประโยคที่ใช้ในการยกย่องโดยทั่วไป
(ใช้ในการยกย่องอย่างไม่เป็นทางการ)วิภัตติปัจจัยลงท้ายประโยคที่แสดงการบอกเล่า การถาม การสั่ง หรือการชักชวนเรื่องใด ๆ

내+가 <u>즐기+어</u> 부르+는 이 노래
즐겨

내 (สรรพนาม) : '나'에 조사 '가'가 붙을 때의 형태.
ฉัน
รูปแบบของคำว่า '나' ที่ตามด้วยคำชี้ '가'

가 : 어떤 상태나 상황에 놓인 대상이나 동작의 주체를 나타내는 조사.
คำชี้ประธาน
คำชี้ที่ใช้แสดงสิ่งที่อยู่ในสถานการณ์หรือสภาพใด ๆ หรือผู้ที่เป็นประธานของอากัปกริยา

즐기다 (คำกริยา) : 어떤 것을 좋아하여 자주 하다.
สนุกสนาน, ชื่นชอบ
ชื่นชอบในสิ่งใดแล้วจึงทำบ่อย ๆ

-어 : 앞의 말이 뒤의 말보다 먼저 일어났거나 뒤의 말에 대한 방법이나 수단이 됨을 나타내는 연결 어미.
แล้ว..., แล้วจึง...
วิภัตติปัจจัยเชื่อมระหว่างประโยคที่แสดงการที่คำพูดข้างหน้าเกิดขึ้นก่อนคำพูดข้างหลัง หรือกลายเป็นวิธีการหรือวิธีทำเกี่ยวกับคำพูดข้างหลัง

부르다 (คำกริยา) : 곡조에 따라 노래하다.
ร้องเพลง, ขับเพลง
ร้องเพลงตามทำนอง

-는 : 앞의 말이 관형어의 기능을 하게 만들고 사건이나 동작이 현재 일어남을 나타내는 어미.
...ที่...
วิภัตติปัจจัยที่แสดงการที่ทำให้คำพูดข้างหน้าทำหน้าที่เป็นคุณศัพท์ขยายนามและเหตุการณ์หรืออากัปกิริยาเกิดขึ้นในปัจจุบัน

이 (คุณศัพท์) : 말하는 사람에게 가까이 있거나 말하는 사람이 생각하고 있는 대상을 가리킬 때 쓰는 말.
นี่
คำที่ใช้ตอนที่บ่งชี้สิ่งที่ผู้พูดกำลังคิดอยู่หรือสิ่งที่อยู่ใกล้กับผู้พูด

노래 (คำนาม) : 운율에 맞게 지은 가사에 곡을 붙인 음악. 또는 그런 음악을 소리 내어 부름.
เพลง, บทเพลง, การขับร้องเพลง
เพลงที่ใส่ทำนองในเนื้อร้องซึ่งแต่งให้ตรงกับกฎการสัมผัสจังหวะ หรือการขับร้องเพลงดังกล่าว

이 음악+이 흐르+면

이 (คุณศัพท์) : 말하는 사람에게 가까이 있거나 말하는 사람이 생각하고 있는 대상을 가리킬 때 쓰는 말.
นี้
คำที่ใช้ตอนที่บ่งชี้สิ่งที่ผู้พูดกำลังคิดอยู่หรือสิ่งที่อยู่ใกล้กับผู้พูด

음악 (คำนาม) : 목소리나 악기로 박자와 가락이 있게 소리 내어 생각이나 감정을 표현하는 예술.
เพลง, ดนตรี
ศิลปะที่แสดงความรู้สึกหรือความคิดโดยเปล่งเสียงมีจังหวะและทำนองดนตรีด้วยเครื่องดนตรีหรือเสียง

이 : 어떤 상태나 상황의 대상이나 동작의 주체를 나타내는 조사.
ตัวชี้ประธาน
คำชี้ที่ใช้แสดงสิ่งที่อยู่ในสถานการณ์หรือสภาพใด ๆ หรือผู้ที่เป็นประธานของอากัปกริยา

흐르다 (คำกริยา) : 빛, 소리, 향기 등이 부드럽게 퍼지다.
แสงที่เปล่งออกมา, กลิ่นโชย, เสียงเพลงที่แว่วมา
แสง เสียง หรือกลิ่น เป็นต้น กระจายออกมาอย่างอ่อนโยน

-면 : 뒤에 오는 말에 대한 근거나 조건이 됨을 나타내는 연결 어미.
ถ้า...
วิภัตติปัจจัยเชื่อมระหว่างประโยคที่แสดงถึงการที่กลายเป็นสาเหตุหรือเงื่อนไขเกี่ยวกับคำพูดตามมาข้างหลัง

너+의 눈빛, 너+의 표정

너 (สรรพนาม) : 듣는 사람이 친구나 아랫사람일 때, 그 사람을 가리키는 말.
เธอ, แก, เอ็ง
คำที่ใช้เรียกชี้บ่งคนนั้นที่เป็นผู้ฟังในกรณีที่เป็นผู้น้อยหรือเพื่อน

의 : 앞의 말이 뒤의 말에 대하여 소유, 소속, 소재, 관계, 기원, 주체의 관계를 가짐을 나타내는 조사.
ของ...
คำชี้ที่แสดงว่าคำพูดข้างหน้ามีความสัมพันธ์กับประธาน แหล่งกำเนิด ความสัมพันธ์ วัตถุดิบ การสังกัด การเป็นเจ้าของ ต่อคำพูดข้างหลัง

눈빛 (คำนาม) : 눈에 나타나는 감정.
สายตา
อารมณ์ที่แสดงออกทางดวงตา

너 (สรรพนาม) : 듣는 사람이 친구나 아랫사람일 때, 그 사람을 가리키는 말.
เธอ, แก, เอ็ง
คำที่ใช้เรียกชี้บ่งคนนั้นที่เป็นผู้ฟังในกรณีที่เป็นผู้น้อยหรือเพื่อน

의 : 앞의 말이 뒤의 말에 대하여 소유, 소속, 소재, 관계, 기원, 주체의 관계를 가짐을 나타내는 조사.
ของ...
คำชี้ที่แสดงว่าคำพูดข้างหน้ามีความสัมพันธ์กับประธาน แหล่งกำเนิด ความสัมพันธ์ วัตถุดิบ การสังกัด การเป็นเจ้าของ ต่อคำพูดข้างหลัง

표정 (คำนาม) : 마음속에 품은 감정이나 생각 등이 얼굴에 드러남. 또는 그런 모습.
สีหน้า, ลักษณะสีหน้าที่แสดงออก
การที่ความรู้สึกหรือความคิด เป็นต้น ที่อยู่ภายในใจ ปรากฏออกมาทางใบหน้า หรือลักษณะดังกล่าว

<u>나+의</u> 가슴+이 살살 녹+아요.
내

나 (สรรพนาม) : 말하는 사람이 친구나 아랫사람에게 자기를 가리키는 말.
ฉัน
คำที่คนพูดใช้เรียกตนเองต่อเพื่อนหรือคนที่อายุน้อยกว่า

의 : 앞의 말이 뒤의 말에 대하여 소유, 소속, 소재, 관계, 기원, 주체의 관계를 가짐을 나타내는 조사.
ของ...
คำชี้ที่แสดงว่าคำพูดข้างหน้ามีความสัมพันธ์กับประธาน แหล่งกำเนิด ความสัมพันธ์ วัตถุดิบ การสังกัด การเป็นเจ้าของ ต่อคำพูดข้างหลัง

가슴 (คำนาม) : 마음이나 느낌.
ใจ, อก, หัวอก
ความรู้สึกหรือจิตใจ

이 : 어떤 상태나 상황의 대상이나 동작의 주체를 나타내는 조사.
ตัวชี้ประธาน
คำชี้ที่ใช้แสดงสิ่งที่อยู่ในสถานการณ์หรือสภาพใด ๆ หรือผู้ที่เป็นประธานของอาการกริยา

살살 (คำวิเศษณ์) : 눈이나 설탕 등이 모르는 사이에 저절로 녹는 모양.
อย่างค่อย ๆ
ลักษณะที่หิมะหรือน้ำตาล เป็นต้น สลายไปเองโดยที่ไม่รู้

녹다 (คำกริยา) : 어떤 대상에게 몹시 반하거나 빠지다.
ตกหลุมรัก, หลงรัก, หลงใหล, หลงเสน่ห์, ลุ่มหลง
หลงรักหรือตกหลุมรักสิ่งใดๆ อย่างมาก

-아요 : (두루높임으로) 어떤 사실을 서술하거나 질문, 명령, 권유함을 나타내는 종결 어미.
วิภัตติปัจจัยลงท้ายประโยคที่ใช้ในการยกย่องโดยทั่วไป
(ใช้ในการยกย่องอย่างไม่เป็นทางการ)วิภัตติปัจจัยลงท้ายประโยคที่แสดงการบอกเล่า การถาม การสั่ง หรือการชักชวนเรื่องใด ๆ

< 3 절(ท่อนเพลง) >

우리 둘+이 부르+는 이 노래

우리 (สรรพนาม) : 말하는 사람이 자기보다 높지 않은 사람에게 자기를 포함한 여러 사람들을 가리키는 말.
เรา, พวกเรา
คำเรียกที่ผู้พูดเรียกรวมตนเองกับผู้คนหลาย ๆ คนและพูดกับคนที่อ่อนอาวุโสกว่าตน

둘 (คำบอกจำนวน) : 하나에 하나를 더한 수.
2, สอง, เลขสอง, จำนวนสอง
จำนวนหนึ่งบวกหนึ่ง

이 : 어떤 상태나 상황의 대상이나 동작의 주체를 나타내는 조사.
ตัวชี้ประธาน
คำชี้ที่ใช้แสดงสิ่งที่อยู่ในสถานการณ์หรือสภาพใด ๆ หรือผู้ที่เป็นประธานของอากัปกริยา

부르다 (คำกริยา) : 곡조에 따라 노래하다.
ร้องเพลง, ขับเพลง
ร้องเพลงตามทำนอง

-는 : 앞의 말이 관형어의 기능을 하게 만들고 사건이나 동작이 현재 일어남을 나타내는 어미.
...ที่...
วิภัตติปัจจัยที่แสดงการที่ทำให้คำพูดข้างหน้าทำหน้าที่เป็นคุณศัพท์ขยายนามและเหตุการณ์หรืออากัปกิริยาเกิดขึ้นในปัจจุบัน

이 (คุณศัพท์) : 말하는 사람에게 가까이 있거나 말하는 사람이 생각하고 있는 대상을 가리킬 때 쓰는 말.
นี้
คำที่ใช้ตอนที่บ่งชี้สิ่งที่ผู้พูดกำลังคิดอยู่หรือสิ่งที่อยู่ใกล้กับผู้พูด

노래 (คำนาม) : 운율에 맞게 지은 가사에 곡을 붙인 음악. 또는 그런 음악을 소리 내어 부름.
เพลง, บทเพลง, การขับร้องเพลง
เพลงที่ใส่ทำนองในเนื้อร้องซึ่งแต่งให้ตรงกับกฎการสัมผัสจังหวะ หรือการขับร้องเพลงดังกล่าว

우리 둘+만 <u>알(아)+는</u> 이 노래
아는

우리 (สรรพนาม) : 말하는 사람이 자기보다 높지 않은 사람에게 자기를 포함한 여러 사람들을 가리키는 말.
เรา, พวกเรา
คำเรียกที่ผู้พูดเรียกรวมตนเองกับผู้คนหลาย ๆ คนและพูดกับคนที่อ่อนอาวุโสกว่าตน

둘 (คำบอกจำนวน) : 하나에 하나를 더한 수.
2, สอง, เลขสอง, จำนวนสอง
จำนวนหนึ่งบวกหนึ่ง

만 : 다른 것은 제외하고 어느 것을 한정함을 나타내는 조사.
แค่..., ...เท่านั้น, เพียง...เท่านั้น, เฉพาะ...เท่านั้น
คำชี้ที่แสดงการยกเว้นสิ่งอื่นและจำกัดสิ่งใด ๆ

알다 (คำกริยา) : 교육이나 경험, 생각 등을 통해 사물이나 상황에 대한 정보 또는 지식을 갖추다.
รู้, ทราบ
มีความรู้หรือรู้ข้อมูลที่เกี่ยวกับสถานการณ์หรือสิ่งต่าง ๆ โดยผ่านความคิด ประสบการณ์หรือการศึกษา เป็นต้น

-는 : 앞의 말이 관형어의 기능을 하게 만들고 사건이나 동작이 현재 일어남을 나타내는 어미.
...ที่...
วิภัตติปัจจัยที่แสดงการที่ทำให้คำพูดข้างหน้าทำหน้าที่เป็นคุณศัพท์ขยายนามและเหตุการณ์หรืออากัปกิริยาเกิดขึ้นในปัจจุบัน

이 (คุณศัพท์) : 말하는 사람에게 가까이 있거나 말하는 사람이 생각하고 있는 대상을 가리킬 때 쓰는 말.
นี้
คำที่ใช้ตอนที่บ่งชี้สิ่งที่ผู้พูดกำลังคิดอยู่หรือสิ่งที่อยู่ใกล้กับผู้พูด

노래 (คำนาม) : 운율에 맞게 지은 가사에 곡을 붙인 음악. 또는 그런 음악을 소리 내어 부름.
เพลง, บทเพลง, การขับร้องเพลง
เพลงที่ใส่ทำนองในเนื้อร้องซึ่งแต่งให้ตรงกับกฎการสัมผัสจังหวะ หรือการขับร้องเพลงดังกล่าว

우리 둘+이 영원히 함께 <u>부르(불ㄹ)+어요</u>.
불러요

우리 (สรรพนาม) : 말하는 사람이 자기보다 높지 않은 사람에게 자기를 포함한 여러 사람들을 가리키는 말.
เรา, พวกเรา
คำเรียกที่ผู้พูดเรียกรวมตนเองกับผู้คนหลาย ๆ คนและพูดกับคนที่อ่อนอาวุโสกว่าตน

둘 (คำบอกจำนวน) : 하나에 하나를 더한 수.
2, สอง, เลขสอง, จำนวนสอง
จำนวนหนึ่งบวกหนึ่ง

이 : 어떤 상태나 상황의 대상이나 동작의 주체를 나타내는 조사.
ตัวชี้ประธาน
คำชี้ที่ใช้แสดงสิ่งที่อยู่ในสถานการณ์หรือสภาพใด ๆ หรือผู้ที่เป็นประธานของอากัปกริยา

영원히 (คำวิเศษณ์) : 끝없이 이어지는 상태로. 또는 언제까지나 변하지 않는 상태로.
โดยตลอดไป, อย่างถาวร, ชั่วนิรันดร์
ในสภาพที่เป็นไปอย่างต่อเนื่องโดยไม่สิ้นสุด หรือในสภาพที่ไม่เปลี่ยนแปลงไม่ว่าเมื่อไรก็ตาม

함께 (คำวิเศษณ์) : 여럿이서 한꺼번에 같이.
ด้วยกัน, ร่วมกัน
หลาย ๆ คนทำร่วมกันในคราวเดียวกัน

부르다 (คำกริยา) : 곡조에 따라 노래하다.
ร้องเพลง, ขับเพลง
ร้องเพลงตามทำนอง

-어요 : (두루높임으로) 어떤 사실을 서술하거나 질문, 명령, 권유함을 나타내는 종결 어미.
วิภัตติปัจจัยลงท้ายประโยคที่ใช้ในการยกย่องโดยทั่วไป
(ใช้ในการยกย่องอย่างไม่เป็นทางการ)วิภัตติปัจจัยลงท้ายประโยคที่แสดงการบอกเล่า การถาม การสั่ง หรือการชักชวนเรื่องใด ๆ

이 음표+에 우리 사랑 싣+고

이 (คุณศัพท์) : 말하는 사람에게 가까이 있거나 말하는 사람이 생각하고 있는 대상을 가리킬 때 쓰는 말.
นี่
คำที่ใช้ตอนที่บ่งชี้สิ่งที่ผู้พูดกำลังคิดอยู่หรือสิ่งที่อยู่ใกล้กับผู้พูด

음표 (คำนาม) : 악보에서 음의 길이와 높낮이를 나타내는 기호.
ตัวโน้ต, โน้ต
เครื่องหมายที่แสดงความสูงต่ำและความยาวของเสียงในโน้ตเพลง

에 : 앞말이 어떤 행위나 작용이 미치는 대상임을 나타내는 조사.
แก่..., ที่..., ที่ใน(บน)...
คำชี้ที่แสดงว่าคำพูดข้างหน้าเป็นเป้าหมายที่การทำงานหรือการกระทำใด ๆ มีผลต่อ

우리 (สรรพนาม) : 말하는 사람이 자기보다 높지 않은 사람에게 자기를 포함한 여러 사람들을 가리키는 말.
เรา, พวกเรา
คำเรียกที่ผู้พูดเรียกรวมตนเองกับผู้คนหลาย ๆ คนและพูดกับคนที่อ่อนอาวุโสกว่าตน

사랑 (คำนาม) : 상대에게 성적으로 매력을 느껴 열렬히 좋아하는 마음.
ความรัก
จิตใจที่รู้สึกได้ถึงเสน่ห์ของฝ่ายตรงข้ามและชอบอย่างจริงจัง

싣다 (คำกริยา) : 어떤 현상이나 뜻을 나타내거나 담다.
มี, ปรากฏ
แสดงออกถึงปรากฏการณ์ใด ๆ หรือความหมายที่แฝงอยู่

-고 : 앞의 말이 나타내는 행동이나 그 결과가 뒤에 오는 행동이 일어나는 동안에 그대로 지속됨을 나타
내는 연결 어미.
ไม่พบคำแปล
วิภัตติปัจจัยเชื่อมระหว่างประโยคที่แสดงว่าการกระทำหรือผลลัพธ์ที่ปรากฏในประโยคหน้าถูกดำเนินอย่างต่อเนื่องในช่วงเวลาที่การกระ
ทำในประโยคหลังเกิดขึ้น

높+고 낮+게 길+고 짧+은 리듬

높다 (คำคุณศัพท์) : 소리가 음의 차례에서 위쪽이거나 진동수가 크다.
(เสียง)สูง, แหลม
เสียงซึ่งอยู่สูงในลำดับของเสียงหรือจำนวนการสั่นสะเทือนเล็กน้อย

-고 : 두 가지 이상의 대등한 사실을 나열할 때 쓰는 연결 어미.
ทั้ง...และ…
วิภัตติปัจจัยเชื่อมระหว่างประโยคที่ใช้เมื่อแจกแจงข้อเท็จจริงที่เท่าเทียมกันสองสิ่งขึ้นไปต่อกัน

낮다 (คำคุณศัพท์) : 소리가 음의 차례에서 아래쪽이거나 진동수가 작다.
ต่ำ
โทนเสียงต่ำหรือมีจำนวนการสั่นของเส้นเสียงน้อย

-게 : 앞의 말이 뒤에서 가리키는 일의 목적이나 결과, 방식, 정도 등이 됨을 나타내는 연결 어미.
อย่าง..., ให้...
วิภัตติปัจจัยเชื่อมระหว่างประโยคที่แสดงว่าคำพูดข้างหน้าชี้บอกระดับ วิธีการ ผลลัพธ์หรือวัตถุประสงค์ หรืออื่นๆ ของสิ่งที่อยู่ในเนื้อห
าข้างหลัง

길다 (คำคุณศัพท์) : 한 때에서 다음의 한 때까지 이어지는 시간이 오래다.
ยาวนาน
ระยะเวลาตั้งแต่เวลาใดเวลาหนึ่งไปจนถึงเวลาถัดไปยาวนาน

-고 : 두 가지 이상의 대등한 사실을 나열할 때 쓰는 연결 어미.
ทั้ง...และ…
วิภัตติปัจจัยเชื่อมระหว่างประโยคที่ใช้เมื่อแจกแจงข้อเท็จจริงที่เท่าเทียมกันสองสิ่งขึ้นไปต่อกัน

짧다 (คำคุณศัพท์) : 한 때에서 다른 때까지의 동안이 오래지 않다.
สั้น
ช่วงระยะตั้งแต่ช่วงหนึ่งถึงช่วงอื่นซึ่งไม่ยาวนาน

-은 : 앞의 말이 관형어의 기능을 하게 만들고 현재의 상태를 나타내는 어미.
ที่..., ซึ่ง...
วิภัตติปัจจัยที่ทำให้คำพูดข้างหน้าทำหน้าที่เป็นคุณศัพท์ขยายนามและแสดงถึงสภาพที่เป็นอยู่ในปัจจุบัน

리듬 (คำนาม) : 소리의 높낮이, 길이, 세기 등이 일정하게 반복되는 것.
จังหวะ, จังหวะดนตรี
การซ้ำเป็นประจำของความสูงต่ำ ความยาว และความหนักเบาของเสียง

이 가락+에 밤새+도록 취하+[여 보]+아요.
취해 봐요

이 (คุณศัพท์) : 말하는 사람에게 가까이 있거나 말하는 사람이 생각하고 있는 대상을 가리킬 때 쓰는 말.
นี้
คำที่ใช้ตอนที่บ่งชี้สิ่งที่ผู้พูดกำลังคิดอยู่หรือสิ่งที่อยู่ใกล้กับผู้พูด

가락 (คำนาม) : 음악에서 음의 높낮이의 흐름.
ทำนอง
ท่วงทำนองของเสียงซึ่งมีทั้งเสียงสูงเสียงต่ำในทางดนตรี

에 : 앞말이 어떤 행위나 감정 등의 대상임을 나타내는 조사.
ต่อ..., ต่อการ..., กับ...
คำชี้ที่แสดงว่าคำพูดข้างหน้าเป็นเป้าหมายของความรู้สึกหรือการกระทำใด ๆ เป็นต้น

밤새다 (คำกริยา) : 밤이 지나 아침이 오다.
จนถึงเช้า, ทั้งคืน, โต้รุ่ง
ผ่านเลยค่ำคืนและเช้ามา

-도록 : 앞에 오는 말이 뒤에 오는 말에 대한 목적이나 결과, 방식, 정도임을 나타내는 연결 어미.
เพื่อให้...
วิภัตติปัจจัยเชื่อมระหว่างประโยคที่แสดงว่าคำพูดข้างหน้าเป็นจุดประสงค์ ผลลัพธ์ วิธีการ หรือระดับของคำพูดที่ตามมาข้างหลัง

취하다 (คำกริยา) : 무엇에 매우 깊이 빠져 마음을 빼앗기다.
หลง, ลุ่มหลง, หลงใหล, มัวเมา
หลงใหลในบางสิ่งเป็นอย่างมาก แล้วจึงถูกยึดจิตใจ

-여 보다 : 앞의 말이 나타내는 행동을 시험 삼아 함을 나타내는 표현.
...ดู, ลอง..., ลอง...ดู
สำนวนที่แสดงว่าเป็นการทดลองทำการกระทำที่ปรากฏในคำพูดข้างหน้า

-아요 : (두루높임으로) 어떤 사실을 서술하거나 질문, 명령, 권유함을 나타내는 종결 어미.
วิภัตติปัจจัยลงท้ายประโยคที่ใช้ในการยกย่องโดยทั่วไป
(ใช้ในการยกย่องอย่างไม่เป็นทางการ)วิภัตติปัจจัยลงท้ายประโยคที่แสดงการบอกเล่า การถาม การสั่ง หรือการชักชวนเรื่องใด ๆ

< 8 >

최고야

너는 최고야.
(คุณเก่งที่สุด)

[발음(การออกเสียง)]

< 1 절(ท่อนเพลง) >

엄마, 치킨 먹고 싶어.
엄마, 치킨 먹꼬 시퍼.
eomma, chikin meokgo sipeo.

아빠, 피자 먹고 싶어.
아빠, 피자 먹꼬 시퍼.
appa, pija meokgo sipeo.

치킨 먹고 싶어.
치킨 먹꼬 시퍼.
chikin meokgo sipeo.

피자 먹고 싶어.
피자 먹꼬 시퍼.
pija meokgo sipeo.

시켜 줘, 시켜 줘.
시켜 줘, 시켜 줘.
sikyeo jwo, sikyeo jwo.

전부 시켜 줘.
전부 시켜 줘.
jeonbu sikyeo jwo.

시켜, 뭐든지 시켜.
시켜, 뭐든지 시켜.
sikyeo, mwodeunji sikyeo.

시켜, 전부 다 시켜.
시켜, 전부 다 시켜.
sikyeo, jeonbu da sikyeo.

먹고 싶은 거, 맛보고 싶은 거 전부 다 시켜.
먹꼬 시픈 거, 맏뽀고 시픈 거 전부 다 시켜.
meokgo sipeun geo, matbogo sipeun geo jeonbu da sikyeo.

엄만 언제나 최고야.
엄만 언제나 최고야.
eomman eonjena choegoya.

최고, 최고, 최고
최고, 최고, 최고
choego, choego, choego

아빤 언제나 최고야.
아빤 언제나 최고야.
appan eonjena choegoya.

최고, 최고, 아빠 최고.
최고, 최고, 아빠 최고.
choego, choego, appa choego.

엄마 최고, 아빠 최고, 엄마 최고, 아빠 최고.
엄마 최고, 아빠 최고, 엄마 최고, 아빠 최고.
eomma choego, appa choego, eomma choego, appa choego.

< 2 절(ท่อนเพลง) >

언니, 햄버거 먹고 싶어.
언니, 햄버거 먹꼬 시퍼.
eonni, haembeogeo meokgo sipeo.

오빠, 돈가스 먹고 싶어.
오빠, 돈가스 먹꼬 시퍼.
oppa, dongaseu meokgo sipeo.

햄버거 먹고 싶어.
햄버거 먹꼬 시퍼.
haembeogeo meokgo sipeo.

돈가스 먹고 싶어.
돈가스 먹꼬 시퍼.
dongaseu meokgo sipeo.

시켜 줘, 시켜 줘.
시켜 줘, 시켜 줘.
sikyeo jwo, sikyeo jwo.

전부 시켜 줘.
전부 시켜 줘.
jeonbu sikyeo jwo.

시켜, 뭐든지 시켜.
시켜, 뭐든지 시켜.
sikyeo, mwodeunji sikyeo.

시켜, 전부 다 시켜.
시켜, 전부 다 시켜.
sikyeo, jeonbu da sikyeo.

먹고 싶은 거, 맛보고 싶은 거 전부 다 시켜.
먹꼬 시픈 거, 맏뽀고 시픈 거 전부 다 시켜.
meokgo sipeun geo, matbogo sipeun geo jeonbu da sikyeo.

초밥도, 짜장면도, 짬뽕도, 탕수육도, 떡볶이도, 순대도, 김밥도, 냉면도.
초밥또, 짜장면도, 짬뽕도, 탕수육또, 떡뽀끼도, 순대도, 김밥또, 냉면도.
chobapdo, jjajangmyeondo, jjamppongdo, tangsuyukdo, tteokbokkido, sundaedo, gimbapdo, naengmyeondo.

시켜, 시켜, 뭐든지 시켜.
시켜, 시켜, 뭐든지 시켜.
sikyeo, sikyeo, mwodeunji sikyeo.

먹고 싶은 거 다 시켜.
먹꼬 시픈 거 다 시켜.
meokgo sipeun geo da sikyeo.

뭐든지 다 시켜 줄게.
뭐든지 다 시켜 줄께.
mwodeunji da sikyeo julge.

전부 다 시켜 줄게.
전부 다 시켜 줄께.
jeonbu da sikyeo julge.

언닌 언제나 최고야.
언닌 언제나 최고야.
eonnin eonjena choegoya.

최고, 최고, 최고.
최고, 최고, 최고.
choego, choego, choego.

오빤 언제나 최고야.
오빤 언제나 최고야.
oppan eonjena choegoya.

최고, 최고, 오빠 최고.
최고, 최고, 오빠 최고.
choego, choego, oppa choego.

엄마가 최고야, 엄마 최고.

엄마가 최고야, 엄마 최고.

eommaga choegoya, eomma choego.

아빠가 최고야, 아빠 최고.

아빠가 최고야, 아빠 최고.

appaga choegoya, appa choego.

최고, 최고, 언니 최고.

최고, 최고, 언니 최고.

choego, choego, eonni choego.

오빠가 최고야, 오빠 최고.

오빠가 최고야, 오빠 최고.

oppaga choegoya, oppa choego.

< 1 절(ท่อนเพลง) >

엄마, 치킨 먹+[고 싶]+어.

엄마 (คำนาม) : 격식을 갖추지 않아도 되는 상황에서 어머니를 이르거나 부르는 말.
อ็อมมา : แม่
คำที่กล่าวถึงหรือเรียกคุณแม่ ซึ่งในสถานการณ์ที่ไม่จำเป็นต้องทำตามแบบแผน

치킨 (คำนาม) : 토막을 낸 닭에 밀가루 등을 묻혀 기름에 튀기거나 구운 음식.
ไก่ทอด
อาหารที่ทำจากชิ้นไก่ชุบแป้งสาลี เป็นต้น ทอดในน้ำมันหรือย่าง

먹다 (คำกริยา) : 음식 등을 입을 통하여 배 속에 들여보내다.
กิน
เอาอาหาร เป็นต้น ใส่เข้าไปในท้องโดยผ่านปาก

-고 싶다 : 앞의 말이 나타내는 행동을 하기를 원함을 나타내는 표현.
อยาก..., ต้องการ...
สำนวนที่แสดงความต้องการที่จะกระทำสิ่งที่ปรากฏในคำพูดข้างหน้า

-어 : (두루낮춤으로) 어떤 사실을 서술하거나 물음, 명령, 권유를 나타내는 종결 어미.
วิภัตติปัจจัยลงท้ายประโยคที่ใช้ในการลดระดับภาษาโดยทั่วไป
(ใช้ในการลดระดับอย่างไม่เป็นทางการ)วิภัตติปัจจัยลงท้ายประโยคที่แสดงการบอกเล่าข้อเท็จจริงใด ๆ หรือการถาม การสั่ง หรือการชักชวน <การพูดตามลำดับ>

아빠, 피자 먹+[고 싶]+어.

아빠 (คำนาม) : 격식을 갖추지 않아도 되는 상황에서 아버지를 이르거나 부르는 말.
อาปา : พ่อ
คำที่กล่าวถึงหรือเรียกคุณพ่อ ในสถานการณ์ที่ไม่จำเป็นต้องทำตามแบบแผน

피자 (คำนาม) : 이탈리아에서 유래한 것으로 둥글고 납작한 밀가루 반죽 위에 토마토, 고기, 치즈 등을 얹어 구운 음식.
พิซซ่า
อาหารประเภทอบ โดยทำนวดแป้งสาลีให้เป็นรูปกลมแบน และโรยด้วยมะเขือเทศ เนื้อสัตว์ หรือชีส เป็นต้น แล้วนำไปอบ มีต้นกำเนิดมาจากประเทศอิตาลี

먹다 (คำกริยา) : 음식 등을 입을 통하여 배 속에 들여보내다.
กิน
เอาอาหาร เป็นต้น ใส่เข้าไปในท้องโดยผ่านปาก

-고 싶다 : 앞의 말이 나타내는 행동을 하기를 원함을 나타내는 표현.
อยาก..., ต้องการ...
สำนวนที่แสดงความต้องการที่จะกระทำสิ่งที่ปรากฏในคำพูดข้างหน้า

-어 : (두루낮춤으로) 어떤 사실을 서술하거나 물음, 명령, 권유를 나타내는 종결 어미.
วิภัตติปัจจัยลงท้ายประโยคที่ใช้ในการลดระดับภาษาโดยทั่วไป
(ใช้ในการลดระดับอย่างไม่เป็นทางการ)วิภัตติปัจจัยลงท้ายประโยคที่แสดงการบอกเล่าข้อเท็จจริงใด ๆ หรือการถาม การสั่ง หรือการชักชวน <การพูดตามลำดับ>

치킨 먹+[고 싶]+어.

치킨 (คำนาม) : 토막을 낸 닭에 밀가루 등을 묻혀 기름에 튀기거나 구운 음식.
ไก่ทอด
อาหารที่ทำจากชิ้นไก่ชุบแป้งสาลี เป็นต้น ทอดในน้ำมันหรือย่าง

먹다 (คำกริยา) : 음식 등을 입을 통하여 배 속에 들여보내다.
กิน
เอาอาหาร เป็นต้น ใส่เข้าไปในท้องโดยผ่านปาก

-고 싶다 : 앞의 말이 나타내는 행동을 하기를 원함을 나타내는 표현.
อยาก..., ต้องการ...
สำนวนที่แสดงความต้องการที่จะกระทำสิ่งที่ปรากฏในคำพูดข้างหน้า

-어 : (두루낮춤으로) 어떤 사실을 서술하거나 물음, 명령, 권유를 나타내는 종결 어미.
วิภัตติปัจจัยลงท้ายประโยคที่ใช้ในการลดระดับภาษาโดยทั่วไป
(ใช้ในการลดระดับอย่างไม่เป็นทางการ)วิภัตติปัจจัยลงท้ายประโยคที่แสดงการบอกเล่าข้อเท็จจริงใด ๆ หรือการถาม การสั่ง หรือการชักชวน <การพูดตามลำดับ>

피자 먹+[고 싶]+어.

피자 (คำนาม) : 이탈리아에서 유래한 것으로 둥글고 납작한 밀가루 반죽 위에 토마토, 고기, 치즈 등을 얹어 구운 음식.
พิซซ่า
อาหารประเภทอบ โดยทำนวดแป้งสาลีให้เป็นรูปกลมแบน และโรยด้วยมะเขือเทศ เนื้อสัตว์ หรือชีส เป็นต้น แล้วนำไปอบ มีต้นกำเนิดมาจากประเทศอิตาลี

먹다 (คำกริยา) : 음식 등을 입을 통하여 배 속에 들여보내다.
กิน
เอาอาหาร เป็นต้น ใส่เข้าไปในท้องโดยผ่านปาก

-고 싶다 : 앞의 말이 나타내는 행동을 하기를 원함을 나타내는 표현.
อยาก..., ต้องการ...
สำนวนที่แสดงความต้องการที่จะกระทำสิ่งที่ปรากฏในคำพูดข้างหน้า

-어 : (두루낮춤으로) 어떤 사실을 서술하거나 물음, 명령, 권유를 나타내는 종결 어미.
วิภัตติปัจจัยลงท้ายประโยคที่ใช้ในการลดระดับภาษาโดยทั่วไป
(ใช้ในการลดระดับอย่างไม่เป็นทางการ)วิภัตติปัจจัยลงท้ายประโยคที่แสดงการบอกเล่าข้อเท็จจริงใด ๆ หรือการถาม การสั่ง
หรือการชักชวน <การพูดตามลำดับ>

시키+[어 주]+어, 시키+[어 주]+어.
시켜 줘   시켜 줘

시키다 (คำกริยา) : 음식이나 술, 음료 등을 주문하다.
สั่ง
สั่งอาหาร เหล้า หรือเครื่องดื่ม เป็นต้น

-어 주다 : 남을 위해 앞의 말이 나타내는 행동을 함을 나타내는 표현.
ช่วย..., ช่วย...ให้
สำนวนที่แสดงว่าทำการกระทำที่ปรากฏในคำพูดข้างหน้าเพื่อผู้อื่น

-어 : (두루낮춤으로) 어떤 사실을 서술하거나 물음, 명령, 권유를 나타내는 종결 어미.
วิภัตติปัจจัยลงท้ายประโยคที่ใช้ในการลดระดับภาษาโดยทั่วไป
(ใช้ในการลดระดับอย่างไม่เป็นทางการ)วิภัตติปัจจัยลงท้ายประโยคที่แสดงการบอกเล่าข้อเท็จจริงใด ๆ หรือการถาม การสั่ง
หรือการชักชวน <คำสั่ง>

전부 시키+[어 주]+어.
시켜 줘

전부 (คำวิเศษณ์) : 빠짐없이 다.
ทั้งหมด, ทั้งปวง, ทั้งสิ้น, ทั้งมวล
ทั้งหมดโดยไม่ขาดตกบกพร่อง

시키다 (คำกริยา) : 음식이나 술, 음료 등을 주문하다.
สั่ง
สั่งอาหาร เหล้า หรือเครื่องดื่ม เป็นต้น

-어 주다 : 남을 위해 앞의 말이 나타내는 행동을 함을 나타내는 표현.
ช่วย..., ช่วย...ให้
สำนวนที่แสดงว่าทำการกระทำที่ปรากฏในคำพูดข้างหน้าเพื่อผู้อื่น

-어 : (두루낮춤으로) 어떤 사실을 서술하거나 물음, 명령, 권유를 나타내는 종결 어미.
วิภัตติปัจจัยลงท้ายประโยคที่ใช้ในการลดระดับภาษาโดยทั่วไป
(ใช้ในการลดระดับอย่างไม่เป็นทางการ)วิภัตติปัจจัยลงท้ายประโยคที่แสดงการบอกเล่าข้อเท็จจริงใด ๆ หรือการถาม การสั่ง หรือการชักชวน <คำสั่ง>

시키+어, 뭐+든지 시키+어.
시켜   시켜

시키다 (คำกริยา) : 음식이나 술, 음료 등을 주문하다.
สั่ง
สั่งอาหาร เหล้า หรือเครื่องดื่ม เป็นต้น

-어 : (두루낮춤으로) 어떤 사실을 서술하거나 물음, 명령, 권유를 나타내는 종결 어미.
วิภัตติปัจจัยลงท้ายประโยคที่ใช้ในการลดระดับภาษาโดยทั่วไป
(ใช้ในการลดระดับอย่างไม่เป็นทางการ)วิภัตติปัจจัยลงท้ายประโยคที่แสดงการบอกเล่าข้อเท็จจริงใด ๆ หรือการถาม การสั่ง หรือการชักชวน <คำสั่ง>

뭐 (สรรพนาม) : 정해지지 않은 대상이나 굳이 이름을 밝힐 필요가 없는 대상을 가리키는 말.
อะไร
คำพูดที่บ่งบอกเป้าหมายที่ไม่ได้กำหนดหรือเป้าหมายที่ไม่จำเป็นต้องเปิดเผยชื่อ

든지 : 어느 것이 선택되어도 차이가 없음을 나타내는 조사.
ไม่ว่า...หรือ...ก็ตาม, ...หรือ...ก็ตาม, ไม่ว่า...หรือ...ก็ดี
คำชี้ที่แสดงการไม่มีความแตกต่างแม้ว่าจะต้องเลือกสิ่งใดสิ่งหนึ่ง

시키다 (คำกริยา) : 음식이나 술, 음료 등을 주문하다.
สั่ง
สั่งอาหาร เหล้า หรือเครื่องดื่ม เป็นต้น

-어 : (두루낮춤으로) 어떤 사실을 서술하거나 물음, 명령, 권유를 나타내는 종결 어미.
วิภัตติปัจจัยลงท้ายประโยคที่ใช้ในการลดระดับภาษาโดยทั่วไป
(ใช้ในการลดระดับอย่างไม่เป็นทางการ)วิภัตติปัจจัยลงท้ายประโยคที่แสดงการบอกเล่าข้อเท็จจริงใด ๆ หรือการถาม การสั่ง หรือการชักชวน <คำสั่ง>

시키+어, 전부 다 시키+어.
　시켜　　　　　　　시켜

시키다 (คำกริยา) : 음식이나 술, 음료 등을 주문하다.
สั่ง
สั่งอาหาร เหล้า หรือเครื่องดื่ม เป็นต้น

-어 : (두루낮춤으로) 어떤 사실을 서술하거나 물음, 명령, 권유를 나타내는 종결 어미.
วิภัตติปัจจัยลงท้ายประโยคที่ใช้ในการลดระดับภาษาโดยทั่วไป
(ใช้ในการลดระดับอย่างไม่เป็นทางการ)วิภัตติปัจจัยลงท้ายประโยคที่แสดงการบอกเล่าข้อเท็จจริงใด ๆ หรือการถาม การสั่ง
หรือการชักชวน <คำสั่ง>

전부 (คำวิเศษณ์) : 빠짐없이 다.
ทั้งหมด, ทั้งปวง, ทั้งสิ้น, ทั้งมวล
ทั้งหมดโดยไม่ขาดตกบกพร่อง

다 (คำวิเศษณ์) : 남거나 빠진 것이 없이 모두.
ทั้งหมด, ไม่เหลือ
ทั้งหมดโดยที่ไม่ขาดหายหรือไม่เหลือ

시키다 (คำกริยา) : 음식이나 술, 음료 등을 주문하다.
สั่ง
สั่งอาหาร เหล้า หรือเครื่องดื่ม เป็นต้น

-어 : (두루낮춤으로) 어떤 사실을 서술하거나 물음, 명령, 권유를 나타내는 종결 어미.
วิภัตติปัจจัยลงท้ายประโยคที่ใช้ในการลดระดับภาษาโดยทั่วไป
(ใช้ในการลดระดับอย่างไม่เป็นทางการ)วิภัตติปัจจัยลงท้ายประโยคที่แสดงการบอกเล่าข้อเท็จจริงใด ๆ หรือการถาม การสั่ง
หรือการชักชวน <คำสั่ง>

먹+[고 싶]+[은 거], 맛보+[고 싶]+[은 거] 전부 다 시키+어.
　　　　　　　　　　　　　　　　　　시켜

먹다 (คำกริยา) : 음식 등을 입을 통하여 배 속에 들여보내다.
กิน
เอาอาหาร เป็นต้น ใส่เข้าไปในท้องโดยผ่านปาก

-고 싶다 : 앞의 말이 나타내는 행동을 하기를 원함을 나타내는 표현.
อยาก..., ต้องการ...
สำนวนที่แสดงความต้องการที่จะกระทำสิ่งที่ปรากฏในคำพูดข้างหน้า

-은 거 : 명사가 아닌 것을 문장에서 명사처럼 쓰이게 하거나 '이다' 앞에 쓰일 수 있게 할 때 쓰는 표현.
การ..., ความ...
สำนวนที่ทำให้คำที่ไม่ใช่คำนามใช้เหมือนคำนามในประโยคหรือทำให้ใช้วางไว้หน้า '이다' ได้

맛보다 (คำกริยา) : 음식의 맛을 알기 위해 먹어 보다.
ลองชิม, ชิมรส
ลองกินเพื่อให้รู้รสของอาหาร

-고 싶다 : 앞의 말이 나타내는 행동을 하기를 원함을 나타내는 표현.
อยาก..., ต้องการ...
สำนวนที่แสดงความต้องการที่จะกระทำสิ่งที่ปรากฏในคำพูดข้างหน้า

-은 거 : 명사가 아닌 것을 문장에서 명사처럼 쓰이게 하거나 '이다' 앞에 쓰일 수 있게 할 때 쓰는 표현.
การ..., ความ...
สำนวนที่ทำให้คำที่ไม่ใช่คำนามใช้เหมือนคำนามในประโยคหรือทำให้ใช้วางไว้หน้า '이다' ได้

전부 (คำวิเศษณ์) : 빠짐없이 다.
ทั้งหมด, ทั้งปวง, ทั้งสิ้น, ทั้งมวล
ทั้งหมดโดยไม่ขาดตกบกพร่อง

다 (คำวิเศษณ์) : 남거나 빠진 것이 없이 모두.
ทั้งหมด, ไม่เหลือ
ทั้งหมดโดยที่ไม่ขาดหายหรือไม่เหลือ

시키다 (คำกริยา) : 음식이나 술, 음료 등을 주문하다.
สั่ง
สั่งอาหาร เหล้า หรือเครื่องดื่ม เป็นต้น

-어 : (두루낮춤으로) 어떤 사실을 서술하거나 물음, 명령, 권유를 나타내는 종결 어미.
วิภัตติปัจจัยลงท้ายประโยคที่ใช้ในการลดระดับภาษาโดยทั่วไป
(ใช้ในการลดระดับอย่างไม่เป็นทางการ)วิภัตติปัจจัยลงท้ายประโยคที่แสดงการบอกเล่าข้อเท็จจริงใด ๆ หรือการถาม การสั่ง หรือการชักชวน <คำสั่ง>

엄마+는 언제나 최고+(이)+야.
엄만 최고야

엄마 (คำนาม) : 격식을 갖추지 않아도 되는 상황에서 어머니를 이르거나 부르는 말.
อ็อมมา : แม่
คำที่กล่าวถึงหรือเรียกคุณแม่ ซึ่งในสถานการณ์ที่ไม่จำเป็นต้องทำตามแบบแผน

는 : 문장 속에서 어떤 대상이 화제임을 나타내는 조사.
...นั้น
คำชี้ที่แสดงว่าเป้าหมายใดๆเป็นหัวเรื่องในประโยค

언제나 (คำวิเศษณ์) : 어느 때에나. 또는 때에 따라 달라지지 않고 변함없이.
เมื่อใดก็ตาม, เสมอ ๆ
ตอนใดก็ตาม หรือไม่เปลี่ยนแปลงโดยไม่เปลี่ยนไปตามเวลา

최고 (คำนาม) : 가장 좋거나 뛰어난 것.
สิ่งที่ดีที่สุด, สิ่งที่เลิศที่สุด, สิ่งที่เลิศล้ำ, สิ่งที่ยอดเยี่ยม
สิ่งที่โดดเด่นหรือดีที่สุด

이다 : 주어가 지시하는 대상의 속성이나 부류를 지정하는 뜻을 나타내는 서술격 조사.
เป็น
คำชี้ภาคแสดงการกที่แสดงความหมายที่กำหนดประเภทหรือคุณสมบัติของเป้าหมายที่ประธานบ่งชี้

-야 : (두루낮춤으로) 어떤 사실에 대하여 서술하거나 물음을 나타내는 종결 어미.
วิภัตติปัจจัยลงท้ายประโยคที่ใช้ในการลดระดับภาษาโดยทั่วไป
(ใช้ในการลดระดับอย่างไม่เป็นทางการ)
วิภัตติปัจจัยลงท้ายประโยคที่แสดงการบอกเล่าหรือการถามเกี่ยวกับข้อเท็จจริงใด ๆ <การพูดตามลำดับ>

최고, 최고, 최고.

최고 (คำนาม) : 가장 좋거나 뛰어난 것.
สิ่งที่ดีที่สุด, สิ่งที่เลิศที่สุด, สิ่งที่เลิศล้ำ, สิ่งที่ยอดเยี่ยม
สิ่งที่โดดเด่นหรือดีที่สุด

아빠+는 언제나 최고+(이)+야.
아빤　　　　　최고야

아빠 (คำนาม) : 격식을 갖추지 않아도 되는 상황에서 아버지를 이르거나 부르는 말.
อาปา : พ่อ
คำที่กล่าวถึงหรือเรียกคุณพ่อ ในสถานการณ์ที่ไม่จำเป็นต้องทำตามแบบแผน

는 : 문장 속에서 어떤 대상이 화제임을 나타내는 조사.
...นั้น
คำชี้ที่แสดงว่าเป้าหมายใดๆเป็นหัวเรื่องในประโยค

언제나 (คำวิเศษณ์) : 어느 때에나. 또는 때에 따라 달라지지 않고 변함없이.
เมื่อใดก็ตาม, เสมอ ๆ
ตอนใดก็ตาม หรือไม่เปลี่ยนแปลงโดยไม่เปลี่ยนไปตามเวลา

최고 (คำนาม) : 가장 좋거나 뛰어난 것.
สิ่งที่ดีที่สุด, สิ่งที่เลิศที่สุด, สิ่งที่เลิศล้ำ, สิ่งที่ยอดเยี่ยม
สิ่งที่โดดเด่นหรือดีที่สุด

이다 : 주어가 지시하는 대상의 속성이나 부류를 지정하는 뜻을 나타내는 서술격 조사.
เป็น
คำชี้ภาคแสดงการกที่แสดงความหมายที่กำหนดประเภทหรือคุณสมบัติของเป้าหมายที่ประธานบ่งชี้

-야 : (두루낮춤으로) 어떤 사실에 대하여 서술하거나 물음을 나타내는 종결 어미.
วิภัตติปัจจัยลงท้ายประโยคที่ใช้ในการลดระดับภาษาโดยทั่วไป
(ใช้ในการลดระดับอย่างไม่เป็นทางการ)
วิภัตติปัจจัยลงท้ายประโยคที่แสดงการบอกเล่าหรือการถามเกี่ยวกับข้อเท็จจริงใด ๆ <การพูดตามลำดับ>

최고, 최고, 아빠 최고.

최고 (คำนาม) : 가장 좋거나 뛰어난 것.
สิ่งที่ดีที่สุด, สิ่งที่เลิศที่สุด, สิ่งที่เลิศล้ำ, สิ่งที่ยอดเยี่ยม
สิ่งที่โดดเด่นหรือดีที่สุด

아빠 (คำนาม) : 격식을 갖추지 않아도 되는 상황에서 아버지를 이르거나 부르는 말.
อาปา : พ่อ
คำที่กล่าวถึงหรือเรียกคุณพ่อ ในสถานการณ์ที่ไม่จำเป็นต้องทำตามแบบแผน

최고 (คำนาม) : 가장 좋거나 뛰어난 것.
สิ่งที่ดีที่สุด, สิ่งที่เลิศที่สุด, สิ่งที่เลิศล้ำ, สิ่งที่ยอดเยี่ยม
สิ่งที่โดดเด่นหรือดีที่สุด

엄마 최고, 아빠 최고, 엄마 최고, 아빠 최고.

엄마 (คำนาม) : 격식을 갖추지 않아도 되는 상황에서 어머니를 이르거나 부르는 말.
อ็อมมา : แม่
คำที่กล่าวถึงหรือเรียกคุณแม่ ซึ่งในสถานการณ์ที่ไม่จำเป็นต้องทำตามแบบแผน

최고 (คำนาม) : 가장 좋거나 뛰어난 것.
สิ่งที่ดีที่สุด, สิ่งที่เลิศที่สุด, สิ่งที่เลิศล้ำ, สิ่งที่ยอดเยี่ยม
สิ่งที่โดดเด่นหรือดีที่สุด

아빠 (คำนาม) : 격식을 갖추지 않아도 되는 상황에서 아버지를 이르거나 부르는 말.
อาปา : พ่อ
คำที่กล่าวถึงหรือเรียกคุณพ่อ ในสถานการณ์ที่ไม่จำเป็นต้องทำตามแบบแผน

최고 (คำนาม) : 가장 좋거나 뛰어난 것.
สิ่งที่ดีที่สุด, สิ่งที่เลิศที่สุด, สิ่งที่เลิศล้ำ, สิ่งที่ยอดเยี่ยม
สิ่งที่โดดเด่นหรือดีที่สุด

< 2 절(ท่อนเพลง) >

언니, 햄버거 먹+[고 싶]+어.

언니 (คำนาม) : 여자가 형제나 친척 형제들 중에서 자기보다 나이가 많은 여자를 이르거나 부르는 말.
อ็อนนี : พี่สาว
คำที่ผู้หญิงกล่าวถึงหรือเรียกผู้หญิงที่มีอายุมากกว่าตนเอง ในบรรดาพี่น้องหรือญาติพี่น้อง

햄버거 (คำนาม) : 둥근 빵 사이에 고기와 채소와 치즈 등을 끼운 음식.
แฮมเบอร์เกอร์
อาหารที่สอดใส่เนื้อ ผัก ชีส ไข่ เป็นต้น ในระหว่างขนมปังทรงกลม

먹다 (คำกริยา) : 음식 등을 입을 통하여 배 속에 들여보내다.
กิน
เอาอาหาร เป็นต้น ใส่เข้าไปในท้องโดยผ่านปาก

-고 싶다 : 앞의 말이 나타내는 행동을 하기를 원함을 나타내는 표현.
อยาก..., ต้องการ...
สำนวนที่แสดงความต้องการที่จะกระทำสิ่งที่ปรากฏในคำพูดข้างหน้า

-어 : (두루낮춤으로) 어떤 사실을 서술하거나 물음, 명령, 권유를 나타내는 종결 어미.
วิภัตติปัจจัยลงท้ายประโยคที่ใช้ในการลดระดับภาษาโดยทั่วไป
(ใช้ในการลดระดับอย่างไม่เป็นทางการ)วิภัตติปัจจัยลงท้ายประโยคที่แสดงการบอกเล่าข้อเท็จจริงใด ๆ หรือการถาม การสั่ง หรือการชักชวน <การพูดตามลำดับ>

오빠, 돈가스 먹+[고 싶]+어.

오빠 (คำนาม) : 여자가 형제나 친척 형제들 중에서 자기보다 나이가 많은 남자를 이르거나 부르는 말.
โอปา : พี่; พี่ชาย
คำที่ผู้หญิงกล่าวถึงหรือเรียกผู้ชายที่มีอายุมากกว่าตนเองในบรรดาพี่น้องหรือญาติพี่น้อง

돈가스 (คำนาม) : 도톰하게 썬 돼지고기를 양념하여 빵가루를 묻히고 기름에 튀긴 음식.
ทงกัตสึ(หมูชุบแป้งและเกล็ดขนมปังทอด)
อาหารที่ทำจากหมูหั่นชิ้นหนาพอดี คลุกเคล้ากับเครื่องปรุง คลุกเกล็ดขนมปัง และนำไปทอดในน้ำมัน

먹다 (คำกริยา) : 음식 등을 입을 통하여 배 속에 들여보내다.
กิน
เอาอาหาร เป็นต้น ใส่เข้าไปในท้องโดยผ่านปาก

-고 싶다 : 앞의 말이 나타내는 행동을 하기를 원함을 나타내는 표현.
อยาก..., ต้องการ...
สำนวนที่แสดงความต้องการที่จะกระทำสิ่งที่ปรากฏในคำพูดข้างหน้า

-어 : (두루낮춤으로) 어떤 사실을 서술하거나 물음, 명령, 권유를 나타내는 종결 어미.
วิภัตติปัจจัยลงท้ายประโยคที่ใช้ในการลดระดับภาษาโดยทั่วไป
(ใช้ในการลดระดับอย่างไม่เป็นทางการ)วิภัตติปัจจัยลงท้ายประโยคที่แสดงการบอกเล่าข้อเท็จจริงใด ๆ หรือการถาม การสั่ง หรือการชักชวน <การพูดตามลำดับ>

햄버거 먹+[고 싶]+어.

햄버거 (คำนาม) : 둥근 빵 사이에 고기와 채소와 치즈 등을 끼운 음식.
แฮมเบอร์เกอร์
อาหารที่สอดใส่เนื้อ ผัก ชีส ไข่ เป็นต้น ในระหว่างขนมปังทรงกลม

먹다 (คำกริยา) : 음식 등을 입을 통하여 배 속에 들여보내다.
กิน
เอาอาหาร เป็นต้น ใส่เข้าไปในท้องโดยผ่านปาก

-고 싶다 : 앞의 말이 나타내는 행동을 하기를 원함을 나타내는 표현.
อยาก..., ต้องการ...
สำนวนที่แสดงความต้องการที่จะกระทำสิ่งที่ปรากฏในคำพูดข้างหน้า

-어 : (두루낮춤으로) 어떤 사실을 서술하거나 물음, 명령, 권유를 나타내는 종결 어미.
วิภัตติปัจจัยลงท้ายประโยคที่ใช้ในการลดระดับภาษาโดยทั่วไป
(ใช้ในการลดระดับอย่างไม่เป็นทางการ)วิภัตติปัจจัยลงท้ายประโยคที่แสดงการบอกเล่าข้อเท็จจริงใด ๆ หรือการถาม การสั่ง หรือการชักชวน <การพูดตามลำดับ>

돈가스 먹+[고 싶]+어.

돈가스 (คำนาม) : 도톰하게 썬 돼지고기를 양념하여 빵가루를 묻히고 기름에 튀긴 음식.
ทงกัตสึ(หมูชุบแป้งและเกล็ดขนมปังทอด)
อาหารที่ทำจากหมูหั่นชิ้นหนาพอดี คลุกเคล้ากับเครื่องปรุง คลุกเกล็ดขนมปัง และนำไปทอดในน้ำมัน

먹다 (คำกริยา) : 음식 등을 입을 통하여 배 속에 들여보내다.
กิน
เอาอาหาร เป็นต้น ใส่เข้าไปในท้องโดยผ่านปาก

-고 싶다 : 앞의 말이 나타내는 행동을 하기를 원함을 나타내는 표현.
อยาก..., ต้องการ...
สำนวนที่แสดงความต้องการที่จะกระทำสิ่งที่ปรากฏในคำพูดข้างหน้า

-어 : (두루낮춤으로) 어떤 사실을 서술하거나 물음, 명령, 권유를 나타내는 종결 어미.
วิภัตติปัจจัยลงท้ายประโยคที่ใช้ในการลดระดับภาษาโดยทั่วไป
(ใช้ในการลดระดับอย่างไม่เป็นทางการ)วิภัตติปัจจัยลงท้ายประโยคที่แสดงการบอกเล่าข้อเท็จจริงใด ๆ หรือการถาม การสั่ง หรือการชักชวน <การพูดตามลำดับ>

시키+[어 주]+어, 시키+[어 주]+어.
시켜 줘 시켜 줘

시키다 (คำกริยา) : 음식이나 술, 음료 등을 주문하다.
สั่ง
สั่งอาหาร เหล้า หรือเครื่องดื่ม เป็นต้น

-어 주다 : 남을 위해 앞의 말이 나타내는 행동을 함을 나타내는 표현.
ช่วย..., ช่วย...ให้
สำนวนที่แสดงว่าทำการกระทำที่ปรากฏในคำพูดข้างหน้าเพื่อผู้อื่น

-어 : (두루낮춤으로) 어떤 사실을 서술하거나 물음, 명령, 권유를 나타내는 종결 어미.
วิภัตติปัจจัยลงท้ายประโยคที่ใช้ในการลดระดับภาษาโดยทั่วไป
(ใช้ในการลดระดับอย่างไม่เป็นทางการ)วิภัตติปัจจัยลงท้ายประโยคที่แสดงการบอกเล่าข้อเท็จจริงใด ๆ หรือการถาม การสั่ง หรือการชักชวน <คำสั่ง>

전부 시키+[어 주]+어.
시켜 줘

전부 (คำวิเศษณ์) : 빠짐없이 다.
ทั้งหมด, ทั้งปวง, ทั้งสิ้น, ทั้งมวล
ทั้งหมดโดยไม่ขาดตกบกพร่อง

시키다 (คำกริยา) : 음식이나 술, 음료 등을 주문하다.
สั่ง
สั่งอาหาร เหล้า หรือเครื่องดื่ม เป็นต้น

-어 주다 : 남을 위해 앞의 말이 나타내는 행동을 함을 나타내는 표현.
ช่วย..., ช่วย...ให้
สำนวนที่แสดงว่าทำการกระทำที่ปรากฏในคำพูดข้างหน้าเพื่อผู้อื่น

-어 : (두루낮춤으로) 어떤 사실을 서술하거나 물음, 명령, 권유를 나타내는 종결 어미.
วิภัตติปัจจัยลงท้ายประโยคที่ใช้ในการลดระดับภาษาโดยทั่วไป
(ใช้ในการลดระดับอย่างไม่เป็นทางการ)วิภัตติปัจจัยลงท้ายประโยคที่แสดงการบอกเล่าข้อเท็จจริงใด ๆ หรือการถาม การสั่ง
หรือการชักชวน <คำสั่ง>

시키+어, 뭐+든지 시키+어.
시켜   시켜

시키다 (คำกริยา) : 음식이나 술, 음료 등을 주문하다.
สั่ง
สั่งอาหาร เหล้า หรือเครื่องดื่ม เป็นต้น

-어 : (두루낮춤으로) 어떤 사실을 서술하거나 물음, 명령, 권유를 나타내는 종결 어미.
วิภัตติปัจจัยลงท้ายประโยคที่ใช้ในการลดระดับภาษาโดยทั่วไป
(ใช้ในการลดระดับอย่างไม่เป็นทางการ)วิภัตติปัจจัยลงท้ายประโยคที่แสดงการบอกเล่าข้อเท็จจริงใด ๆ หรือการถาม การสั่ง
หรือการชักชวน <คำสั่ง>

뭐 (สรรพนาม) : 정해지지 않은 대상이나 굳이 이름을 밝힐 필요가 없는 대상을 가리키는 말.
อะไร
คำพูดที่บ่งบอกเป้าหมายที่ไม่ได้กำหนดหรือเป้าหมายที่ไม่จำเป็นต้องเปิดเผยชื่อ

든지 : 어느 것이 선택되어도 차이가 없음을 나타내는 조사.
ไม่ว่า...หรือ...ก็ตาม, ...หรือ...ก็ตาม, ไม่ว่า...หรือ...ก็ดี
คำชี้ที่แสดงการไม่มีความแตกต่างแม้ว่าจะต้องเลือกสิ่งใดสิ่งหนึ่ง

시키다 (คำกริยา) : 음식이나 술, 음료 등을 주문하다.
สั่ง
สั่งอาหาร เหล้า หรือเครื่องดื่ม เป็นต้น

-어 : (두루낮춤으로) 어떤 사실을 서술하거나 물음, 명령, 권유를 나타내는 종결 어미.
วิภัตติปัจจัยลงท้ายประโยคที่ใช้ในการลดระดับภาษาโดยทั่วไป
(ใช้ในการลดระดับอย่างไม่เป็นทางการ)วิภัตติปัจจัยลงท้ายประโยคที่แสดงการบอกเล่าข้อเท็จจริงใด ๆ หรือการถาม การสั่ง
หรือการชักชวน <คำสั่ง>

시키+어, 전부 다 시키+어.
시켜   시켜

시키다 (คำกริยา) : 음식이나 술, 음료 등을 주문하다.
สั่ง
สั่งอาหาร เหล้า หรือเครื่องดื่ม เป็นต้น

-어 : (두루낮춤으로) 어떤 사실을 서술하거나 물음, 명령, 권유를 나타내는 종결 어미.
วิภัตติปัจจัยลงท้ายประโยคที่ใช้ในการลดระดับภาษาโดยทั่วไป
(ใช้ในการลดระดับอย่างไม่เป็นทางการ)วิภัตติปัจจัยลงท้ายประโยคที่แสดงการบอกเล่าข้อเท็จจริงใด ๆ หรือการถาม การสั่ง หรือการชักชวน <คำสั่ง>

전부 (คำวิเศษณ์) : 빠짐없이 다.
ทั้งหมด, ทั้งปวง, ทั้งสิ้น, ทั้งมวล
ทั้งหมดโดยไม่ขาดตกบกพร่อง

다 (คำวิเศษณ์) : 남거나 빠진 것이 없이 모두.
ทั้งหมด, ไม่เหลือ
ทั้งหมดโดยที่ไม่ขาดหายหรือไม่เหลือ

시키다 (คำกริยา) : 음식이나 술, 음료 등을 주문하다.
สั่ง
สั่งอาหาร เหล้า หรือเครื่องดื่ม เป็นต้น

-어 : (두루낮춤으로) 어떤 사실을 서술하거나 물음, 명령, 권유를 나타내는 종결 어미.
วิภัตติปัจจัยลงท้ายประโยคที่ใช้ในการลดระดับภาษาโดยทั่วไป
(ใช้ในการลดระดับอย่างไม่เป็นทางการ)วิภัตติปัจจัยลงท้ายประโยคที่แสดงการบอกเล่าข้อเท็จจริงใด ๆ หรือการถาม การสั่ง หรือการชักชวน <คำสั่ง>

먹+[고 싶]+[은 거], 맛보+[고 싶]+[은 거] 전부 다 시키+어.

시켜

먹다 (คำกริยา) : 음식 등을 입을 통하여 배 속에 들여보내다.
กิน
เอาอาหาร เป็นต้น ใส่เข้าไปในท้องโดยผ่านปาก

-고 싶다 : 앞의 말이 나타내는 행동을 하기를 원함을 나타내는 표현.
อยาก..., ต้องการ...
สำนวนที่แสดงความต้องการที่จะกระทำสิ่งที่ปรากฏในคำพูดข้างหน้า

-은 거 : 명사가 아닌 것을 문장에서 명사처럼 쓰이게 하거나 '이다' 앞에 쓰일 수 있게 할 때 쓰는 표현.
การ..., ความ...
สำนวนที่ทำให้คำที่ไม่ใช่คำนามใช้เหมือนคำนามในประโยคหรือทำให้ใช้วางไว้หน้า '이다' ได้

맛보다 (คำกริยา) : 음식의 맛을 알기 위해 먹어 보다.
ลองชิม, ชิมรส
ลองกินเพื่อให้รู้รสของอาหาร

-고 싶다 : 앞의 말이 나타내는 행동을 하기를 원함을 나타내는 표현.
อยาก..., ต้องการ...
สำนวนที่แสดงความต้องการที่จะกระทำสิ่งที่ปรากฏในคำพูดข้างหน้า

-은 거 : 명사가 아닌 것을 문장에서 명사처럼 쓰이게 하거나 '이다' 앞에 쓰일 수 있게 할 때 쓰는 표현.
การ..., ความ...
สำนวนที่ทำให้คำที่ไม่ใช่คำนามใช้เหมือนคำนามในประโยคหรือทำให้ใช้วางไว้หน้า '이다' ได้

전부 (คำวิเศษณ์) : 빠짐없이 다.
ทั้งหมด, ทั้งปวง, ทั้งสิ้น, ทั้งมวล
ทั้งหมดโดยไม่ขาดตกบกพร่อง

다 (คำวิเศษณ์) : 남거나 빠진 것이 없이 모두.
ทั้งหมด, ไม่เหลือ
ทั้งหมดโดยที่ไม่ขาดหายหรือไม่เหลือ

시키다 (คำกริยา) : 음식이나 술, 음료 등을 주문하다.
สั่ง
สั่งอาหาร เหล้า หรือเครื่องดื่ม เป็นต้น

-어 : (두루낮춤으로) 어떤 사실을 서술하거나 물음, 명령, 권유를 나타내는 종결 어미.
วิภัตติปัจจัยลงท้ายประโยคที่ใช้ในการลดระดับภาษาโดยทั่วไป
(ใช้ในการลดระดับอย่างไม่เป็นทางการ)วิภัตติปัจจัยลงท้ายประโยคที่แสดงการบอกเล่าข้อเท็จจริงใด ๆ หรือการถาม การสั่ง หรือการชักชวน <คำสั่ง>

초밥+도, 짜장면+도, 짬뽕+도, 탕수육+도.

초밥 (คำนาม) : 식초와 소금으로 간을 하여 작게 뭉친 흰밥에 생선을 얹거나 김, 유부 등으로 싸서 만든 일본 음식.
ซูชิ(ข้าวปั้นหน้าปลาดิบ)
อาหารญี่ปุ่นที่ปรุงรสด้วยเกลือและน้ำส้มสายชูทำโดยการห่อด้วยเต้าหู้ทอด สาหร่าย เป็นต้น หรือวางเนื้อปลาบนข้าวขาวที่ปั้นเป็นก้อนเล็ก ๆ

도 : 둘 이상의 것을 나열함을 나타내는 조사.
...ด้วย...ด้วย, ทั้ง...ทั้ง...
คำชี้ที่แสดงการเรียบเรียงสิ่งที่มีมากกว่าสองสิ่งขึ้นไป

짜장면 (คำนาม) : 중국식 된장에 고기와 채소 등을 넣어 볶은 양념에 면을 비벼 먹는 음식.
จาจังมยอน(บะหมี่ราดซอสสีดำ)
อาหารที่คลุกเส้นลงในเครื่องปรุงที่ผัดใส่เนื้อสัตว์และผัก เป็นต้น ในเต้าเจี้ยวแบบจีน

도 : 둘 이상의 것을 나열함을 나타내는 조사.
...ด้วย...ด้วย, ทั้ง...ทั้ง...
คำชี้ที่แสดงการเรียบเรียงสิ่งที่มีมากกว่าสองสิ่งขึ้นไป

짬뽕 (คำนาม) : 여러 가지 해물과 야채를 볶고 매콤한 국물을 부어 만든 중국식 국수.
จัมปง(ก๋วยเตี๋ยวแบบจีนมีรสเผ็ด)
ก๋วยเตี๋ยวแบบจีนที่ปรุงใส่สัตว์ทะเลและผักหลายชนิดกับน้ำซุปรสเผ็ด

도 : 둘 이상의 것을 나열함을 나타내는 조사.
...ด้วย...ด้วย, ทั้ง...ทั้ง...
คำชี้ที่แสดงการเรียบเรียงสิ่งที่มีมากกว่าสองสิ่งขึ้นไป

탕수육 (คำนาม) : 튀김옷을 입혀 튀긴 고기에 식초, 간장, 설탕, 채소 등을 넣고 끓인 녹말 물을 부어 만든 중국요리.
ทังซูหยุก(อาหารจีนที่เป็นเนื้อทอดชุบด้วยแป้งทอด)
อาหารจีนที่ทำโดยการใส่ผัก น้ำตาล ซีอิ๊ว น้ำส้มสายชู เป็นต้น ไปบนเนื้อทอดที่ชุบแป้งทอดไว้ แล้วราดน้ำผสมแป้งมันต้มลงไป

도 : 둘 이상의 것을 나열함을 나타내는 조사.
...ด้วย...ด้วย, ทั้ง...ทั้ง...
คำชี้ที่แสดงการเรียบเรียงสิ่งที่มีมากกว่าสองสิ่งขึ้นไป

떡볶이+도, 순대+도, 김밥+도, 냉면+도.

떡볶이 (คำนาม) : 적당히 자른 가래떡에 간장이나 고추장 등의 양념과 여러 가지 채소를 넣고 볶은 음식.
ต็อกปกกี
อาหารที่นำคาแรต็อก(ขนมต็อกแบบแท่งสีขาว)ที่หั่นเป็นชิ้นพอประมาณไปผัดกับผักหลายชนิดและเครื่องปรุง เช่น ซีอิ๊ว โคชูจัง เป็นต้น

도 : 둘 이상의 것을 나열함을 나타내는 조사.
...ด้วย...ด้วย, ทั้ง...ทั้ง...
คำชี้ที่แสดงการเรียบเรียงสิ่งที่มีมากกว่าสองสิ่งขึ้นไป

순대 (คำนาม) : 당면, 두부, 찹쌀 등을 양념하여 돼지의 창자 속에 넣고 찐 음식.
ซุนแด
ไส้กรอกวุ้นเส้นนึ่ง : อาหารที่ทำจากการนำวุ้นเส้น เต้าหู้ ข้าวเหนียว เป็นต้น มาปรุงรสและยัดใส่ไส้หมูแล้วนำไปนึ่ง

도 : 둘 이상의 것을 나열함을 나타내는 조사.
...ด้วย...ด้วย, ทั้ง...ทั้ง...
คำชี้ที่แสดงการเรียบเรียงสิ่งที่มีมากกว่าสองสิ่งขึ้นไป

김밥 (คำนาม) : 밥과 여러 가지 반찬을 김으로 말아 싸서 썰어 먹는 음식.
คิมบับ
ข้าวห่อสาหร่าย : อาหารที่ทำจากข้าวและเครื่องเคียงหลายชนิดโดยห่อด้วยสาหร่ายและม้วนเข้า หั่นเป็นแว่น ๆ

도 : 둘 이상의 것을 나열함을 나타내는 조사.
...ด้วย...ด้วย, ทั้ง...ทั้ง...
คำชี้ที่แสดงการเรียบเรียงสิ่งที่มีมากกว่าสองสิ่งขึ้นไป

냉면 (คำนาม) : 국수를 냉국이나 김칫국 등에 말거나 고추장 양념에 비벼서 먹는 음식.
แน็งมย็อน
บะหมี่เย็น : อาหารประเภทที่ใส่บะหมี่ไว้ในน้ำซุปเย็นหรือน้ำซุปกิมจิ หรือยำด้วยซอสพริกเกาหลี

도 : 둘 이상의 것을 나열함을 나타내는 조사.
...ด้วย...ด้วย, ทั้ง...ทั้ง...
คำชี้ที่แสดงการเรียบเรียงสิ่งที่มีมากกว่าสองสิ่งขึ้นไป

시키+어, 시키+어, 뭐+든지 시키+어.
시켜 시켜 시켜

시키다 (คำกริยา) : 음식이나 술, 음료 등을 주문하다.
สั่ง
สั่งอาหาร เหล้า หรือเครื่องดื่ม เป็นต้น

-어 : (두루낮춤으로) 어떤 사실을 서술하거나 물음, 명령, 권유를 나타내는 종결 어미.
วิภัตติปัจจัยลงท้ายประโยคที่ใช้ในการลดระดับภาษาโดยทั่วไป
(ใช้ในการลดระดับอย่างไม่เป็นทางการ)วิภัตติปัจจัยลงท้ายประโยคที่แสดงการบอกเล่าข้อเท็จจริงใด ๆ หรือการถาม การสั่ง หรือการชักชวน <คำสั่ง>

뭐 (สรรพนาม) : 정해지지 않은 대상이나 굳이 이름을 밝힐 필요가 없는 대상을 가리키는 말.
อะไร
คำพูดที่บ่งบอกเป้าหมายที่ไม่ได้กำหนดหรือเป้าหมายที่ไม่จำเป็นต้องเปิดเผยชื่อ

든지 : 어느 것이 선택되어도 차이가 없음을 나타내는 조사.
ไม่ว่า...หรือ...ก็ตาม, ...หรือ...ก็ตาม, ไม่ว่า...หรือ...ก็ดี
คำชี้ที่แสดงการไม่มีความแตกต่างแม้ว่าจะต้องเลือกสิ่งใดสิ่งหนึ่ง

시키다 (คำกริยา) : 음식이나 술, 음료 등을 주문하다.
สั่ง
สั่งอาหาร เหล้า หรือเครื่องดื่ม เป็นต้น

-어 : (두루낮춤으로) 어떤 사실을 서술하거나 물음, 명령, 권유를 나타내는 종결 어미.
วิภัตติปัจจัยลงท้ายประโยคที่ใช้ในการลดระดับภาษาโดยทั่วไป
(ใช้ในการลดระดับอย่างไม่เป็นทางการ)วิภัตติปัจจัยลงท้ายประโยคที่แสดงการบอกเล่าข้อเท็จจริงใด ๆ หรือการถาม การสั่ง หรือการชักชวน <คำสั่ง>

먹+[고 싶]+[은 거] 다 시키+어.
시켜

먹다 (คำกริยา) : 음식 등을 입을 통하여 배 속에 들여보내다.
กิน
เอาอาหาร เป็นต้น ใส่เข้าไปในท้องโดยผ่านปาก

-고 싶다 : 앞의 말이 나타내는 행동을 하기를 원함을 나타내는 표현.
อยาก..., ต้องการ...
สำนวนที่แสดงความต้องการที่จะกระทำสิ่งที่ปรากฏในคำพูดข้างหน้า

-은 거 : 명사가 아닌 것을 문장에서 명사처럼 쓰이게 하거나 '이다' 앞에 쓰일 수 있게 할 때 쓰는 표현.
การ..., ความ...
สำนวนที่ทำให้คำที่ไม่ใช่คำนามใช้เหมือนคำนามในประโยคหรือทำให้ใช้วางไว้หน้า '이다' ได้

다 (คำวิเศษณ์) : 남거나 빠진 것이 없이 모두.
ทั้งหมด, ไม่เหลือ
ทั้งหมดโดยที่ไม่ขาดหายหรือไม่เหลือ

시키다 (คำกริยา) : 음식이나 술, 음료 등을 주문하다.
สั่ง
สั่งอาหาร เหล้า หรือเครื่องดื่ม เป็นต้น

-어 : (두루낮춤으로) 어떤 사실을 서술하거나 물음, 명령, 권유를 나타내는 종결 어미.
วิภัตติปัจจัยลงท้ายประโยคที่ใช้ในการลดระดับภาษาโดยทั่วไป
(ใช้ในการลดระดับอย่างไม่เป็นทางการ)วิภัตติปัจจัยลงท้ายประโยคที่แสดงการบอกเล่าข้อเท็จจริงใด ๆ หรือการถาม การสั่ง หรือการชักชวน <คำสั่ง>

뭐+든지 다 시키+[어 주]+ㄹ게.
시켜 줄게

뭐 (สรรพนาม) : 정해지지 않은 대상이나 굳이 이름을 밝힐 필요가 없는 대상을 가리키는 말.
อะไร
คำพูดที่บ่งบอกเป้าหมายที่ไม่ได้กำหนดหรือเป้าหมายที่ไม่จำเป็นต้องเปิดเผยชื่อ

든지 : 어느 것이 선택되어도 차이가 없음을 나타내는 조사.
ไม่ว่า...หรือ...ก็ตาม, ...หรือ...ก็ตาม, ไม่ว่า...หรือ...ก็ดี
คำชี้ที่แสดงการไม่มีความแตกต่างแม้ว่าจะต้องเลือกสิ่งใดสิ่งหนึ่ง

다 (คำวิเศษณ์) : 남거나 빠진 것이 없이 모두.
ทั้งหมด, ไม่เหลือ
ทั้งหมดโดยที่ไม่ขาดหายหรือไม่เหลือ

시키다 (คำกริยา) : 음식이나 술, 음료 등을 주문하다.
สั่ง
สั่งอาหาร เหล้า หรือเครื่องดื่ม เป็นต้น

-어 주다 : 남을 위해 앞의 말이 나타내는 행동을 함을 나타내는 표현.
ช่วย..., ช่วย...ให้
สำนวนที่แสดงว่าทำการกระทำที่ปรากฏในคำพูดข้างหน้าเพื่อผู้อื่น

-ㄹ게 : (두루낮춤으로) 말하는 사람이 어떤 행동을 할 것을 듣는 사람에게 약속하거나 의지를 나타내는 종결 어미.
จะ.., จะ..นะ, จะ..เอง
(ใช้ในการลดระดับอย่างไม่เป็นทางการ)วิภัตติปัจจัยลงท้ายประโยคที่แสดงการที่ผู้พูดบอกกับผู้ฟังให้ทราบหรือสัญญาว่าจะทำสิ่งใด ๆ

전부 다 시키+[어 주]+ㄹ게.
시켜 줄게

전부 (คำวิเศษณ์) : 빠짐없이 다.
ทั้งหมด, ทั้งปวง, ทั้งสิ้น, ทั้งมวล
ทั้งหมดโดยไม่ขาดตกบกพร่อง

다 (คำวิเศษณ์) : 남거나 빠진 것이 없이 모두.
ทั้งหมด, ไม่เหลือ
ทั้งหมดโดยที่ไม่ขาดหายหรือไม่เหลือ

시키다 (คำกริยา) : 음식이나 술, 음료 등을 주문하다.
สั่ง
สั่งอาหาร เหล้า หรือเครื่องดื่ม เป็นต้น

-어 주다 : 남을 위해 앞의 말이 나타내는 행동을 함을 나타내는 표현.
ช่วย..., ช่วย...ให้
สำนวนที่แสดงว่าทำการกระทำที่ปรากฏในคำพูดข้างหน้าเพื่อผู้อื่น

-ㄹ게 : (두루낮춤으로) 말하는 사람이 어떤 행동을 할 것을 듣는 사람에게 약속하거나 의지를 나타내는 종결 어미.
จะ.., จะ..นะ, จะ..เอง
(ใช้ในการลดระดับอย่างไม่เป็นทางการ)วิภัตติปัจจัยลงท้ายประโยคที่แสดงการที่ผู้พูดบอกกับผู้ฟังให้ทราบหรือสัญญาว่าจะทำสิ่งใด ๆ

<u>언니</u>+는 언제나 <u>최고</u>+(이)+야.
　　언닌　　　　　　　최고야

언니 (คำนาม) : 여자가 형제나 친척 형제들 중에서 자기보다 나이가 많은 여자를 이르거나 부르는 말.
อ็อนนี : พี่สาว
คำที่ผู้หญิงกล่าวถึงหรือเรียกผู้หญิงที่มีอายุมากกว่าตนเอง ในบรรดาพี่น้องหรือญาติพี่น้อง

는 : 문장 속에서 어떤 대상이 화제임을 나타내는 조사.
...นั้น
คำชี้ที่แสดงว่าเป้าหมายใดๆเป็นหัวเรื่องในประโยค

언제나 (คำวิเศษณ์) : 어느 때에나. 또는 때에 따라 달라지지 않고 변함없이.
เมื่อใดก็ตาม, เสมอ ๆ
ตอนใดก็ตาม หรือไม่เปลี่ยนแปลงโดยไม่เปลี่ยนไปตามเวลา

최고 (คำนาม) : 가장 좋거나 뛰어난 것.
สิ่งที่ดีที่สุด, สิ่งที่เลิศที่สุด, สิ่งที่เลิศล้ำ, สิ่งที่ยอดเยี่ยม
สิ่งที่โดดเด่นหรือดีที่สุด

이다 : 주어가 지시하는 대상의 속성이나 부류를 지정하는 뜻을 나타내는 서술격 조사.
เป็น
คำชี้ภาคแสดงการกที่แสดงความหมายที่กำหนดประเภทหรือคุณสมบัติของเป้าหมายที่ประธานบ่งชี้

-야 : (두루낮춤으로) 어떤 사실에 대하여 서술하거나 물음을 나타내는 종결 어미.
วิภัตติปัจจัยลงท้ายประโยคที่ใช้ในการลดระดับภาษาโดยทั่วไป
(ใช้ในการลดระดับอย่างไม่เป็นทางการ)
วิภัตติปัจจัยลงท้ายประโยคที่แสดงการบอกเล่าหรือการถามเกี่ยวกับข้อเท็จจริงใด ๆ <การพูดตามลำดับ>

최고, 최고, 최고.

최고 (คำนาม) : 가장 좋거나 뛰어난 것.
สิ่งที่ดีที่สุด, สิ่งที่เลิศที่สุด, สิ่งที่เลิศล้ำ, สิ่งที่ยอดเยี่ยม
สิ่งที่โดดเด่นหรือดีที่สุด

오빠+는 언제나 최고+(이)+야.

오빤 최고야

오빠 (คำนาม) : 여자가 형제나 친척 형제들 중에서 자기보다 나이가 많은 남자를 이르거나 부르는 말.
โอปา : พี่; พี่ชาย
คำที่ผู้หญิงกล่าวถึงหรือเรียกผู้ชายที่มีอายุมากกว่าตนเองในบรรดาพี่น้องหรือญาติพี่น้อง

는 : 문장 속에서 어떤 대상이 화제임을 나타내는 조사.
...นั้น
คำชี้ที่แสดงว่าเป้าหมายใดๆเป็นหัวเรื่องในประโยค

언제나 (คำวิเศษณ์) : 어느 때에나. 또는 때에 따라 달라지지 않고 변함없이.
เมื่อใดก็ตาม, เสมอ ๆ
ตอนใดก็ตาม หรือไม่เปลี่ยนแปลงโดยไม่เปลี่ยนไปตามเวลา

최고 (คำนาม) : 가장 좋거나 뛰어난 것.
สิ่งที่ดีที่สุด, สิ่งที่เลิศที่สุด, สิ่งที่เลิศล้ำ, สิ่งที่ยอดเยี่ยม
สิ่งที่โดดเด่นหรือดีที่สุด

이다 : 주어가 지시하는 대상의 속성이나 부류를 지정하는 뜻을 나타내는 서술격 조사.
เป็น
คำชี้ภาคแสดงการกที่แสดงความหมายที่กำหนดประเภทหรือคุณสมบัติของเป้าหมายที่ประธานบ่งชี้

-야 : (두루낮춤으로) 어떤 사실에 대하여 서술하거나 물음을 나타내는 종결 어미.
วิภัตติปัจจัยลงท้ายประโยคที่ใช้ในการลดระดับภาษาโดยทั่วไป
(ใช้ในการลดระดับอย่างไม่เป็นทางการ)
วิภัตติปัจจัยลงท้ายประโยคที่แสดงการบอกเล่าหรือการถามเกี่ยวกับข้อเท็จจริงใด ๆ <การพูดตามลำดับ>

최고, 최고, 오빠 최고.

최고 (คำนาม) : 가장 좋거나 뛰어난 것.
สิ่งที่ดีที่สุด, สิ่งที่เลิศที่สุด, สิ่งที่เลิศล้ำ, สิ่งที่ยอดเยี่ยม
สิ่งที่โดดเด่นหรือดีที่สุด

오빠 (คำนาม) : 여자가 형제나 친척 형제들 중에서 자기보다 나이가 많은 남자를 이르거나 부르는 말.
โอปา : พี่; พี่ชาย
คำที่ผู้หญิงกล่าวถึงหรือเรียกผู้ชายที่มีอายุมากกว่าตนเองในบรรดาพี่น้องหรือญาติพี่น้อง

최고 (คำนาม) : 가장 좋거나 뛰어난 것.
สิ่งที่ดีที่สุด, สิ่งที่เลิศที่สุด, สิ่งที่เลิศล้ำ, สิ่งที่ยอดเยี่ยม
สิ่งที่โดดเด่นหรือดีที่สุด

엄마+가 최고+(이)+야, 엄마 최고.
최고야

엄마 (คำนาม) : 격식을 갖추지 않아도 되는 상황에서 어머니를 이르거나 부르는 말.
อ็อมมา : แม่
คำที่กล่าวถึงหรือเรียกคุณแม่ ซึ่งในสถานการณ์ที่ไม่จำเป็นต้องทำตามแบบแผน

가 : 어떤 상태나 상황에 놓인 대상이나 동작의 주체를 나타내는 조사.
คำชี้ประธาน
คำชี้ที่ใช้แสดงสิ่งที่อยู่ในสถานการณ์หรือสภาพใด ๆ หรือผู้ที่เป็นประธานของอากัปกริยา

최고 (คำนาม) : 가장 좋거나 뛰어난 것.
สิ่งที่ดีที่สุด, สิ่งที่เลิศที่สุด, สิ่งที่เลิศล้ำ, สิ่งที่ยอดเยี่ยม
สิ่งที่โดดเด่นหรือดีที่สุด

이다 : 주어가 지시하는 대상의 속성이나 부류를 지정하는 뜻을 나타내는 서술격 조사.
เป็น
คำชี้ภาคแสดงการกที่แสดงความหมายที่กำหนดประเภทหรือคุณสมบัติของเป้าหมายที่ประธานบ่งชี้

-야 : (두루낮춤으로) 어떤 사실에 대하여 서술하거나 물음을 나타내는 종결 어미.
วิภัตติปัจจัยลงท้ายประโยคที่ใช้ในการลดระดับภาษาโดยทั่วไป
(ใช้ในการลดระดับอย่างไม่เป็นทางการ)
วิภัตติปัจจัยลงท้ายประโยคที่แสดงการบอกเล่าหรือการถามเกี่ยวกับข้อเท็จจริงใด ๆ <การพูดตามลำดับ>

엄마 (คำนาม) : 격식을 갖추지 않아도 되는 상황에서 어머니를 이르거나 부르는 말.
อ็อมมา : แม่
คำที่กล่าวถึงหรือเรียกคุณแม่ ซึ่งในสถานการณ์ที่ไม่จำเป็นต้องทำตามแบบแผน

최고 (คำนาม) : 가장 좋거나 뛰어난 것.
สิ่งที่ดีที่สุด, สิ่งที่เลิศที่สุด, สิ่งที่เลิศล้ำ, สิ่งที่ยอดเยี่ยม
สิ่งที่โดดเด่นหรือดีที่สุด

아빠+가 최고+(이)+야, 아빠 최고.
최고야

아빠 (คำนาม) : 격식을 갖추지 않아도 되는 상황에서 아버지를 이르거나 부르는 말.
อาปา : พ่อ
คำที่กล่าวถึงหรือเรียกคุณพ่อ ในสถานการณ์ที่ไม่จำเป็นต้องทำตามแบบแผน

가 : 어떤 상태나 상황에 놓인 대상이나 동작의 주체를 나타내는 조사.
คำชี้ประธาน
คำชี้ที่ใช้แสดงสิ่งที่อยู่ในสถานการณ์หรือสภาพใด ๆ หรือผู้ที่เป็นประธานของอากัปกริยา

최고 (คำนาม) : 가장 좋거나 뛰어난 것.
สิ่งที่ดีที่สุด, สิ่งที่เลิศที่สุด, สิ่งที่เลิศล้ำ, สิ่งที่ยอดเยี่ยม
สิ่งที่โดดเด่นหรือดีที่สุด

이다 : 주어가 지시하는 대상의 속성이나 부류를 지정하는 뜻을 나타내는 서술격 조사.
เป็น
คำชี้ภาคแสดงการกที่แสดงความหมายที่กำหนดประเภทหรือคุณสมบัติของเป้าหมายที่ประธานบ่งชี้

-야 : (두루낮춤으로) 어떤 사실에 대하여 서술하거나 물음을 나타내는 종결 어미.
วิภัตติปัจจัยลงท้ายประโยคที่ใช้ในการลดระดับภาษาโดยทั่วไป
(ใช้ในการลดระดับอย่างไม่เป็นทางการ)
วิภัตติปัจจัยลงท้ายประโยคที่แสดงการบอกเล่าหรือการถามเกี่ยวกับข้อเท็จจริงใด ๆ <การพูดตามลำดับ>

아빠 (คำนาม) : 격식을 갖추지 않아도 되는 상황에서 아버지를 이르거나 부르는 말.
อาปา : พ่อ
คำที่กล่าวถึงหรือเรียกคุณพ่อ ในสถานการณ์ที่ไม่จำเป็นต้องทำตามแบบแผน

최고 (คำนาม) : 가장 좋거나 뛰어난 것.
สิ่งที่ดีที่สุด, สิ่งที่เลิศที่สุด, สิ่งที่เลิศล้ำ, สิ่งที่ยอดเยี่ยม
สิ่งที่โดดเด่นหรือดีที่สุด

최고, 최고, 언니 최고.

최고 (คำนาม) : 가장 좋거나 뛰어난 것.
สิ่งที่ดีที่สุด, สิ่งที่เลิศที่สุด, สิ่งที่เลิศล้ำ, สิ่งที่ยอดเยี่ยม
สิ่งที่โดดเด่นหรือดีที่สุด

언니 (คำนาม) : 여자가 형제나 친척 형제들 중에서 자기보다 나이가 많은 여자를 이르거나 부르는 말.
อ็อนนี : พี่สาว
คำที่ผู้หญิงกล่าวถึงหรือเรียกผู้หญิงที่มีอายุมากกว่าตนเอง ในบรรดาพี่น้องหรือญาติพี่น้อง

최고 (คำนาม) : 가장 좋거나 뛰어난 것.
สิ่งที่ดีที่สุด, สิ่งที่เลิศที่สุด, สิ่งที่เลิศล้ำ, สิ่งที่ยอดเยี่ยม
สิ่งที่โดดเด่นหรือดีที่สุด

오빠+가 <u>최고+(이)+야</u>, 오빠 최고.
　　　　　 최고야

오빠 (คำนาม) : 여자가 형제나 친척 형제들 중에서 자기보다 나이가 많은 남자를 이르거나 부르는 말.
โอปา : พี่; พี่ชาย
คำที่ผู้หญิงกล่าวถึงหรือเรียกผู้ชายที่มีอายุมากกว่าตนเองในบรรดาพี่น้องหรือญาติพี่น้อง

가 : 어떤 상태나 상황에 놓인 대상이나 동작의 주체를 나타내는 조사.
คำชี้ประธาน
คำชี้ที่ใช้แสดงสิ่งที่อยู่ในสถานการณ์หรือสภาพใด ๆ หรือผู้ที่เป็นประธานของอากัปกริยา

최고 (คำนาม) : 가장 좋거나 뛰어난 것.
สิ่งที่ดีที่สุด, สิ่งที่เลิศที่สุด, สิ่งที่เลิศล้ำ, สิ่งที่ยอดเยี่ยม
สิ่งที่โดดเด่นหรือดีที่สุด

이다 : 주어가 지시하는 대상의 속성이나 부류를 지정하는 뜻을 나타내는 서술격 조사.
เป็น
คำชี้ภาคแสดงการกที่แสดงความหมายที่กำหนดประเภทหรือคุณสมบัติของเป้าหมายที่ประธานบ่งชี้

-야 : (두루낮춤으로) 어떤 사실에 대하여 서술하거나 물음을 나타내는 종결 어미.
วิภัตติปัจจัยลงท้ายประโยคที่ใช้ในการลดระดับภาษาโดยทั่วไป
(ใช้ในการลดระดับอย่างไม่เป็นทางการ)
วิภัตติปัจจัยลงท้ายประโยคที่แสดงการบอกเล่าหรือการถามเกี่ยวกับข้อเท็จจริงใด ๆ <การพูดตามลำดับ>

오빠 (คำนาม) : 여자가 형제나 친척 형제들 중에서 자기보다 나이가 많은 남자를 이르거나 부르는 말.
โอปา : พี่; พี่ชาย
คำที่ผู้หญิงกล่าวถึงหรือเรียกผู้ชายที่มีอายุมากกว่าตนเองในบรรดาพี่น้องหรือญาติพี่น้อง

최고 (คำนาม) : 가장 좋거나 뛰어난 것.
สิ่งที่ดีที่สุด, สิ่งที่เลิศที่สุด, สิ่งที่เลิศล้ำ, สิ่งที่ยอดเยี่ยม
สิ่งที่โดดเด่นหรือดีที่สุด

< 9 >

어쩌라고?

나한테 어떻게 하라고?
(คุณอยากให้ฉันทำอะไร?)

[발음(การออกเสียง)]

< 1 절(ท่อนเพลง) >

가라고, 가라고, 가라고.
가라고, 가라고, 가라고.
garago, garago, garago.

보기 싫으니까 가라고, 가라고.
보기 시르니까 가라고, 가라고.
bogi sireunikka garago, garago.

알았어.
아라써.
arasseo.

나 갈게.
나 갈게.
na galge.

가란다고 진짜 가.
가란다고 진짜 가.
garandago jinjja ga.

알았어.
아라써.
arasseo.

안 갈게.
안 갈께.
an galge.

가라는데 왜 안 가?
가라는데 왜 안 가?
garaneunde wae an ga?

알았어.
아라써.
arasseo.

가면 되지.
가면 되지.
gamyeon doeji.

가라고 하면 안 가야지.
가라고 하면 안 가야지.
garago hamyeon an gayaji.

짜증 나, 짜증 나, 짜증 나.
짜증 나, 짜증 나, 짜증 나.
jjajeung na, jjajeung na, jjajeung na.

어쩌라고? 어쩌라고? 어쩌라고? 어쩌라고?
어쩌라고? 어쩌라고? 어쩌라고? 어쩌라고?
eojjeorago? eojjeorago? eojjeorago? eojjeorago?

도대체 나보고 어쩌라고?
도대체 나보고 어쩌라고?
dodaeche nabogo eojjeorago?

도대체 나보고 어쩌라고?
도대체 나보고 어쩌라고?
dodaeche nabogo eojjeorago?

도대체 나보고 어쩌라고?
도대체 나보고 어쩌라고?
dodaeche nabogo eojjeorago?

어쩌라고?
어쩌라고?
eojjeorago?

< 2 절(ท่อนเพลง) >

왜 안 가?
왜 안 가?
wae an ga?

왜 안 가?
왜 안 가?
wae an ga?

왜 안 가?
왜 안 가?
wae an ga?

가라는데 왜 안 가?
가라는데 왜 안 가?
garaneunde wae an ga?

왜 안 가?
왜 안 가?
wae an ga?

알았어.
아라써.
arasseo.

가면 되지.
가면 되지.
gamyeon doeji.

가란다고 진짜 가.
가란다고 진짜 가.
garandago jinjja ga.

가라는데 왜 안 가?
가라는데 왜 안 가?
garaneunde wae an ga?

가도 화내.
가도 화내.
gado hwanae.

안 가도 화내.
안 가도 화내.
an gado hwanae.

짜증 나, 짜증 나, 짜증 나.
짜증 나, 짜증 나, 짜증 나.
jjajeung na, jjajeung na, jjajeung na.

어쩌라고? 어쩌라고? 어쩌라고? 어쩌라고?
어쩌라고? 어쩌라고? 어쩌라고? 어쩌라고?
eojjeorago? eojjeorago? eojjeorago? eojjeorago?

도대체 나보고 어쩌라고?
도대체 나보고 어쩌라고?
dodaeche nabogo eojjeorago?

도대체 나보고 어쩌라고?
도대체 나보고 어쩌라고?
dodaeche nabogo eojjeorago?

도대체 나보고 어쩌라고?
도대체 나보고 어쩌라고?
dodaeche nabogo eojjeorago?

어쩌라고?
어쩌라고?
eojjeorago?

가라고, 가라고, 가라고.
가라고, 가라고, 가라고.
garago, garago, garago.

보기 싫으니까 가라고, 가라고.
보기 시르니까 가라고, 가라고.
bogi sireunikka garago, garago.

알았어.
아라써
arasseo.

나 갈게.
나 갈께
na galge.

어쩌라고?
어쩌라고?
eojjeorago?

< 1 절(ท่อนเพลง) >

가+라고, 가+라고, 가+라고.

가다 (คำกริยา) : 한 곳에서 다른 곳으로 장소를 이동하다.
ไป
เคลื่อนออกจากสถานที่แห่งใดแห่งหนึ่งไปยังสถานที่อื่น

-라고 : (두루낮춤으로) 말하는 사람의 생각이나 주장을 듣는 사람에게 강조하여 말함을 나타내는 종결 어미.
บอกว่าเป็น..., บอกว่าคือ...
(ใช้ในการลดระดับอย่างไม่เป็นทางการ)วิภัตติปัจจัยลงท้ายประโยคที่ผู้พูดแสดงการเน้นย้ำจุดยืนหรือความคิดของตัวเองแก่ผู้ฟัง

보+기 싫+으니까 가+라고, 가+라고.

보다 (คำกริยา) : 눈으로 대상의 존재나 겉모습을 알다.
มอง, ดู, เห็น
รู้ถึงลักษณะภายนอกหรือการมีอยู่ของวัตถุด้วยตา

-기 : 앞의 말이 명사의 기능을 하게 하는 어미.
การ...
วิภัตติปัจจัยที่ทำให้คำข้างหน้ามีหน้าที่เป็นคำนาม

싫다 (คำคุณศัพท์) : 어떤 일을 하고 싶지 않다.
ไม่ชอบ, ไม่อยาก
ไม่อยากทำสิ่งใด ๆ

-으니까 : 뒤에 오는 말에 대하여 앞에 오는 말이 원인이나 근거, 전제가 됨을 강조하여 나타내는 연결 어미.
เพราะ.., เพราะว่า...
วิภัตติปัจจัยเชื่อมระหว่างประโยคที่แสดงโดยตอกย้ำว่าคำพูดที่อยู่ข้างหน้าจะกลายเป็นเหตุผลสาเหตุหรือเงื่อนไขเกี่ยวกับคำพูดตามมาข้างหลัง

가다 (คำกริยา) : 한 곳에서 다른 곳으로 장소를 이동하다.
ไป
เคลื่อนออกจากสถานที่แห่งใดแห่งหนึ่งไปยังสถานที่อื่น

-라고 : (두루낮춤으로) 말하는 사람의 생각이나 주장을 듣는 사람에게 강조하여 말함을 나타내는 종결 어미.

บอกว่าเป็น..., บอกว่าคือ...

(ใช้ในการลดระดับอย่างไม่เป็นทางการ)วิภัตติปัจจัยลงท้ายประโยคที่ผู้พูดแสดงการเน้นย้ำจุดยืนหรือความคิดของตัวเองแก่ผู้ฟัง

알+았+어.

알다 (คำกริยา) : 상대방의 어떤 명령이나 요청에 대해 그대로 하겠다는 동의의 뜻을 나타내는 말.

ทราบ

คำพูดที่แสดงความหมายเห็นด้วยว่าจะทำตามนั้นเกี่ยวกับการขอร้องหรือคำสั่งใดๆ ของฝ่ายตรงข้าม

-았- : 어떤 사건이 과거에 완료되었거나 그 사건의 결과가 현재까지 지속되는 상황을 나타내는 어미.

...แล้ว

วิภัตติปัจจัยที่แสดงว่าเหตุการณ์ใดๆเสร็จสมบูรณ์ไปแล้วในอดีตหรือแสดงสถานการณ์ที่ผลลัพธ์ของเหตุการณ์ดังกล่าวต่อเนื่องจนถึงปัจจุบัน

-어 : (두루낮춤으로) 어떤 사실을 서술하거나 물음, 명령, 권유를 나타내는 종결 어미.

วิภัตติปัจจัยลงท้ายประโยคที่ใช้ในการลดระดับภาษาโดยทั่วไป

(ใช้ในการลดระดับอย่างไม่เป็นทางการ)วิภัตติปัจจัยลงท้ายประโยคที่แสดงการบอกเล่าข้อเท็จจริงใด ๆ หรือการถาม การสั่ง หรือการชักชวน <การพูดตามลำดับ>

나 가+ㄹ게.
갈게

나 (สรรพนาม) : 말하는 사람이 친구나 아랫사람에게 자기를 가리키는 말.

ฉัน

คำที่คนพูดใช้เรียกตนเองต่อเพื่อนหรือคนที่อายุน้อยกว่า

가다 (คำกริยา) : 한 곳에서 다른 곳으로 장소를 이동하다.

ไป

เคลื่อนออกจากสถานที่แห่งใดแห่งหนึ่งไปยังสถานที่อื่น

-ㄹ게 : (두루낮춤으로) 말하는 사람이 어떤 행동을 할 것을 듣는 사람에게 약속하거나 의지를 나타내는 종결 어미.

จะ.., จะนะ, จะเอง

(ใช้ในการลดระดับอย่างไม่เป็นทางการ)วิภัตติปัจจัยลงท้ายประโยคที่แสดงการที่ผู้พูดบอกกับผู้ฟังให้ทราบหรือสัญญาว่าจะทำสิ่งใด ๆ

<u>가</u>+라고 하+ㄴ다고 진짜 <u>가</u>+(아).
    가란다고   가

가다 (คำกริยา) : 한 곳에서 다른 곳으로 장소를 이동하다.
ไป
เคลื่อนออกจากสถานที่แห่งใดแห่งหนึ่งไปยังสถานที่อื่น

-라고 : 다른 사람에게서 들은 내용을 간접적으로 전달하거나 주어의 생각, 의견 등을 나타내는 표현.
ว่า...
สำนวนที่แสดงการถ่ายทอดสิ่งที่ได้ยินมาจากผู้อื่นทางอ้อมหรือแสดงสิ่งต่างๆของประธาน เช่น ความคิดหรือความเห็น เป็นต้น

하다 (คำกริยา) : 무엇에 대해 말하다.
พูดถึง, กล่าวถึง
พูดเกี่ยวกับสิ่งหนึ่ง

-ㄴ다고 : 어떤 행위의 목적, 의도를 나타내거나 어떤 상황의 이유, 원인을 나타내는 연결 어미.
บอกว่า...จึง...
วิภัตติปัจจัยเชื่อมระหว่างประโยคที่แสดงจุดประสงค์หรือความตั้งใจของการกระทำใด ๆ หรือแสดงสาเหตุ เหตุผลของสถานการณ์ใด ๆ

진짜 (คำวิเศษณ์) : 꾸밈이나 거짓이 없이 참으로.
จริง, จริง ๆ
อย่างแท้จริงโดยปราศจากการโกหกหรือการเสแสร้ง

가다 (คำกริยา) : 한 곳에서 다른 곳으로 장소를 이동하다.
ไป
เคลื่อนออกจากสถานที่แห่งใดแห่งหนึ่งไปยังสถานที่อื่น

-아 : (두루낮춤으로) 어떤 사실을 서술하거나 물음, 명령, 권유를 나타내는 종결 어미.
วิภัตติปัจจัยลงท้ายประโยคที่ใช้ในการลดระดับภาษาโดยทั่วไป
(ใช้ในการลดระดับอย่างไม่เป็นทางการ)วิภัตติปัจจัยลงท้ายประโยคที่แสดงการบอกเล่าข้อเท็จจริงใด ๆ หรือการถาม การสั่ง
หรือการชักชวน <การพูดตามลำดับ>

알+았+어.

알다 (คำกริยา) : 상대방의 어떤 명령이나 요청에 대해 그대로 하겠다는 동의의 뜻을 나타내는 말.
ทราบ
คำพูดที่แสดงความหมายเห็นด้วยว่าจะทำตามนั้นเกี่ยวกับการขอร้องหรือคำสั่งใดๆ ของฝ่ายตรงข้าม

-았- : 어떤 사건이 과거에 완료되었거나 그 사건의 결과가 현재까지 지속되는 상황을 나타내는 어미.
...แล้ว
วิภัตติปัจจัยที่แสดงว่าเหตุการณ์ใดๆเสร็จสมบูรณ์ไปแล้วในอดีตหรือแสดงสถานการณ์ที่ผลลัพธ์ของเหตุการณ์ดังกล่าวต่อเนื่องจนถึงปัจจุบัน

-어 : (두루낮춤으로) 어떤 사실을 서술하거나 물음, 명령, 권유를 나타내는 종결 어미.
วิภัตติปัจจัยลงท้ายประโยคที่ใช้ในการลดระดับภาษาโดยทั่วไป
(ใช้ในการลดระดับอย่างไม่เป็นทางการ)วิภัตติปัจจัยลงท้ายประโยคที่แสดงการบอกเล่าข้อเท็จจริงใด ๆ หรือการถาม การสั่ง
หรือการชักชวน <การพูดตามลำดับ>

안 가+ㄹ게.
갈게

안 (คำวิเศษณ์) : 부정이나 반대의 뜻을 나타내는 말.
ไม่
คำที่แสดงความหมายถึงการปฏิเสธหรือการต่อต้าน

가다 (คำกริยา) : 한 곳에서 다른 곳으로 장소를 이동하다.
ไป
เคลื่อนออกจากสถานที่แห่งใดแห่งหนึ่งไปยังสถานที่อื่น

-ㄹ게 : (두루낮춤으로) 말하는 사람이 어떤 행동을 할 것을 듣는 사람에게 약속하거나 의지를 나타내는 종결 어미.
จะ..., จะ...นะ, จะ...เอง
(ใช้ในการลดระดับอย่างไม่เป็นทางการ)วิภัตติปัจจัยลงท้ายประโยคที่แสดงการที่ผู้พูดบอกกับผู้ฟังให้ทราบหรือสัญญาว่าจะทำสิ่งใด ๆ

가+라는데 왜 안 가+(아)?
가

가다 (คำกริยา) : 한 곳에서 다른 곳으로 장소를 이동하다.
ไป
เคลื่อนออกจากสถานที่แห่งใดแห่งหนึ่งไปยังสถานที่อื่น

-라는데 : 명령이나 요청 등의 말을 전달하며 자신의 말을 이어 나타내는 표현.
สั่งว่า...แต่ว่า..., บอกว่า...แต่ว่า..., ขอให้...แต่ว่า..., ขอให้...แล้ว...
สำนวนที่ใช้ถ่ายทอดคำพูด เช่น คำสั่งหรือการขอร้อง เป็นต้น พร้อมกับเชื่อมโยงไปสู่คำพูดของตนเอง

왜 (คำวิเศษณ์) : 무슨 이유로. 또는 어째서.
ทำไม, ด้วยเหตุใด, เพราะอะไร
ด้วยเหตุผลอันใด หรือเพราะอะไร

안 (คำวิเศษณ์) : 부정이나 반대의 뜻을 나타내는 말.
ไม่
คำที่แสดงความหมายถึงการปฏิเสธหรือการต่อต้าน

가다 (คำกริยา) : 한 곳에서 다른 곳으로 장소를 이동하다.
ไป
เคลื่อนออกจากสถานที่แห่งใดแห่งหนึ่งไปยังสถานที่อื่น

-아 : (두루낮춤으로) 어떤 사실을 서술하거나 물음, 명령, 권유를 나타내는 종결 어미.
วิภัตติปัจจัยลงท้ายประโยคที่ใช้ในการลดระดับภาษาโดยทั่วไป
(ใช้ในการลดระดับอย่างไม่เป็นทางการ)วิภัตติปัจจัยลงท้ายประโยคที่แสดงการบอกเล่าข้อเท็จจริงใด ๆ หรือการถาม การสั่ง
หรือการชักชวน <คำถาม>

알+았+어.

알다 (คำกริยา) : 상대방의 어떤 명령이나 요청에 대해 그대로 하겠다는 동의의 뜻을 나타내는 말.
ทราบ
คำพูดที่แสดงความหมายเห็นด้วยว่าจะทำตามนั้นเกี่ยวกับการขอร้องหรือคำสั่งใดๆ ของฝ่ายตรงข้าม

-았- : 어떤 사건이 과거에 완료되었거나 그 사건의 결과가 현재까지 지속되는 상황을 나타내는 어미.
...แล้ว
วิภัตติปัจจัยที่แสดงว่าเหตุการณ์ใดๆเสร็จสมบูรณ์ไปแล้วในอดีตหรือแสดงสถานการณ์ที่ผลลัพธ์ของเหตุการณ์ดังกล่าวต่อเนื่องจนถึงปัจ
จุบัน

-어 : (두루낮춤으로) 어떤 사실을 서술하거나 물음, 명령, 권유를 나타내는 종결 어미.
วิภัตติปัจจัยลงท้ายประโยคที่ใช้ในการลดระดับภาษาโดยทั่วไป
(ใช้ในการลดระดับอย่างไม่เป็นทางการ)วิภัตติปัจจัยลงท้ายประโยคที่แสดงการบอกเล่าข้อเท็จจริงใด ๆ หรือการถาม การสั่ง
หรือการชักชวน <การพูดตามลำดับ>

가+[면 되]+지.

가다 (คำกริยา) : 한 곳에서 다른 곳으로 장소를 이동하다.
ไป
เคลื่อนออกจากสถานที่แห่งใดแห่งหนึ่งไปยังสถานที่อื่น

-면 되다 : 조건이 되는 어떤 행동을 하거나 어떤 상태만 갖추어지면 문제가 없거나 충분함을 나타내는
              표현.
ถ้า...ก็เพียงพอแล้วครับ(ค่ะ), ถ้า...ก็ได้แล้วครับ(ค่ะ), เพียงแค่...เท่านั้นครับ(ค่ะ)
สำนวนที่ใช้แสดงว่าหากเพียงทำการกระทำใดๆที่เป็นเงื่อนไขหรือมีสภาพใดๆพร้อมก็จะปราศจากปัญหาหรือมีความเพียงพอ

-지 : (두루낮춤으로) 말하는 사람이 자신에 대한 이야기나 자신의 생각을 친근하게 말할 때 쓰는 종결 어미.

...นะ

(ใช้ในการลดระดับอย่างไม่เป็นทางการ)วิภัตติปัจจัยลงท้ายประโยคที่ใช้เมื่อผู้พูดพูดความคิดของตนเองหรือเรื่องราวเกี่ยวกับตนเองอย่างสนิทสนม

가+라고 하+면 안 <u>가+(아)야지</u>.
가야지

가다 (คำกริยา) : 한 곳에서 다른 곳으로 장소를 이동하다.

ไป

เคลื่อนออกจากสถานที่แห่งใดแห่งหนึ่งไปยังสถานที่อื่น

-라고 : 다른 사람에게서 들은 내용을 간접적으로 전달하거나 주어의 생각, 의견 등을 나타내는 표현.

ว่า...

สำนวนที่แสดงการถ่ายทอดสิ่งที่ได้ยินมาจากผู้อื่นทางอ้อมหรือแสดงสิ่งต่างๆของประธาน เช่น ความคิดหรือความเห็น เป็นต้น

하다 (คำกริยา) : 무엇에 대해 말하다.

พูดถึง, กล่าวถึง

พูดเกี่ยวกับสิ่งหนึ่ง

-면 : 뒤에 오는 말에 대한 근거나 조건이 됨을 나타내는 연결 어미.

ถ้า...

วิภัตติปัจจัยเชื่อมระหว่างประโยคที่แสดงถึงการที่กลายเป็นสาเหตุหรือเงื่อนไขเกี่ยวกับคำพูดตามมาข้างหลัง

안 (คำวิเศษณ์) : 부정이나 반대의 뜻을 나타내는 말.

ไม่

คำที่แสดงความหมายถึงการปฏิเสธหรือการต่อต้าน

가다 (คำกริยา) : 한 곳에서 다른 곳으로 장소를 이동하다.

ไป

เคลื่อนออกจากสถานที่แห่งใดแห่งหนึ่งไปยังสถานที่อื่น

-아야지 : (두루낮춤으로) 듣는 사람이나 다른 사람이 어떤 일을 해야 하거나 어떤 상태여야 함을 나타내는 종결 어미.

ต้อง...

(ใช้ในการลดระดับอย่างไม่เป็นทางการ)วิภัตติปัจจัยลงท้ายประโยคที่แสดงการที่ผู้ฟังหรือผู้อื่นจะต้องทำสิ่งบางอย่าง หรือจะต้องเป็นสภาพบางอย่าง

짜증 <u>나</u>+(아), 짜증 <u>나</u>+(아), 짜증 <u>나</u>+(아).
나   나   나

짜증 (คำนาม) : 마음에 들지 않아서 화를 내거나 싫은 느낌을 겉으로 드러내는 일. 또는 그런 성미.
ความหงุดหงิด, ความรำคาญ, ความโมโห
การแสดงความรู้สึกที่ไม่ชอบหรือโกรธเพราะไม่พอใจออกมาภายนอก หรือนิสัยที่เป็นเช่นนั้น

나다 (คำกริยา) : 어떤 감정이나 느낌이 생기다.
เกิด, มี, ออก
อารมณ์หรือความรู้สึกใดได้เกิดขึ้น

-아 : (두루낮춤으로) 어떤 사실을 서술하거나 물음, 명령, 권유를 나타내는 종결 어미.
วิภัตติปัจจัยลงท้ายประโยคที่ใช้ในการลดระดับภาษาโดยทั่วไป
(ใช้ในการลดระดับอย่างไม่เป็นทางการ)วิภัตติปัจจัยลงท้ายประโยคที่แสดงการบอกเล่าข้อเท็จจริงใด ๆ หรือการถาม การสั่ง
หรือการชักชวน <การพูดตามลำดับ>

어쩌+라고? 어쩌+라고? 어쩌+라고? 어쩌+라고?

어쩌다 (คำกริยา) : 무엇을 어떻게 하다.
ทำอย่างไร, ทำแบบไหน
ทำบางอย่างอย่างไร

-라고 : (두루낮춤으로) 들은 사실을 되물으면서 확인함을 나타내는 종결 어미.
บอกว่า...หรือ
(ใช้ในการลดระดับอย่างไม่เป็นทางการ)วิภัตติปัจจัยลงท้ายประโยคที่แสดงการย้อนถามพร้อมกับยืนยันในสิ่งที่ได้ยินให้แน่ใจ

도대체 나+보고 어쩌+라고?

도대체 (คำวิเศษณ์) : 아주 궁금해서 묻는 말인데.
แท้จริงแล้ว, อยากรู้จริง ๆ ว่า
ที่ถามก็เพราะสงสัยมาก ๆ

나 (สรรพนาม) : 말하는 사람이 친구나 아랫사람에게 자기를 가리키는 말.
ฉัน
คำที่คนพูดใช้เรียกตนเองต่อเพื่อนหรือคนที่อายุน้อยกว่า

보고 : 어떤 행동이 미치는 대상임을 나타내는 조사.
แก่, ให้, กับ
คำชี้ที่แสดงว่าเป็นเป้าหมายที่การกระทำใด ๆ ไปถึง

어쩌다 (คำกริยา) : 무엇을 어떻게 하다.
ทำอย่างไร, ทำแบบไหน
ทำบางอย่างอย่างไร

-라고 : (두루낮춤으로) 들은 사실을 되물으면서 확인함을 나타내는 종결 어미.
บอกว่า...หรือ
(ใช้ในการลดระดับอย่างไม่เป็นทางการ)วิภัตติปัจจัยลงท้ายประโยคที่แสดงการย้อนถามพร้อมกับยืนยันในสิ่งที่ได้ยินให้แน่ใจ

어쩌+라고?

어쩌다 (คำกริยา) : 무엇을 어떻게 하다.
ทำอย่างไร, ทำแบบไหน
ทำบางอย่างอย่างไร

-라고 : (두루낮춤으로) 들은 사실을 되물으면서 확인함을 나타내는 종결 어미.
บอกว่า...หรือ
(ใช้ในการลดระดับอย่างไม่เป็นทางการ)วิภัตติปัจจัยลงท้ายประโยคที่แสดงการย้อนถามพร้อมกับยืนยันในสิ่งที่ได้ยินให้แน่ใจ

< 2 절(ท่อนเพลง) >

왜 안 가+(아)? 왜 안 가+(아)? 왜 안 가+(아)?
가   가   가

왜 (คำวิเศษณ์) : 무슨 이유로. 또는 어째서.
ทำไม, ด้วยเหตุใด, เพราะอะไร
ด้วยเหตุผลอันใด หรือเพราะอะไร

안 (คำวิเศษณ์) : 부정이나 반대의 뜻을 나타내는 말.
ไม่
คำที่แสดงความหมายถึงการปฏิเสธหรือการต่อต้าน

가다 (คำกริยา) : 한 곳에서 다른 곳으로 장소를 이동하다.
ไป
เคลื่อนออกจากสถานที่แห่งใดแห่งหนึ่งไปยังสถานที่อื่น

-아 : (두루낮춤으로) 어떤 사실을 서술하거나 물음, 명령, 권유를 나타내는 종결 어미.
วิภัตติปัจจัยลงท้ายประโยคที่ใช้ในการลดระดับภาษาโดยทั่วไป
(ใช้ในการลดระดับอย่างไม่เป็นทางการ)วิภัตติปัจจัยลงท้ายประโยคที่แสดงการบอกเล่าข้อเท็จจริงใด ๆ หรือการถาม การสั่ง หรือการชักชวน <คำถาม>

가+라는데 왜 안 가+(아)?
가

가다 (คำกริยา) : 한 곳에서 다른 곳으로 장소를 이동하다.
ไป
เคลื่อนออกจากสถานที่แห่งใดแห่งหนึ่งไปยังสถานที่อื่น

-라는데 : 명령이나 요청 등의 말을 전달하며 자신의 말을 이어 나타내는 표현.
สั่งว่า...แต่ว่า..., บอกว่า...แต่ว่า..., ขอให้...แต่ว่า..., ขอให้...แล้ว...
สำนวนที่ใช้ถ่ายทอดคำพูด เช่น คำสั่งหรือการขอร้อง เป็นต้น พร้อมกับเชื่อมโยงไปสู่คำพูดของตนเอง

왜 (คำวิเศษณ์) : 무슨 이유로. 또는 어째서.
ทำไม, ด้วยเหตุใด, เพราะอะไร
ด้วยเหตุผลอันใด หรือเพราะอะไร

안 (คำวิเศษณ์) : 부정이나 반대의 뜻을 나타내는 말.
ไม่
คำที่แสดงความหมายถึงการปฏิเสธหรือการต่อต้าน

가다 (คำกริยา) : 한 곳에서 다른 곳으로 장소를 이동하다.
ไป
เคลื่อนออกจากสถานที่แห่งใดแห่งหนึ่งไปยังสถานที่อื่น

-아 : (두루낮춤으로) 어떤 사실을 서술하거나 물음, 명령, 권유를 나타내는 종결 어미.
วิภัตติปัจจัยลงท้ายประโยคที่ใช้ในการลดระดับภาษาโดยทั่วไป
(ใช้ในการลดระดับอย่างไม่เป็นทางการ)วิภัตติปัจจัยลงท้ายประโยคที่แสดงการบอกเล่าข้อเท็จจริงใด ๆ หรือการถาม การสั่ง หรือการชักชวน <คำถาม>

왜 안 가+(아)?
가

왜 (คำวิเศษณ์) : 무슨 이유로. 또는 어째서.
ทำไม, ด้วยเหตุใด, เพราะอะไร
ด้วยเหตุผลอันใด หรือเพราะอะไร

안 (คำวิเศษณ์) : 부정이나 반대의 뜻을 나타내는 말.
ไม่
คำที่แสดงความหมายถึงการปฏิเสธหรือการต่อต้าน

가다 (คำกริยา) : 한 곳에서 다른 곳으로 장소를 이동하다.
ไป
เคลื่อนออกจากสถานที่แห่งใดแห่งหนึ่งไปยังสถานที่อื่น

-아 : (두루낮춤으로) 어떤 사실을 서술하거나 물음, 명령, 권유를 나타내는 종결 어미.
วิภัตติปัจจัยลงท้ายประโยคที่ใช้ในการลดระดับภาษาโดยทั่วไป
(ใช้ในการลดระดับอย่างไม่เป็นทางการ)วิภัตติปัจจัยลงท้ายประโยคที่แสดงการบอกเล่าข้อเท็จจริงใด ๆ หรือการถาม การสั่ง หรือการชักชวน <คำถาม>

알+았+어.

알다 (คำกริยา) : 상대방의 어떤 명령이나 요청에 대해 그대로 하겠다는 동의의 뜻을 나타내는 말.
ทราบ
คำพูดที่แสดงความหมายเห็นด้วยว่าจะทำตามนั้นเกี่ยวกับการขอร้องหรือคำสั่งใดๆ ของฝ่ายตรงข้าม

-았- : 어떤 사건이 과거에 완료되었거나 그 사건의 결과가 현재까지 지속되는 상황을 나타내는 어미.
...แล้ว
วิภัตติปัจจัยที่แสดงว่าเหตุการณ์ใดๆเสร็จสมบูรณ์ไปแล้วในอดีตหรือแสดงสถานการณ์ที่ผลลัพธ์ของเหตุการณ์ดังกล่าวต่อเนื่องจนถึงปัจจุบัน

-어 : (두루낮춤으로) 어떤 사실을 서술하거나 물음, 명령, 권유를 나타내는 종결 어미.
วิภัตติปัจจัยลงท้ายประโยคที่ใช้ในการลดระดับภาษาโดยทั่วไป
(ใช้ในการลดระดับอย่างไม่เป็นทางการ)วิภัตติปัจจัยลงท้ายประโยคที่แสดงการบอกเล่าข้อเท็จจริงใด ๆ หรือการถาม การสั่ง หรือการชักชวน <การพูดตามลำดับ>

가+[면 되]+지.

가다 (คำกริยา) : 한 곳에서 다른 곳으로 장소를 이동하다.
ไป
เคลื่อนออกจากสถานที่แห่งใดแห่งหนึ่งไปยังสถานที่อื่น

-면 되다 : 조건이 되는 어떤 행동을 하거나 어떤 상태만 갖추어지면 문제가 없거나 충분함을 나타내는 표현.
ถ้า...ก็เพียงพอแล้วครับ(ค่ะ), ถ้า...ก็ได้แล้วครับ(ค่ะ), เพียงแค่...เท่านั้นครับ(ค่ะ)
สำนวนที่ใช้แสดงว่าหากเพียงทำการกระทำใดๆที่เป็นเงื่อนไขหรือมีสภาพใดๆพร้อมก็จะปราศจากปัญหาหรือมีความเพียงพอ

- 239 -

-지 : (두루낮춤으로) 말하는 사람이 자신에 대한 이야기나 자신의 생각을 친근하게 말할 때 쓰는 종결 어미.

...นะ

(ใช้ในการลดระดับอย่างไม่เป็นทางการ)วิภัตติปัจจัยลงท้ายประโยคที่ใช้เมื่อผู้พูดพูดความคิดของตนเองหรือเรื่องราวเกี่ยวกับตนเองอย่างสนิทสนม

<u>가</u>+<u>라고</u> <u>하</u>+<u>ㄴ다고</u> 진짜 <u>가</u>+<u>(아)</u>.
가란다고   가

가다 (คำกริยา) : 한 곳에서 다른 곳으로 장소를 이동하다.
ไป
เคลื่อนออกจากสถานที่แห่งใดแห่งหนึ่งไปยังสถานที่อื่น

-라고 : 다른 사람에게서 들은 내용을 간접적으로 전달하거나 주어의 생각, 의견 등을 나타내는 표현.
ว่า...
สำนวนที่แสดงการถ่ายทอดสิ่งที่ได้ยินมาจากผู้อื่นทางอ้อมหรือแสดงสิ่งต่างๆของประธาน เช่น ความคิดหรือความเห็น เป็นต้น

하다 (คำกริยา) : 무엇에 대해 말하다.
พูดถึง, กล่าวถึง
พูดเกี่ยวกับสิ่งหนึ่ง

-ㄴ다고 : 어떤 행위의 목적, 의도를 나타내거나 어떤 상황의 이유, 원인을 나타내는 연결 어미.
บอกว่า...จึง...
วิภัตติปัจจัยเชื่อมระหว่างประโยคที่แสดงจุดประสงค์หรือความตั้งใจของการกระทำใด ๆ หรือแสดงสาเหตุ เหตุผลของสถานการณ์ใด ๆ

진짜 (คำวิเศษณ์) : 꾸밈이나 거짓이 없이 참으로.
จริง, จริง ๆ
อย่างแท้จริงโดยปราศจากการโกหกหรือการเสแสร้ง

가다 (คำกริยา) : 한 곳에서 다른 곳으로 장소를 이동하다.
ไป
เคลื่อนออกจากสถานที่แห่งใดแห่งหนึ่งไปยังสถานที่อื่น

-아 : (두루낮춤으로) 어떤 사실을 서술하거나 물음, 명령, 권유를 나타내는 종결 어미.
วิภัตติปัจจัยลงท้ายประโยคที่ใช้ในการลดระดับภาษาโดยทั่วไป
(ใช้ในการลดระดับอย่างไม่เป็นทางการ)วิภัตติปัจจัยลงท้ายประโยคที่แสดงการบอกเล่าข้อเท็จจริงใด ๆ หรือการถาม การสั่งหรือการชักชวน <การพูดตามลำดับ>

가+라는데 왜 안 가+(아)?

가

가다 (คำกริยา) : 한 곳에서 다른 곳으로 장소를 이동하다.
ไป
เคลื่อนออกจากสถานที่แห่งใดแห่งหนึ่งไปยังสถานที่อื่น

-라는데 : 명령이나 요청 등의 말을 전달하며 자신의 말을 이어 나타내는 표현.
สั่งว่า...แต่ว่า..., บอกว่า...แต่ว่า..., ขอให้...แต่ว่า..., ขอให้...แล้ว...
สำนวนที่ใช้ถ่ายทอดคำพูด เช่น คำสั่งหรือการขอร้อง เป็นต้น พร้อมกับเชื่อมโยงไปสู่คำพูดของตนเอง

왜 (คำวิเศษณ์) : 무슨 이유로. 또는 어째서.
ทำไม, ด้วยเหตุใด, เพราะอะไร
ด้วยเหตุผลอันใด หรือเพราะอะไร

안 (คำวิเศษณ์) : 부정이나 반대의 뜻을 나타내는 말.
ไม่
คำที่แสดงความหมายถึงการปฏิเสธหรือการต่อต้าน

가다 (คำกริยา) : 한 곳에서 다른 곳으로 장소를 이동하다.
ไป
เคลื่อนออกจากสถานที่แห่งใดแห่งหนึ่งไปยังสถานที่อื่น

-아 : (두루낮춤으로) 어떤 사실을 서술하거나 물음, 명령, 권유를 나타내는 종결 어미.
วิภัตติปัจจัยลงท้ายประโยคที่ใช้ในการลดระดับภาษาโดยทั่วไป
(ใช้ในการลดระดับอย่างไม่เป็นทางการ)วิภัตติปัจจัยลงท้ายประโยคที่แสดงการบอกเล่าข้อเท็จจริงใด ๆ หรือการถาม การสั่ง หรือการชักชวน <คำถาม>

가+(아)도 화내+(어).

가도　　화내

가다 (คำกริยา) : 한 곳에서 다른 곳으로 장소를 이동하다.
ไป
เคลื่อนออกจากสถานที่แห่งใดแห่งหนึ่งไปยังสถานที่อื่น

-아도 : 앞에 오는 말을 가정하거나 인정하지만 뒤에 오는 말에는 관계가 없거나 영향을 끼치지 않음을 나타내는 연결 어미.
แม้ว่า..., ถึงแม้ว่า...
วิภัตติปัจจัยเชื่อมระหว่างประโยคที่แสดงการสมมุติหรือยอมรับคำพูดข้างหน้าแต่ไม่เกี่ยวข้องหรือไม่มีผลกระทบต่อคำพูดตามมาข้างหลัง

화내다 (คำกริยา) : 몹시 기분이 상해 노여워하는 감정을 드러내다.
โมโห, แสดงความโกรธ
อารมณ์เสียเป็นอย่างมากจนแสดงอารมณ์โกรธออกมา

-어 : (두루낮춤으로) 어떤 사실을 서술하거나 물음, 명령, 권유를 나타내는 종결 어미.
วิภัตติปัจจัยลงท้ายประโยคที่ใช้ในการลดระดับภาษาโดยทั่วไป
(ใช้ในการลดระดับอย่างไม่เป็นทางการ)วิภัตติปัจจัยลงท้ายประโยคที่แสดงการบอกเล่าข้อเท็จจริงใด ๆ หรือการถาม การสั่ง
หรือการชักชวน <การพูดตามลำดับ>

안 가+(아)도 화내+(어).
가도   화내

안 (คำวิเศษณ์) : 부정이나 반대의 뜻을 나타내는 말.
ไม่'
คำที่แสดงความหมายถึงการปฏิเสธหรือการต่อต้าน

가다 (คำกริยา) : 한 곳에서 다른 곳으로 장소를 이동하다.
ไป
เคลื่อนออกจากสถานที่แห่งใดแห่งหนึ่งไปยังสถานที่อื่น

-아도 : 앞에 오는 말을 가정하거나 인정하지만 뒤에 오는 말에는 관계가 없거나 영향을 끼치지 않음을
        나타내는 연결 어미.
แม้ว่า..., ถึงแม้ว่า...
วิภัตติปัจจัยเชื่อมระหว่างประโยคที่แสดงการสมมุติหรือยอมรับคำพูดข้างหน้าแต่ไม่เกี่ยวข้องหรือไม่มีผลกระทบต่อคำพูดตามมาข้างหลั
ง

화내다 (คำกริยา) : 몹시 기분이 상해 노여워하는 감정을 드러내다.
โมโห, แสดงความโกรธ
อารมณ์เสียเป็นอย่างมากจนแสดงอารมณ์โกรธออกมา

-어 : (두루낮춤으로) 어떤 사실을 서술하거나 물음, 명령, 권유를 나타내는 종결 어미.
วิภัตติปัจจัยลงท้ายประโยคที่ใช้ในการลดระดับภาษาโดยทั่วไป
(ใช้ในการลดระดับอย่างไม่เป็นทางการ)วิภัตติปัจจัยลงท้ายประโยคที่แสดงการบอกเล่าข้อเท็จจริงใด ๆ หรือการถาม การสั่ง
หรือการชักชวน <การพูดตามลำดับ>

짜증 나+(아), 짜증 나+(아), 짜증 나+(아).
나 　　　 나 　　　 나

짜증 (คำนาม) : 마음에 들지 않아서 화를 내거나 싫은 느낌을 겉으로 드러내는 일. 또는 그런 성미.
ความหงุดหงิด, ความรำคาญ, ความโมโห
การแสดงความรู้สึกที่ไม่ชอบหรือโกรธเพราะไม่พอใจออกมาภายนอก หรือนิสัยที่เป็นเช่นนั้น

나다 (คำกริยา) : 어떤 감정이나 느낌이 생기다.
เกิด, มี, ออก
อารมณ์หรือความรู้สึกใดได้เกิดขึ้น

-아 : (두루낮춤으로) 어떤 사실을 서술하거나 물음, 명령, 권유를 나타내는 종결 어미.
วิภัตติปัจจัยลงท้ายประโยคที่ใช้ในการลดระดับภาษาโดยทั่วไป
(ใช้ในการลดระดับอย่างไม่เป็นทางการ)วิภัตติปัจจัยลงท้ายประโยคที่แสดงการบอกเล่าข้อเท็จจริงใด ๆ หรือการถาม การสั่ง หรือการชักชวน <การพูดตามลำดับ>

어쩌+라고? 어쩌+라고? 어쩌+라고? 어쩌+라고?

어쩌다 (คำกริยา) : 무엇을 어떻게 하다.
ทำอย่างไร, ทำแบบไหน
ทำบางอย่างอย่างไร

-라고 : (두루낮춤으로) 들은 사실을 되물으면서 확인함을 나타내는 종결 어미.
บอกว่า...หรือ
(ใช้ในการลดระดับอย่างไม่เป็นทางการ)วิภัตติปัจจัยลงท้ายประโยคที่แสดงการย้อนถามพร้อมกับยืนยันในสิ่งที่ได้ยินให้แน่ใจ

도대체 나+보고 어쩌+라고?

도대체 (คำวิเศษณ์) : 아주 궁금해서 묻는 말인데.
แท้จริงแล้ว, อยากรู้จริง ๆ ว่า
ที่ถามก็เพราะสงสัยมาก ๆ

나 (สรรพนาม) : 말하는 사람이 친구나 아랫사람에게 자기를 가리키는 말.
ฉัน
คำที่คนพูดใช้เรียกตนเองต่อเพื่อนหรือคนที่อายุน้อยกว่า

보고 : 어떤 행동이 미치는 대상임을 나타내는 조사.
แก่, ให้, กับ
คำชี้ที่แสดงว่าเป็นเป้าหมายที่การกระทำใด ๆ ไปถึง

어쩌다 (คำกริยา) : 무엇을 어떻게 하다.
ทำอย่างไร, ทำแบบไหน
ทำบางอย่างอย่างไร

-라고 : (두루낮춤으로) 들은 사실을 되물으면서 확인함을 나타내는 종결 어미.
บอกว่า...หรือ
(ใช้ในการลดระดับอย่างไม่เป็นทางการ)วิภัตติปัจจัยลงท้ายประโยคที่แสดงการย้อนถามพร้อมกับยืนยันในสิ่งที่ได้ยินให้แน่ใจ

어쩌+라고?

어쩌다 (คำกริยา) : 무엇을 어떻게 하다.
ทำอย่างไร, ทำแบบไหน
ทำบางอย่างอย่างไร

-라고 : (두루낮춤으로) 들은 사실을 되물으면서 확인함을 나타내는 종결 어미.
บอกว่า...หรือ
(ใช้ในการลดระดับอย่างไม่เป็นทางการ)วิภัตติปัจจัยลงท้ายประโยคที่แสดงการย้อนถามพร้อมกับยืนยันในสิ่งที่ได้ยินให้แน่ใจ

가+라고, 가+라고, 가+라고.

가다 (คำกริยา) : 한 곳에서 다른 곳으로 장소를 이동하다.
ไป
เคลื่อนออกจากสถานที่แห่งใดแห่งหนึ่งไปยังสถานที่อื่น

-라고 : (두루낮춤으로) 말하는 사람의 생각이나 주장을 듣는 사람에게 강조하여 말함을 나타내는 종결 어미.
บอกว่าเป็น..., บอกว่าคือ...
(ใช้ในการลดระดับอย่างไม่เป็นทางการ)วิภัตติปัจจัยลงท้ายประโยคที่ผู้พูดแสดงการเน้นย้ำจุดยืนหรือความคิดของตัวเองแก่ผู้ฟัง

보+기 싫+으니까 가+라고, 가+라고.

보다 (คำกริยา) : 눈으로 대상의 존재나 겉모습을 알다.
มอง, ดู, เห็น
รู้ถึงลักษณะภายนอกหรือการมีอยู่ของวัตถุด้วยตา

-기 : 앞의 말이 명사의 기능을 하게 하는 어미.
การ...
วิภัตติปัจจัยที่ทำให้คำข้างหน้ามีหน้าที่เป็นคำนาม

싫다 (คำคุณศัพท์) : 어떤 일을 하고 싶지 않다.
ไม่ชอบ, ไม่อยาก
ม่อยากทำสิ่งใด ๆ

-으니까 : 뒤에 오는 말에 대하여 앞에 오는 말이 원인이나 근거, 전제가 됨을 강조하여 나타내는 연결 어미.
เพราะ..., เพราะว่า...
วิภัตติปัจจัยเชื่อมระหว่างประโยคที่แสดงโดยตอกย้ำว่าคำพูดที่อยู่ข้างหน้าจะกลายเป็นเหตุผล
สาเหตุหรือเงื่อนไขเกี่ยวกับคำพูดตามมาข้างหลัง

가다 (คำกริยา) : 한 곳에서 다른 곳으로 장소를 이동하다.
ไป
เคลื่อนออกจากสถานที่แห่งใดแห่งหนึ่งไปยังสถานที่อื่น

-라고 : (두루낮춤으로) 말하는 사람의 생각이나 주장을 듣는 사람에게 강조하여 말함을 나타내는 종결 어미.
บอกว่าเป็น..., บอกว่าคือ...
(ใช้ในการลดระดับอย่างไม่เป็นทางการ)วิภัตติปัจจัยลงท้ายประโยคที่ผู้พูดแสดงการเน้นย้ำจุดยืนหรือความคิดของตัวเองแก่ผู้ฟัง

알+았+어.

알다 (คำกริยา) : 상대방의 어떤 명령이나 요청에 대해 그대로 하겠다는 동의의 뜻을 나타내는 말.
ทราบ
คำพูดที่แสดงความหมายเห็นด้วยว่าจะทำตามนั้นเกี่ยวกับการขอร้องหรือคำสั่งใดๆ ของฝ่ายตรงข้าม

-았- : 어떤 사건이 과거에 완료되었거나 그 사건의 결과가 현재까지 지속되는 상황을 나타내는 어미.
...แล้ว
วิภัตติปัจจัยที่แสดงว่าเหตุการณ์ใดๆเสร็จสมบูรณ์ไปแล้วในอดีตหรือแสดงสถานการณ์ที่ผลลัพธ์ของเหตุการณ์ดังกล่าวต่อเนื่องจนถึงปัจจุบัน

-어 : (두루낮춤으로) 어떤 사실을 서술하거나 물음, 명령, 권유를 나타내는 종결 어미.
วิภัตติปัจจัยลงท้ายประโยคที่ใช้ในการลดระดับภาษาโดยทั่วไป
(ใช้ในการลดระดับอย่างไม่เป็นทางการ)วิภัตติปัจจัยลงท้ายประโยคที่แสดงการบอกเล่าข้อเท็จจริงใด ๆ หรือการถาม การสั่ง
หรือการชักชวน <การพูดตามลำดับ>

나 가+ㄹ게.
갈게

나 (สรรพนาม) : 말하는 사람이 친구나 아랫사람에게 자기를 가리키는 말.
ฉัน
คำที่คนพูดใช้เรียกตนเองต่อเพื่อนหรือคนที่อายุน้อยกว่า

가다 (คำกริยา) : 한 곳에서 다른 곳으로 장소를 이동하다.
ไป
เคลื่อนออกจากสถานที่แห่งใดแห่งหนึ่งไปยังสถานที่อื่น

-ㄹ게 : (두루낮춤으로) 말하는 사람이 어떤 행동을 할 것을 듣는 사람에게 약속하거나 의지를 나타내는
종결 어미.
จะ.., จะ..นะ, จะ..เอง
(ใช้ในการลดระดับอย่างไม่เป็นทางการ)วิภัตติปัจจัยลงท้ายประโยคที่แสดงการที่ผู้พูดบอกกับผู้ฟังให้ทราบหรือสัญญาว่าจะทำสิ่งใด ๆ

어쩌+라고?

어쩌다 (คำกริยา) : 무엇을 어떻게 하다.
ทำอย่างไร, ทำแบบไหน
ทำบางอย่างอย่างไร

-라고 : (두루낮춤으로) 들은 사실을 되물으면서 확인함을 나타내는 종결 어미.
บอกว่า...หรือ
(ใช้ในการลดระดับอย่างไม่เป็นทางการ)วิภัตติปัจจัยลงท้ายประโยคที่แสดงการย้อนถามพร้อมกับยืนยันในสิ่งที่ได้ยินให้แน่ใจ

< 10 >

궁금해

나는 궁금해.
(ฉันอยากรู้)

[발음(การออกเสียง)]

< 1 절(ท่อนเพลง) >

파도처럼 내 맘속으로 밀려 오다 바람처럼 흔적 없이 사라져.
파도처럼 내 맘소그로 밀려 오다 바람처럼 흔적 업씨 사라저.
padocheoreom nae mamsogeuro millyeooda baramcheoreom heunjeok eopsi sarajeo.

파도는 멈출 수가 없는 거니?
파도는 멈출 쑤가 엄는 거니?
padoneun meomchul suga eomneun geoni?

바람은 머물 수가 없는 거니?
바라믄 머물 쑤가 엄는 거니?
barameun meomul suga eomneun geoni?

피어나는 내 맘이 시들지 않게 그치지 않는 세찬 비를 뿌려줘.
피어나는 내 마미 시들지 안케 그치지 안는 세찬 비를 뿌려줘.
pieonaneun nae mami sideulji anke geuchiji anneun sechan bireul ppuryeojwo.

어떤 사람인지 궁금해.
어떤 사라민지 궁금해.
eotteon saraminji gunggeumhae.

너의 그 향기가 궁금해.
너에 그 향기가 궁금해.
neoe geu hyanggiga gunggeumhae.

어떤 사랑일지 너의 그 느낌이.
어떤 사랑일찌 너에 그 느끼미.
eotteon sarangilji neoe geu neukkimi.

궁금해, 궁금해, 궁금해, 궁금해, 궁금해.
궁금해, 궁금해, 궁금해, 궁금해, 궁금해.
gunggeumhae, gunggeumhae, gunggeumhae, gunggeumhae, gunggeumhae.

< 2 절(ท่อนเพลง) >

감미로운 미소로 눈을 맞추면서 고개만 끄덕이다 말없이 사라져.
감미로운 미소로 누늘 맏추면서 고개만 끄더기다 마럽씨 사라저.
gammiroun misoro nuneul matchumyeonseo gogaeman kkeudeogida mareopsi sarajeo.

파도처럼 밀려드는 사랑이 보여.
파도처럼 밀려드는 사랑이 보여.
padocheoreom millyeodeuneun sarangi boyeo.

바람처럼 스치는 사랑이 느껴져.
바람처럼 스치는 사랑이 느껴저.
baramcheoreom seuchineun sarangi neukkyeojeo.

타오르는 열정이 꺼지지 않게 폭풍이 되어 내게 다가와 줘.
타오르는 열쩡이 꺼지지 안케 폭풍이 되어 내게 다가와 줘.
taoreuneun yeoljeongi kkeojiji anke pokpungi doeeo naege dagawa jwo.

어떤 사람인지 궁금해.
어떤 사라민지 궁금해.
eotteon saraminji gunggeumhae.

너의 그 향기가 궁금해.
너에 그 향기가 궁금해.
neoe geu hyanggiga gunggeumhae.

어떤 사랑일지 너의 그 느낌이.
어떤 사랑일찌 너에 그 느끼미.
eotteon sarangilji neoe geu neukkimi.

궁금해, 궁금해, 궁금해, 궁금해, 궁금해.
궁금해, 궁금해, 궁금해, 궁금해, 궁금해.
gunggeumhae, gunggeumhae, gunggeumhae, gunggeumhae, gunggeumhae.

< 3 절(ท่อนเพลง) >

바람을 붙잡을 수 없더라도.
바라믈 붇짜블 쑤 업떠라도.
barameul butjabeul su eopdeorado.

파도가 비에 젖지 않더라도.
파도가 비에 전찌 안터라도.
padoga bie jeotji anteorado.

내일은 가슴이 아프더라도.
내이른 가스미 아프더라도.
naeireun gaseumi apeudeorado.

미련과 후회만 남더라도.
미련과 후회만 남더라도.
miryeongwa huhoeman namdeorado.

어떤 사람인지 궁금해.
어떤 사라민지 궁금해.
eotteon saraminji gunggeumhae.

너의 그 향기가 궁금해.
너에 그 향기가 궁금해.
neoe geu hyanggiga gunggeumhae.

어떤 사랑일지 너의 그 느낌이.
어떤 사랑일찌 너에 그 느끼미.
eotteon sarangilji neoe geu neukkimi.

궁금해, 궁금해, 궁금해, 궁금해, 궁금해.
궁금해, 궁금해, 궁금해, 궁금해, 궁금해.
gunggeumhae, gunggeumhae, gunggeumhae, gunggeumhae, gunggeumhae.

< 1 절(ท่อนเพลง) >

파도+처럼 나+의 맘속+으로 밀리+[어 오]+다
내 밀려 오다

파도 (คำนาม) : 바다에 이는 물결.
คลื่น, ระลอกคลื่น
กระแสน้ำที่เกิดขึ้นในทะเล

처럼 : 모양이나 정도가 서로 비슷하거나 같음을 나타내는 조사.
เหมือน, เหมือนกับ, ราวกับ
คำชี้ที่แสดงว่าลักษณะหรือระดับมีความเหมือนหรือคล้ายกัน

나 (สรรพนาม) : 말하는 사람이 친구나 아랫사람에게 자기를 가리키는 말.
ฉัน
คำที่คนพูดใช้เรียกตนเองต่อเพื่อนหรือคนที่อายุน้อยกว่า

의 : 앞의 말이 뒤의 말에 대하여 소유, 소속, 소재, 관계, 기원, 주체의 관계를 가짐을 나타내는 조사.
ของ...
คำชี้ที่แสดงว่าคำพูดข้างหน้ามีความสัมพันธ์กับประธาน แหล่งกำเนิด ความสัมพันธ์ วัตถุดิบ การสังกัด การเป็นเจ้าของ ต่อคำพูดข้างหลัง

맘속 (คำนาม) : 마음의 깊은 곳.
ในใจ, ในจิตใจ
ที่ที่อยู่ลึกในจิตใจ

으로 : 움직임의 방향을 나타내는 조사.
ที่...
คำชี้ที่แสดงทิศทางของการเคลื่อนไหว

밀리다 (คำกริยา) : 방향의 반대쪽에서 힘이 가해져서 움직여지다.
ถูกดัน, ถูกผลัก, ถูกเบียด
มีแรงผลักจากทิศทางตรงกันข้ามจนถูกเคลื่อนไหว

-어 오다 : 앞의 말이 나타내는 행동이나 상태가 어떤 기준점으로 가까워지면서 계속 진행됨을 나타내는 표현.
...มา, ได้...มา, ...ขึ้น
สำนวนที่แสดงว่าสภาพหรือการกระทำที่ปรากฏในคำพูดข้างหน้าดำเนินไปต่อเนื่องจนใกล้มาตรฐานใด ๆ

-다 : 어떤 행동이나 상태 등이 중단되고 다른 행동이나 상태로 바뀜을 나타내는 연결 어미.
แล้ว..., แล้วก็..., ...ก็...
วิภัตติปัจจัยเชื่อมระหว่างประโยคที่แสดงการกระทำหรือสภาพใด ๆ เป็นต้น ถูกหยุดชะงักและเปลี่ยนเป็นการกระทำหรือสภาพอื่น

바람+처럼 흔적 없이 사라지+어.

사라져

바람 (คำนาม) : 기압의 변화 또는 사람이나 기계에 의해 일어나는 공기의 움직임.
ลม
การเคลื่อนไหวของอากาศที่เกิดขึ้นจากการเปลี่ยนแปลงของความกดอากาศ คน หรือเครื่องจักร

처럼 : 모양이나 정도가 서로 비슷하거나 같음을 나타내는 조사.
เหมือน, เหมือนกับ, ราวกับ
คำชี้ที่แสดงว่าลักษณะหรือระดับมีความเหมือนหรือคล้ายกัน

흔적 (คำนาม) : 사물이나 현상이 없어지거나 지나간 뒤에 남겨진 것.
ร่องรอย, หลักฐาน, รอย, ซาก
สิ่งที่หลงเหลือหลังจากสิ่งของหรือปรากฏการณ์ผ่านไปหรือหมดไป

없이 (คำวิเศษณ์) : 사람, 사물, 현상 등이 어떤 곳에 자리나 공간을 차지하고 존재하지 않게.
โดยไม่มี, อย่างไม่มี, โดยปราศจาก, โดยไร้ซึ่ง...
โดยที่คน วัตถุหรือปรากฏการณ์ เป็นต้น ไม่ครอบครองที่หรือพื้นที่ในสถานที่ใด ๆ

사라지다 (คำกริยา) : 어떤 현상이나 물체의 자취 등이 없어지다.
หายไป, สูญหายไป
ร่องรอย เป็นต้น ของวัตถุหรือปรากฏการณ์ใด ๆ หายไป

-어 : (두루낮춤으로) 어떤 사실을 서술하거나 물음, 명령, 권유를 나타내는 종결 어미.
วิภัตติปัจจัยลงท้ายประโยคที่ใช้ในการลดระดับภาษาโดยทั่วไป
(ใช้ในการลดระดับอย่างไม่เป็นทางการ)วิภัตติปัจจัยลงท้ายประโยคที่แสดงการบอกเล่าข้อเท็จจริงใด ๆ หรือการถาม การสั่ง หรือการชักชวน <การพูดตามลำดับ>

파도+는 멈추+[ㄹ 수가 없]+[는 거]+(이)+니?

멈출 수가 없는 거니

파도 (คำนาม) : 바다에 이는 물결.
คลื่น, ระลอกคลื่น
กระแสน้ำที่เกิดขึ้นในทะเล

는 : 문장 속에서 어떤 대상이 화제임을 나타내는 조사.
...นั้น
คำชี้ที่แสดงว่าเป้าหมายใดๆเป็นหัวเรื่องในประโยค

멈추다 (คำกริยา) : 동작이나 상태가 계속되지 않다.
ชะงัก, หยุดชะงัก, หยุด
กิริยาท่าทางหรือสภาพไม่เป็นอย่างต่อเนื่อง

-ㄹ 수가 없다 : 앞에 오는 말이 나타내는 일이 가능하지 않음을 나타내는 표현.
ไม่สามารถ..., ไม่สามารถ...ได้, ...ไม่ได้
สำนวนที่แสดงความเป็นไปไม่ได้ในคำพูดที่ออกมาข้างหน้าจะปรากฏ

-는 거 : 명사가 아닌 것을 문장에서 명사처럼 쓰이게 하거나 '이다' 앞에 쓰일 수 있게 할 때 쓰는 표현.
การ..., การที่..., สิ่งที่...
สำนวนที่ทำให้คำที่ไม่ใช่คำนามใช้เหมือนคำนามในประโยคหรือทำให้ใช้วางไว้หน้า '이다' ได้

이다 : 주어가 지시하는 대상의 속성이나 부류를 지정하는 뜻을 나타내는 서술격 조사.
เป็น
คำชี้ภาคแสดงการกที่แสดงความหมายที่กำหนดประเภทหรือคุณสมบัติของเป้าหมายที่ประธานบ่งชี้

-니 : (아주낮춤으로) 물음을 나타내는 종결 어미.
...ไหม, ...หรือเปล่า, ...เหรอ
(ใช้ในการลดระดับอย่างมากและเป็นทางการ)วิภัตติปัจจัยลงท้ายประโยคที่แสดงการถาม

바람+은 머물+[(ㄹ) 수가 없]+[는 거]+(이)+니?

머물 수가 없는 거니

바람 (คำนาม) : 기압의 변화 또는 사람이나 기계에 의해 일어나는 공기의 움직임.
ลม
การเคลื่อนไหวของอากาศที่เกิดขึ้นจากการเปลี่ยนแปลงของความกดอากาศ คน หรือเครื่องจักร

은 : 문장 속에서 어떤 대상이 화제임을 나타내는 조사.
ตัวชี้หัวเรื่อง
คำชี้ที่แสดงว่าเป้าหมายใด ๆ เป็นหัวข้อเรื่องในประโยค

머물다 (คำกริยา) : 도중에 멈추거나 일시적으로 어떤 곳에 묵다.
พักแรม, หยุดพัก
หยุดพักระหว่างทาง หรือพักแรมในที่ใด ๆ ชั่วคราว

-ㄹ 수가 없다 : 앞에 오는 말이 나타내는 일이 가능하지 않음을 나타내는 표현.
ไม่สามารถ..., ไม่สามารถ...ได้, ...ไม่ได้
สำนวนที่แสดงความเป็นไปไม่ได้ในคำพูดที่ออกมาข้างหน้าจะปรากฏ

-는 거 : 명사가 아닌 것을 문장에서 명사처럼 쓰이게 하거나 '이다' 앞에 쓰일 수 있게 할 때 쓰는 표현.
การ..., การที่..., สิ่งที่...
สำนวนที่ทำให้คำที่ไม่ใช่คำนามใช้เหมือนคำนามในประโยคหรือทำให้ใช้วางไว้หน้า '이다' ได้

이다 : 주어가 지시하는 대상의 속성이나 부류를 지정하는 뜻을 나타내는 서술격 조사.
เป็น
คำชี้ภาคแสดงการกที่แสดงความหมายที่กำหนดประเภทหรือคุณสมบัติของเป้าหมายที่ประธานบ่งชี้

-니 : (아주낮춤으로) 물음을 나타내는 종결 어미.
...ไหม, ...หรือเปล่า, ...เหรอ
(ใช้ในการลดระดับอย่างมากและเป็นทางการ)วิภัตติปัจจัยลงท้ายประโยคที่แสดงการถาม

피어나+는 <u>나+의</u> 맘+이 시들+[지 않]+게
내

피어나다 (คำกริยา) : 어떤 느낌이나 생각 등이 일어나다.
เกิด, บังเกิด
ความคิดหรือความรู้สึกใดได้เกิดขึ้น

-는 : 앞의 말이 관형어의 기능을 하게 만들고 사건이나 동작이 현재 일어남을 나타내는 어미.
...ที่...
วิภัตติปัจจัยที่แสดงการที่ทำให้คำพูดข้างหน้าทำหน้าที่เป็นคุณศัพท์ขยายนามและเหตุการณ์หรืออากัปกิริยาเกิดขึ้นในปัจจุบัน

나 (สรรพนาม) : 말하는 사람이 친구나 아랫사람에게 자기를 가리키는 말.
ฉัน
คำที่คนพูดใช้เรียกตนเองต่อเพื่อนหรือคนที่อายุน้อยกว่า

의 : 앞의 말이 뒤의 말에 대하여 소유, 소속, 소재, 관계, 기원, 주체의 관계를 가짐을 나타내는 조사.
ของ...
คำชี้ที่แสดงว่าคำพูดข้างหน้ามีความสัมพันธ์กับประธาน แหล่งกำเนิด ความสัมพันธ์ วัตถุดิบ การสังกัด การเป็นเจ้าของ ต่อคำพูดข้างหลัง

맘 (คำนาม) : 좋아하는 마음이나 관심.
ใจ, หัวใจ
จิตใจที่ชอบหรือความสนใจ

이 : 어떤 상태나 상황의 대상이나 동작의 주체를 나타내는 조사.
ตัวชี้ประธาน
คำชี้ที่ใช้แสดงสิ่งที่อยู่ในสถานการณ์หรือสภาพใด ๆ หรือผู้ที่เป็นประธานของอากัปกริยา

시들다 (คำกริยา) : 어떤 일에 대한 관심이나 기세가 이전보다 줄어들다.
ลดลง, น้อยลง, ตกต่ำ, เบาลง, ลดถอย, ค่อย ๆ หมดไป, ค่อย ๆ จางไป
ความสนใจหรือกำลังแรงเกี่ยวกับเรื่องบางอย่างลดลงกว่าเมื่อก่อน

-지 않다 : 앞의 말이 나타내는 행위나 상태를 부정하는 뜻을 나타내는 표현.
ไม่...
ส่วนที่ใช้แสดงความหมายปฏิเสธการกระทำหรือสภาพที่ปรากฏในคำพูดข้างหน้า

-게 : 앞의 말이 뒤에서 가리키는 일의 목적이나 결과, 방식, 정도 등이 됨을 나타내는 연결 어미.
อย่าง..., ให้...
วิภัตติปัจจัยเชื่อมระหว่างประโยคที่แสดงว่าคำพูดข้างหน้าชี้บอกระดับ วิธีการ ผลลัพธ์หรือวัตถุประสงค์ หรืออื่นๆ ของสิ่งที่อยู่ในเนื้อหาข้างหลัง

그치+[지 않]+는 세차+ㄴ 비+를 뿌리+[어 주]+어.
세찬 뿌려 줘

그치다 (คำกริยา) : 계속되던 일, 움직임, 현상 등이 계속되지 않고 멈추다.
หยุด
งาน การเคลื่อนไหว หรือปรากฏการณ์ต่าง ๆ ที่เกิดขึ้นก่อนหน้านี้ ไม่เป็นไปอย่างต่อเนื่องและหยุดชะงัก

-지 않다 : 앞의 말이 나타내는 행위나 상태를 부정하는 뜻을 나타내는 표현.
ไม่...
ส่วนที่ใช้แสดงความหมายปฏิเสธการกระทำหรือสภาพที่ปรากฏในคำพูดข้างหน้า

-는 : 앞의 말이 관형어의 기능을 하게 만들고 사건이나 동작이 현재 일어남을 나타내는 어미.
...ที่...
วิภัตติปัจจัยที่แสดงการที่ทำให้คำพูดข้างหน้าทำหน้าที่เป็นคุณศัพท์ขยายนามและเหตุการณ์หรืออากัปกิริยาเกิดขึ้นในปัจจุบัน

세차다 (คำคุณศัพท์) : 기운이나 일이 되어가는 형편 등이 힘 있고 거세다.
แรง, รุนแรง, แข็งแรง, เต็มกำลัง, แรงกล้า, มีกำลัง
สถานการณ์ที่งานหรือบรรยากาศเป็นไปซึ่งมีพลังและรุนแรง

-ㄴ : 앞의 말이 관형어의 기능을 하게 만들고 현재의 상태를 나타내는 어미.
...ที่
วิภัตติปัจจัยที่ทำให้คำพูดข้างหน้าทำหน้าที่เป็นคุณศัพท์ขยายนามและแสดงถึงสภาพที่เป็นอยู่ในปัจจุบัน

비 (คำนาม) : 높은 곳에서 구름을 이루고 있던 수증기가 식어서 뭉쳐 떨어지는 물방울.
ฝน
หยดน้ำที่เกาะเป็นก้อนแล้วตกลงมาเนื่องจากไอน้ำที่เคยประกอบอยู่เป็นเมฆในที่ที่สูงเย็นลง

를 : 동작이 직접적으로 영향을 미치는 대상을 나타내는 조사.
ไม่พบคำแปล
คำชี้ที่แสดงเป้าหมายที่การกระทำส่งผลกระทบโดยตรง

뿌리다 (คำกริยา) : 눈이나 비 등이 날려 떨어지다. 또는 떨어지게 하다.
โปรย
หิมะหรือฝน เป็นต้น ปลิวตก หรือทำให้ตก

-어 주다 : 남을 위해 앞의 말이 나타내는 행동을 함을 나타내는 표현.

ช่วย..., ช่วย...ให้

สำนวนที่แสดงว่าทำการกระทำที่ปรากฏในคำพูดข้างหน้าเพื่อผู้อื่น

-어 : (두루낮춤으로) 어떤 사실을 서술하거나 물음, 명령, 권유를 나타내는 종결 어미.

วิภัตติปัจจัยลงท้ายประโยคที่ใช้ในการลดระดับภาษาโดยทั่วไป

(ใช้ในการลดระดับอย่างไม่เป็นทางการ)วิภัตติปัจจัยลงท้ายประโยคที่แสดงการบอกเล่าข้อเท็จจริงใด ๆ หรือการถาม การสั่ง หรือการชักชวน <คำสั่ง>

어떤 <u>사람</u>+이+ㄴ지 <u>궁금하</u>+여.
사람인지   궁금해

어떤 (คุณศัพท์) : 사람이나 사물의 특징, 내용, 성격, 성질, 모양 등이 무엇인지 물을 때 쓰는 말.

อะไร

คำที่ใช้ในประโยคคำถาม เมื่อต้องการถามถึง เอกลักษณ์, เนื้อหา, ลักษณะนิสัย, คุณสมบัติ หรือ ลักษณะรูปร่าง เป็นต้น ของคนหรือวัตถุต่างๆว่าเป็นเช่นไร

사람 (คำนาม) : 생각할 수 있으며 언어와 도구를 만들어 사용하고 사회를 이루어 사는 존재.

คน, มนุษย์

สิ่งที่ดำรงอยู่ร่วมกันเป็นสังคม มีความรู้สึกนึกคิด มีการประดิษฐ์เครื่องมือและภาษาเพื่อใช้งาน

이다 : 주어가 지시하는 대상의 속성이나 부류를 지정하는 뜻을 나타내는 서술격 조사.

เป็น

คำชี้ภาคแสดงการกที่แสดงความหมายที่กำหนดประเภทหรือคุณสมบัติของเป้าหมายที่ประธานบ่งชี้

-ㄴ지 : 뒤에 오는 말의 내용에 대한 막연한 이유나 판단을 나타내는 연결 어미.

...หรือไม่ จึง..., ...หรือเปล่า จึง...

วิภัตติปัจจัยเชื่อมระหว่างประโยคที่แสดงเหตุผลหรือการพิจารณาตัดสินที่ไม่ชัดเจนเกี่ยวกับเนื้อความในประโยคหลัง

궁금하다 (คำคุณศัพท์) : 무엇이 무척 알고 싶다.

สงสัย, อยากรู้อยากเห็น

อยากรู้อะไรเป็นอย่างมาก

-여 : (두루낮춤으로) 어떤 사실을 서술하거나 물음, 명령, 권유를 나타내는 종결 어미.

วิภัตติปัจจัยลงท้ายประโยคที่ใช้ในการลดระดับภาษาโดยทั่วไป

(ใช้ในการลดระดับอย่างไม่เป็นทางการ)วิภัตติปัจจัยลงท้ายประโยคที่แสดงการบอกเล่าข้อเท็จจริงบางอย่าง หรือการถาม การสั่ง หรือการชักชวน <การพูดตามลำดับ>

너+의 그 향기+가 궁금하+여.
궁금해

너 (สรรพนาม) : 듣는 사람이 친구나 아랫사람일 때, 그 사람을 가리키는 말.
เธอ, แก, เอ็ง
คำที่ใช้เรียกชี้บ่งคนนั้นที่เป็นผู้ฟังในกรณีที่เป็นผู้น้อยหรือเพื่อน

의 : 앞의 말이 뒤의 말에 대하여 소유, 소속, 소재, 관계, 기원, 주체의 관계를 가짐을 나타내는 조사.
ของ...
คำชี้ที่แสดงว่าคำพูดข้างหน้ามีความสัมพันธ์กับประธาน แหล่งกำเนิด ความสัมพันธ์ วัตถุดิบ การสังกัด การเป็นเจ้าของต่อคำพูดข้างหลัง

그 (คุณศัพท์) : 듣는 사람에게 가까이 있거나 듣는 사람이 생각하고 있는 대상을 가리킬 때 쓰는 말.
นั่น, นั้น, สิ่งนั้น, อันนั้น
คำที่ใช้เมื่อบ่งชี้ถึงเป้าหมายที่อยู่ใกล้กับผู้ฟังหรือที่ผู้ฟังกำลังคิดอยู่'

향기 (คำนาม) : 좋은 냄새.
กลิ่นหอม
กลิ่นที่ดี

가 : 어떤 상태나 상황에 놓인 대상이나 동작의 주체를 나타내는 조사.
คำชี้ประธาน
คำชี้ที่ใช้แสดงสิ่งที่อยู่ในสถานการณ์หรือสภาพใด ๆ หรือผู้ที่เป็นประธานของอากัปกริยา

궁금하다 (คำคุณศัพท์) : 무엇이 무척 알고 싶다.
สงสัย, อยากรู้อยากเห็น
อยากรู้อะไรเป็นอย่างมาก

-여 : (두루낮춤으로) 어떤 사실을 서술하거나 물음, 명령, 권유를 나타내는 종결 어미.
วิภัตติปัจจัยลงท้ายประโยคที่ใช้ในการลดระดับภาษาโดยทั่วไป
(ใช้ในการลดระดับอย่างไม่เป็นทางการ)วิภัตติปัจจัยลงท้ายประโยคที่แสดงการบอกเล่าข้อเท็จจริงบางอย่าง หรือการถาม การสั่ง หรือการชักชวน <การพูดตามลำดับ>

어떤 사랑+이+ㄹ지 너+의 그 느낌+이.
사랑일지

어떤 (คุณศัพท์) : 사람이나 사물의 특징, 내용, 성격, 성질, 모양 등이 무엇인지 물을 때 쓰는 말.
อะไร
คำที่ใช้ในประโยคคำถาม เมื่อต้องการถามถึง เอกลักษณ์, เนื้อหา, ลักษณะนิสัย, คุณสมบัติ หรือ ลักษณะรูปร่าง เป็นต้น ของคนหรือวัตถุต่างๆว่าเป็นเช่นไร

사랑 (คำนาม) : 상대에게 성적으로 매력을 느껴 열렬히 좋아하는 마음.
ความรัก
จิตใจที่รู้สึกได้ถึงเสน่ห์ของฝ่ายตรงข้ามและชอบอย่างจริงจัง

이다 : 주어가 지시하는 대상의 속성이나 부류를 지정하는 뜻을 나타내는 서술격 조사.
เป็น
คำชี้ภาคแสดงการกที่แสดงความหมายที่กำหนดประเภทหรือคุณสมบัติของเป้าหมายที่ประธานบ่งชี้

-ㄹ지 : 어떠한 추측에 대한 막연한 의문을 갖고 그것을 뒤에 오는 말이 나타내는 사실이나 판단과 관련 시킬 때 쓰는 연결 어미.
จะ...หรือเปล่า
วิภัตติปัจจัยเชื่อมระหว่างประโยคที่ใช้เมื่อมีความสงสัยที่คลุมเครือเกี่ยวกับการคาดการณ์ใดๆ
และเชื่อมโยงไปถึงข้อเท็จจริงหรือวิจารณญาณที่ปรากฏในคำพูดข้างหลัง

너 (สรรพนาม) : 듣는 사람이 친구나 아랫사람일 때, 그 사람을 가리키는 말.
เธอ, แก, เอ็ง
คำที่ใช้เรียกชี้บ่งคนนั้นที่เป็นผู้ฟังในกรณีที่เป็นผู้น้อยหรือเพื่อน

의 : 앞의 말이 뒤의 말에 대하여 소유, 소속, 소재, 관계, 기원, 주체의 관계를 가짐을 나타내는 조사.
ของ...
คำชี้ที่แสดงว่าคำพูดข้างหน้ามีความสัมพันธ์กับประธาน แหล่งกำเนิด ความสัมพันธ์ วัตถุดิบ การสังกัด การเป็นเจ้าของ
ต่อคำพูดข้างหลัง

그 (คุณศัพท์) : 듣는 사람에게 가까이 있거나 듣는 사람이 생각하고 있는 대상을 가리킬 때 쓰는 말.
นั่น, นั้น, สิ่งนั้น, อันนั้น
คำที่ใช้เมื่อบ่งชี้ถึงเป้าหมายที่อยู่ใกล้กับผู้ฟังหรือที่ผู้ฟังกำลังคิดอยู่

느낌 (คำนาม) : 몸이나 마음에서 일어나는 기분이나 감정.
ความรู้สึก, อารมณ์
อารมณ์หรือความรู้สึกที่เกิดขึ้นในร่างกายหรือจิตใจ

이 : 어떤 상태나 상황의 대상이나 동작의 주체를 나타내는 조사.
ตัวชี้ประธาน
คำชี้ที่ใช้แสดงสิ่งที่อยู่ในสถานการณ์หรือสภาพใด ๆ หรือผู้ที่เป็นประธานของอากัปกริยา

<u>궁금하+여</u>, <u>궁금하+여</u>, <u>궁금하+여</u>, <u>궁금하+여</u>, <u>궁금하+여</u>.
궁금해 궁금해 궁금해 궁금해 궁금해

궁금하다 (คำคุณศัพท์) : 무엇이 무척 알고 싶다.
สงสัย, อยากรู้อยากเห็น
อยากรู้อะไรเป็นอย่างมาก

-여 : (두루낮춤으로) 어떤 사실을 서술하거나 물음, 명령, 권유를 나타내는 종결 어미.
วิภัตติปัจจัยลงท้ายประโยคที่ใช้ในการลดระดับภาษาโดยทั่วไป
(ใช้ในการลดระดับอย่างไม่เป็นทางการ)วิภัตติปัจจัยลงท้ายประโยคที่แสดงการบอกเล่าข้อเท็จจริงบางอย่าง หรือการถาม การสั่ง หรือการชักชวน <การพูดตามลำดับ>

< 2 절(ท่อนเพลง) >

감미롭(감미로우)+ㄴ 미소+로 [눈을 맞추]+면서
감미로운

감미롭다 (คำคุณศัพท์) : 달콤한 느낌이 있다.
หอมหวาน, หวาน
มีความรู้สึกที่หอมหวาน

-ㄴ : 앞의 말이 관형어의 기능을 하게 만들고 현재의 상태를 나타내는 어미.
...ที่
วิภัตติปัจจัยที่ทำให้คำพูดข้างหน้าทำหน้าที่เป็นคุณศัพท์ขยายนามและแสดงถึงสภาพที่เป็นอยู่ในปัจจุบัน

미소 (คำนาม) : 소리 없이 빙긋이 웃는 웃음.
การยิ้ม, รอยยิ้ม
การหัวเราะกว้างละไมอย่างไม่มีเสียง

로 : 어떤 일의 방법이나 방식을 나타내는 조사.
โดย..., ด้วย...
คำชี้ที่แสดงวิธีการหรือวิธีทางของงานใด ๆ

눈을 맞추다 (สำนวน) : 서로 눈을 마주 보다.
(ป.ต.)สบตากัน ; สบตากัน
มองตากันและกัน

-면서 : 두 가지 이상의 동작이나 상태가 함께 일어남을 나타내는 연결 어미.
ในขณะที่..., พร้อมกันกับ..., พลาง...พลาง..., ...พร้อมทั้ง...
วิภัตติปัจจัยเชื่อมระหว่างประโยคที่ใช้แสดงว่าเกิดอากัปกิริยาหรือสภาพตั้งแต่สองอย่างขึ้นไปพร้อมกัน

고개+만 끄덕이+다 말없이 사라지+어.

사라져

고개 (คำนาม) : 목을 포함한 머리 부분.
ต้นคอ, ศีรษะ, หัว
ส่วนศีรษะที่รวมคอ

만 : 다른 것은 제외하고 어느 것을 한정함을 나타내는 조사.
แค่..., ...เท่านั้น, เพียง...เท่านั้น, เฉพาะ...เท่านั้น
คำชี้ที่แสดงการยกเว้นสิ่งอื่นและจำกัดสิ่งใด ๆ

끄덕이다 (คำกริยา) : 머리를 가볍게 아래위로 움직이다.
พยักหน้า, ผงก(ศีรษะ)
ขยับศีรษะขึ้นบนและล่าง เบา ๆ

-다 : 어떤 행동이나 상태 등이 중단되고 다른 행동이나 상태로 바뀜을 나타내는 연결 어미.
แล้ว..., แล้วก็..., ...ก็...
วิภัตติปัจจัยเชื่อมระหว่างประโยคที่แสดงการกระทำหรือสภาพใด ๆ เป็นต้น ถูกหยุดชะงักและเปลี่ยนเป็นการกระทำหรือสภาพอื่น

말없이 (คำวิเศษณ์) : 아무 말도 하지 않고.
โดยไม่พูดไม่จา, อย่างเงียบ ๆ
โดยไม่มีคำพูดใด ๆ

사라지다 (คำกริยา) : 어떤 현상이나 물체의 자취 등이 없어지다.
หายไป, สูญหายไป
ร่องรอย เป็นต้น ของวัตถุหรือปรากฎการณ์ใด ๆ หายไป

-어 : (두루낮춤으로) 어떤 사실을 서술하거나 물음, 명령, 권유를 나타내는 종결 어미.
วิภัตติปัจจัยลงท้ายประโยคที่ใช้ในการลดระดับภาษาโดยทั่วไป
(ใช้ในการลดระดับอย่างไม่เป็นทางการ)วิภัตติปัจจัยลงท้ายประโยคที่แสดงการบอกเล่าข้อเท็จจริงใด ๆ หรือการถาม การสั่ง หรือการชักชวน <การพูดตามลำดับ>

파도+처럼 밀려들(밀려드)+는 사랑+이 보이+어.

밀려드는 보여

파도 (คำนาม) : 바다에 이는 물결.
คลื่น, ระลอกคลื่น
กระแสน้ำที่เกิดขึ้นในทะเล

처럼 : 모양이나 정도가 서로 비슷하거나 같음을 나타내는 조사.
เหมือน, เหมือนกับ, ราวกับ
คำชี้ที่แสดงว่าลักษณะหรือระดับมีความเหมือนหรือคล้ายกัน

밀려들다 (คำกริยา) : 한꺼번에 많이 몰려 들어오다.
ดันเข้ามา, ผลักเข้ามา, ไล่เข้ามา, ซัดเข้ามา, โถมเข้ามา, กระหน่ำเข้ามา
ไล่เข้ามามาก ๆ พร้อมกันทีเดียว

-는 : 앞의 말이 관형어의 기능을 하게 만들고 사건이나 동작이 현재 일어남을 나타내는 어미.
...ที่...
วิภัตติปัจจัยที่แสดงการที่ทำให้คำพูดข้างหน้าทำหน้าที่เป็นคุณศัพท์ขยายนามและเหตุการณ์หรืออากัปกิริยาเกิดขึ้นในปัจจุบัน

사랑 (คำนาม) : 상대에게 성적으로 매력을 느껴 열렬히 좋아하는 마음.
ความรัก
จิตใจที่รู้สึกได้ถึงเสน่ห์ของฝ่ายตรงข้ามและชอบอย่างจริงจัง

이 : 어떤 상태나 상황의 대상이나 동작의 주체를 나타내는 조사.
ตัวชี้ประธาน
คำชี้ที่ใช้แสดงสิ่งที่อยู่ในสถานการณ์หรือสภาพใด ๆ หรือผู้ที่เป็นประธานของอากัปกริยา

보이다 (คำกริยา) : 눈으로 대상의 존재나 겉모습을 알게 되다.
เห็น, มองเห็น
รู้รูปร่างหรือการมีอยู่ของวัตถุได้ด้วยตา

-어 : (두루낮춤으로) 어떤 사실을 서술하거나 물음, 명령, 권유를 나타내는 종결 어미.
วิภัตติปัจจัยลงท้ายประโยคที่ใช้ในการลดระดับภาษาโดยทั่วไป
(ใช้ในการลดระดับอย่างไม่เป็นทางการ)วิภัตติปัจจัยลงท้ายประโยคที่แสดงการบอกเล่าข้อเท็จจริงใด ๆ หรือการถาม การสั่ง หรือการชักชวน <การพูดตามลำดับ>

바람+처럼 스치+는 사랑+이 <u>느끼+어지+어</u>.

느껴져

바람 (คำนาม) : 기압의 변화 또는 사람이나 기계에 의해 일어나는 공기의 움직임.
ลม
การเคลื่อนไหวของอากาศที่เกิดขึ้นจากการเปลี่ยนแปลงของความกดอากาศ คน หรือเครื่องจักร

처럼 : 모양이나 정도가 서로 비슷하거나 같음을 나타내는 조사.
เหมือน, เหมือนกับ, ราวกับ
คำชี้ที่แสดงว่าลักษณะหรือระดับมีความเหมือนหรือคล้ายกัน

스치다 (คำกริยา) : 냄새, 바람, 소리 등이 약하게 잠시 느껴지다.
ลอยผ่าน, ผ่านไป
กลิ่น ลม เสียง เป็นต้น ซึ่งรู้สึกได้เบา ๆ อยู่สักครู่หนึ่ง

-는 : 앞의 말이 관형어의 기능을 하게 만들고 사건이나 동작이 현재 일어남을 나타내는 어미.
...ที่...
วิภัตติปัจจัยที่แสดงการที่ทำให้คำพูดข้างหน้าทำหน้าที่เป็นคุณศัพท์ขยายนามและเหตุการณ์หรืออากัปกิริยาเกิดขึ้นในปัจจุบัน

사랑 (คำนาม) : 상대에게 성적으로 매력을 느껴 열렬히 좋아하는 마음.
ความรัก
จิตใจที่รู้สึกได้ถึงเสน่ห์ของฝ่ายตรงข้ามและชอบอย่างจริงจัง

이 : 어떤 상태나 상황의 대상이나 동작의 주체를 나타내는 조사.
ตัวชี้ประธาน
คำชี้ที่ใช้แสดงสิ่งที่อยู่ในสถานการณ์หรือสภาพใด ๆ หรือผู้ที่เป็นประธานของอากัปกริยา

느끼다 (คำกริยา) : 마음속에서 어떤 감정을 경험하다.
รู้สึก
ประสบกับความรู้สึกใด ๆ ภายในใจ

-어지다 : 앞에 오는 말이 나타내는 상태로 점점 되어 감을 나타내는 표현.
...ขึ้น
สำนวนที่แสดงการที่ค่อย ๆ กลายเป็นสภาพที่คำพูดข้างหน้าแสดงไว้

-어 : (두루낮춤으로) 어떤 사실을 서술하거나 물음, 명령, 권유를 나타내는 종결 어미.
วิภัตติปัจจัยลงท้ายประโยคที่ใช้ในการลดระดับภาษาโดยทั่วไป
(ใช้ในการลดระดับอย่างไม่เป็นทางการ)วิภัตติปัจจัยลงท้ายประโยคที่แสดงการบอกเล่าข้อเท็จจริงใด ๆ หรือการถาม การสั่ง หรือการชักชวน <การพูดตามลำดับ>

타오르+는 열정+이 꺼지+[지 않]+게

타오르다 (คำกริยา) : 마음이 불같이 뜨거워지다.
เร่าร้อน, รุ่มร้อน
จิตใจร้อนลุ่มดังไฟ

-는 : 앞의 말이 관형어의 기능을 하게 만들고 사건이나 동작이 현재 일어남을 나타내는 어미.
...ที่...
วิภัตติปัจจัยที่แสดงการที่ทำให้คำพูดข้างหน้าทำหน้าที่เป็นคุณศัพท์ขยายนามและเหตุการณ์หรืออากัปกิริยาเกิดขึ้นในปัจจุบัน

열정 (คำนาม) : 어떤 일에 뜨거운 애정을 가지고 열심히 하는 마음.
ไฟแรง, ความคลั่งไคล้
จิตใจที่มีความรักที่คลั่งไคล้ในสิ่งใด ๆ และทำอย่างตั้งใจ

이 : 어떤 상태나 상황의 대상이나 동작의 주체를 나타내는 조사.
ตัวชี้ประธาน
คำชี้ที่ใช้แสดงสิ่งที่อยู่ในสถานการณ์หรือสภาพใด ๆ หรือผู้ที่เป็นประธานของอากัปกริยา

꺼지다 (คำกริยา) : 어떤 감정이 풀어지거나 사라지다.
หายไป, เบาลง, ลดลง
ความรู้สึกใดๆคลายลงหรือหายไป

-지 않다 : 앞의 말이 나타내는 행위나 상태를 부정하는 뜻을 나타내는 표현.
ไม่...
สำนวนที่ใช้แสดงความหมายปฏิเสธการกระทำหรือสภาพที่ปรากฏในคำพูดข้างหน้า

-게 : 앞의 말이 뒤에서 가리키는 일의 목적이나 결과, 방식, 정도 등이 됨을 나타내는 연결 어미.
อย่าง..., ให้...
วิภัตติปัจจัยเชื่อมระหว่างประโยคที่แสดงว่าคำพูดข้างหน้าชี้บอกระดับ วิธีการ ผลลัพธ์หรือวัตถุประสงค์ หรืออื่นๆ
ของสิ่งที่อยู่ในเนื้อหาข้างหลัง

폭풍+이 되+어 나+에게 다가오+[아 주]+어.
내게 다가와 줘

폭풍 (คำนาม) : 매우 세차게 부는 바람.
ลมแรง, มรสุม, พายุ
ลมที่พัดแรงมาก

이 : 바뀌게 되는 대상이나 부정하는 대상임을 나타내는 조사.
ตัวชี้ประธาน
คำชี้ที่แสดงสิ่งที่เปลี่ยนไปหรือสิ่งที่เป็นปฏิเสธ

되다 (คำกริยา) : 다른 것으로 바뀌거나 변하다.
กลายเป็น, เปลี่ยนเป็น
ถูกเปลี่ยนหรือเปลี่ยนเป็นสิ่งอื่น

-어 : 앞의 말이 뒤의 말보다 먼저 일어났거나 뒤의 말에 대한 방법이나 수단이 됨을 나타내는 연결 어미.
แล้ว..., แล้วจึง...
วิภัตติปัจจัยเชื่อมระหว่างประโยคที่แสดงการที่คำพูดข้างหน้าเกิดขึ้นก่อนคำพูดข้างหลัง
หรือกลายเป็นวิธีการหรือวิธีทำเกี่ยวกับคำพูดข้างหลัง

나 (สรรพนาม) : 말하는 사람이 친구나 아랫사람에게 자기를 가리키는 말.
ฉัน
คำที่คนพูดใช้เรียกตนเองต่อเพื่อนหรือคนที่อายุน้อยกว่า

에게 : 어떤 행동이 미치는 대상임을 나타내는 조사.
แก่, ให้แก่, ให้, ถึง
คำชี้ที่แสดงว่าเป็นเป้าหมายที่การกระทำใด ๆ มีผลต่อ

다가오다 (คำกริยา) : 어떤 대상이 있는 쪽으로 가까이 옮기어 오다.
ใกล้เข้ามา, จวนถึง
เคลื่อนที่เข้ามาใกล้ทางด้านที่มีเป้าหมายใด ๆ อยู่

-아 주다 : 남을 위해 앞의 말이 나타내는 행동을 함을 나타내는 표현.
ช่วย..., ช่วย...ให้
สำนวนที่แสดงว่าทำการกระทำที่ปรากฏในคำพูดข้างหน้าเพื่อผู้อื่น

-어 : (두루낮춤으로) 어떤 사실을 서술하거나 물음, 명령, 권유를 나타내는 종결 어미.
วิภัตติปัจจัยลงท้ายประโยคที่ใช้ในการลดระดับภาษาโดยทั่วไป
(ใช้ในการลดระดับอย่างไม่เป็นทางการ)วิภัตติปัจจัยลงท้ายประโยคที่แสดงการบอกเล่าข้อเท็จจริงใด ๆ หรือการถาม การสั่ง หรือการชักชวน <คำสั่ง>

어떤 <u>사람+이+ㄴ지</u> 궁금하+여.
　　　　사람인지　　　궁금해

어떤 (คุณศัพท์) : 사람이나 사물의 특징, 내용, 성격, 성질, 모양 등이 무엇인지 물을 때 쓰는 말.
อะไร
คำที่ใช้ในประโยคคำถาม เมื่อต้องการถามถึง เอกลักษณ์, เนื้อหา, ลักษณะนิสัย, คุณสมบัติ หรือ ลักษณะรูปร่าง เป็นต้น ของคนหรือวัตถุต่างๆว่าเป็นเช่นไร

사람 (คำนาม) : 생각할 수 있으며 언어와 도구를 만들어 사용하고 사회를 이루어 사는 존재.
คน, มนุษย์
สิ่งที่ดำรงอยู่ร่วมกันเป็นสังคม มีความรู้สึกนึกคิด มีการประดิษฐ์เครื่องมือและภาษาเพื่อใช้งาน

이다 : 주어가 지시하는 대상의 속성이나 부류를 지정하는 뜻을 나타내는 서술격 조사.
เป็น
คำชี้ภาคแสดงการกที่แสดงความหมายที่กำหนดประเภทหรือคุณสมบัติของเป้าหมายที่ประธานบ่งชี้

-ㄴ지 : 뒤에 오는 말의 내용에 대한 막연한 이유나 판단을 나타내는 연결 어미.
...หรือไม่ จึง..., ...หรือเปล่า จึง...
วิภัตติปัจจัยเชื่อมระหว่างประโยคที่แสดงเหตุผลหรือการพิจารณาตัดสินที่ไม่ชัดเจนเกี่ยวกับเนื้อความในประโยคหลัง

궁금하다 (คำคุณศัพท์) : 무엇이 무척 알고 싶다.
สงสัย, อยากรู้อยากเห็น
อยากรู้อะไรเป็นอย่างมาก

-여 : (두루낮춤으로) 어떤 사실을 서술하거나 물음, 명령, 권유를 나타내는 종결 어미.
วิภัตติปัจจัยลงท้ายประโยคที่ใช้ในการลดระดับภาษาโดยทั่วไป
(ใช้ในการลดระดับอย่างไม่เป็นทางการ)วิภัตติปัจจัยลงท้ายประโยคที่แสดงการบอกเล่าข้อเท็จจริงบางอย่าง หรือการถาม การสั่ง หรือการชักชวน <การพูดตามลำดับ>

너+의 그 향기+가 궁금하+여.
궁금해

너 (สรรพนาม) : 듣는 사람이 친구나 아랫사람일 때, 그 사람을 가리키는 말.
เธอ, แก, เอ็ง
คำที่ใช้เรียกชี้บ่งคนนั้นที่เป็นผู้ฟังในกรณีที่เป็นผู้น้อยหรือเพื่อน

의 : 앞의 말이 뒤의 말에 대하여 소유, 소속, 소재, 관계, 기원, 주체의 관계를 가짐을 나타내는 조사.
ของ...
คำชี้ที่แสดงว่าคำพูดข้างหน้ามีความสัมพันธ์กับประธาน แหล่งกำเนิด ความสัมพันธ์ วัตถุดิบ การสังกัด การเป็นเจ้าของต่อคำพูดข้างหลัง

그 (คุณศัพท์) : 듣는 사람에게 가까이 있거나 듣는 사람이 생각하고 있는 대상을 가리킬 때 쓰는 말.
นั่น, นั้น, สิ่งนั้น, อันนั้น
คำที่ใช้เมื่อบ่งชี้ถึงเป้าหมายที่อยู่ใกล้กับผู้ฟังหรือที่ผู้ฟังกำลังคิดอยู่'

향기 (คำนาม) : 좋은 냄새.
กลิ่นหอม
กลิ่นที่ดี

가 : 어떤 상태나 상황에 놓인 대상이나 동작의 주체를 나타내는 조사.
คำชี้ประธาน
คำชี้ที่ใช้แสดงสิ่งที่อยู่ในสถานการณ์หรือสภาพใด ๆ หรือผู้ที่เป็นประธานของอากัปกริยา

궁금하다 (คำคุณศัพท์) : 무엇이 무척 알고 싶다.
สงสัย, อยากรู้อยากเห็น
อยากรู้อะไรเป็นอย่างมาก

-여 : (두루낮춤으로) 어떤 사실을 서술하거나 물음, 명령, 권유를 나타내는 종결 어미.
วิภัตติปัจจัยลงท้ายประโยคที่ใช้ในการลดระดับภาษาโดยทั่วไป
(ใช้ในการลดระดับอย่างไม่เป็นทางการ)วิภัตติปัจจัยลงท้ายประโยคที่แสดงการบอกเล่าข้อเท็จจริงบางอย่าง หรือการถาม การสั่ง หรือการชักชวน <การพูดตามลำดับ>

어떤 사랑+이+ㄹ지 너+의 그 느낌+이.
사랑일지

어떤 (คุณศัพท์) : 사람이나 사물의 특징, 내용, 성격, 성질, 모양 등이 무엇인지 물을 때 쓰는 말.
อะไร
คำที่ใช้ในประโยคคำถาม เมื่อต้องการถามถึง เอกลักษณ์, เนื้อหา, ลักษณะนิสัย, คุณสมบัติ หรือ ลักษณะรูปร่าง เป็นต้น ของคนหรือวัตถุต่างๆว่าเป็นเช่นไร

사랑 (คำนาม) : 상대에게 성적으로 매력을 느껴 열렬히 좋아하는 마음.
ความรัก
จิตใจที่รู้สึกได้ถึงเสน่ห์ของฝ่ายตรงข้ามและชอบอย่างจริงจัง

이다 : 주어가 지시하는 대상의 속성이나 부류를 지정하는 뜻을 나타내는 서술격 조사.
เป็น
คำชี้ภาคแสดงการกที่แสดงความหมายที่กำหนดประเภทหรือคุณสมบัติของเป้าหมายที่ประธานบ่งชี้

-ㄹ지 : 어떠한 추측에 대한 막연한 의문을 갖고 그것을 뒤에 오는 말이 나타내는 사실이나 판단과 관련 시킬 때 쓰는 연결 어미.
จะ...หรือเปล่า
วิภัตติปัจจัยเชื่อมระหว่างประโยคที่ใช้เมื่อมีความสงสัยที่คลุมเครือเกี่ยวกับการคาดการณ์ใดๆ
และเชื่อมโยงไปถึงข้อเท็จจริงหรือวิจารณญาณที่ปรากฏในคำพูดข้างหลัง

너 (สรรพนาม) : 듣는 사람이 친구나 아랫사람일 때, 그 사람을 가리키는 말.
เธอ, แก, เอ็ง
คำที่ใช้เรียกชี้บ่งคนนั้นที่เป็นผู้ฟังในกรณีที่เป็นผู้น้อยหรือเพื่อน

의 : 앞의 말이 뒤의 말에 대하여 소유, 소속, 소재, 관계, 기원, 주체의 관계를 가짐을 나타내는 조사.
ของ...
คำชี้ที่แสดงว่าคำพูดข้างหน้ามีความสัมพันธ์กับประธาน แหล่งกำเนิด ความสัมพันธ์ วัตถุดิบ การสังกัด การเป็นเจ้าของ
ต่อคำพูดข้างหลัง

그 (คุณศัพท์) : 듣는 사람에게 가까이 있거나 듣는 사람이 생각하고 있는 대상을 가리킬 때 쓰는 말.
นั่น, นั้น, สิ่งนั้น, อันนั้น
คำที่ใช้เมื่อบ่งชี้ถึงเป้าหมายที่อยู่ใกล้กับผู้ฟังหรือที่ผู้ฟังกำลังคิดอยู่'

느낌 (คำนาม) : 몸이나 마음에서 일어나는 기분이나 감정.
ความรู้สึก, อารมณ์
อารมณ์หรือความรู้สึกที่เกิดขึ้นในร่างกายหรือจิตใจ

이 : 어떤 상태나 상황의 대상이나 동작의 주체를 나타내는 조사.
ตัวชี้ประธาน
คำชี้ที่ใช้แสดงสิ่งที่อยู่ในสถานการณ์หรือสภาพใด ๆ หรือผู้ที่เป็นประธานของอากัปกริยา

궁금하+여, 궁금하+여, 궁금하+여, 궁금하+여, 궁금하+여.
궁금해 궁금해 궁금해 궁금해 궁금해

궁금하다 (คำคุณศัพท์) : 무엇이 무척 알고 싶다.
สงสัย, อยากรู้อยากเห็น
อยากรู้อะไรเป็นอย่างมาก

-여 : (두루낮춤으로) 어떤 사실을 서술하거나 물음, 명령, 권유를 나타내는 종결 어미.

วิภัตติปัจจัยลงท้ายประโยคที่ใช้ในการลดระดับภาษาโดยทั่วไป

(ใช้ในการลดระดับอย่างไม่เป็นทางการ)วิภัตติปัจจัยลงท้ายประโยคที่แสดงการบอกเล่าข้อเท็จจริงบางอย่าง หรือการถาม การสั่ง หรือการชักชวน <การพูดตามลำดับ>

< 3 절(ท่อนเพลง) >

바람+을 붙잡+[을 수 없]+더라도.

바람 (คำนาม) : 기압의 변화 또는 사람이나 기계에 의해 일어나는 공기의 움직임.

ลม

การเคลื่อนไหวของอากาศที่เกิดขึ้นจากการเปลี่ยนแปลงของความกดอากาศ คน หรือเครื่องจักร

을 : 동작이 직접적으로 영향을 미치는 대상을 나타내는 조사.

ไม่พบคำแปล

คำชี้ที่แสดงเป้าหมายที่การกระทำส่งผลกระทบโดยตรง

붙잡다 (คำกริยา) : 무엇을 놓치지 않도록 단단히 잡다.

คว้า, จับ

จับบางสิ่งไว้เพื่อไม่ให้ตกหรือหล่นลงไป

-을 수 없다 : 앞에 오는 말이 나타내는 일이 가능하지 않음을 나타내는 표현.

ไม่สามารถ..., ไม่สามารถ...ได้, ...ไม่ได้

สำนวนที่แสดงว่าเรื่องที่อยู่ในคำพูดข้างหน้าไม่มีความเป็นไปไม่ได้

-더라도 : 앞에 오는 말을 가정하거나 인정하지만 뒤에 오는 말에는 관계가 없거나 영향을 끼치지 않음을 나타내는 연결 어미.

แม้ว่า..., ถึงแม้ว่า...

วิภัตติปัจจัยเชื่อมระหว่างประโยคที่แสดงการสมมุติหรือยอมรับคำพูดข้างหน้าแต่ไม่เกี่ยวข้องหรือไม่มีผลกระทบต่อคำพูดตามมาข้างหลัง

파도+가 비+에 젖+[지 않]+더라도.

파도 (คำนาม) : 바다에 이는 물결.

คลื่น, ระลอกคลื่น

กระแสน้ำที่เกิดขึ้นในทะเล

가 : 어떤 상태나 상황에 놓인 대상이나 동작의 주체를 나타내는 조사.
คำชี้ประธาน
คำชี้ที่ใช้แสดงสิ่งที่อยู่ในสถานการณ์หรือสภาพใด ๆ หรือผู้ที่เป็นประธานของอากัปกริยา

비 (คำนาม) : 높은 곳에서 구름을 이루고 있던 수증기가 식어서 뭉쳐 떨어지는 물방울.
ฝน
หยดน้ำที่เกาะเป็นก้อนแล้วตกลงมาเนื่องจากไอน้ำที่เคยปรากอบอยู่เป็นเมฆในที่ที่สูงเย็นลง

에 : 앞말이 어떤 일의 원인임을 나타내는 조사.
เพราะ..., เนื่องจาก..., จาก...
คำชี้ที่แสดงว่าคำพูดข้างหน้าเป็นเหตุผลของเรื่องใด ๆ

젖다 (คำกริยา) : 액체가 스며들어 축축해지다.
เปียก, ชุ่ม, โชก, ชื้น, ชุ่มชื้น
ของเหลวซึมเข้าไปแล้วจึงชุ่มชื้น ขึ้น

-지 않다 : 앞의 말이 나타내는 행위나 상태를 부정하는 뜻을 나타내는 표현.
ไม่...
สำนวนที่ใช้แสดงความหมายปฏิเสธการกระทำหรือสภาพที่ปรากฏในคำพูดข้างหน้า

-더라도 : 앞에 오는 말을 가정하거나 인정하지만 뒤에 오는 말에는 관계가 없거나 영향을 끼치지 않음을 나타내는 연결 어미.
แม้ว่า..., ถึงแม้ว่า...
วิภัตติปัจจัยเชื่อมระหว่างประโยคที่แสดงการสมมุติหรือยอมรับคำพูดข้างหน้าแต่ไม่เกี่ยวข้องหรือไม่มีผลกระทบต่อคำพูดตามมาข้างหลัง

내일+은 가슴+이 아프+더라도.

내일 (คำนาม) : 오늘의 다음 날.
พรุ่งนี้, วันพรุ่งนี้
วันถัดไปของวันนี้

은 : 문장 속에서 어떤 대상이 화제임을 나타내는 조사.
ตัวชี้หัวเรื่อง
คำชี้ที่แสดงว่าเป้าหมายใด ๆ เป็นหัวข้อเรื่องในประโยค

가슴 (คำนาม) : 마음이나 느낌.
ใจ, อก, หัวอก
ความรู้สึกหรือจิตใจ

이 : 어떤 상태나 상황의 대상이나 동작의 주체를 나타내는 조사.
ตัวชี้ประธาน
คำชี้ที่ใช้แสดงสิ่งที่อยู่ในสถานการณ์หรือสภาพใด ๆ หรือผู้ที่เป็นประธานของอากัปกริยา

아프다 (คำคุณศัพท์) : 슬픔이나 연민으로 마음에 괴로운 느낌이 있다.
เจ็บปวด
มีความรู้สึกทุกข์ทรมานทางจิตใจเนื่องจากความเศร้าสร้อยหรือความสงสาร

-더라도 : 앞에 오는 말을 가정하거나 인정하지만 뒤에 오는 말에는 관계가 없거나 영향을 끼치지 않음을 나타내는 연결 어미.
แม้ว่า..., ถึงแม้ว่า...
วิภัตติปัจจัยเชื่อมระหว่างประโยคที่แสดงการสมมุติหรือยอมรับคำพูดข้างหน้าแต่ไม่เกี่ยวข้องหรือไม่มีผลกระทบต่อคำพูดตามมาข้างหลัง

미련+과 후회+만 남+더라도.

미련 (คำนาม) : 잊어버리거나 그만두어야 할 것을 깨끗이 잊거나 포기하지 못하고 여전히 끌리는 마음.
เยื่อใย, ความฝังใจ, ความติดอยู่ในใจ, ความติดค้างอยู่, สิ่งที่ค้างคาใจ
จิตใจที่ยังคงเอนไปหาสิ่งที่ควรลืมหรือเลิกทำอยู่เช่นเดิม โดยไม่สามารถลืมสนิทหรือละทิ้งอย่างสิ้นเชิงได้

과 : 앞과 뒤의 명사를 같은 자격으로 이어 줄 때 쓰는 조사.
...กับ..., ...และ...
คำกำกับกับคำนามที่ใช้ชี้ที่ใช้เมื่อเชื่อมต่อคำนามข้างหน้าและคำนามข้างหลังในฐานะเดียวกัน

후회 (คำนาม) : 이전에 자신이 한 일이 잘못임을 깨닫고 스스로 자신의 잘못을 꾸짖음.
ความสำนึกผิด, ความรู้สึกผิด, ความเสียดาย, ความรู้สึกเสียใจ
การสำนึกถึงเรื่องที่ตนเองทำก่อนหน้านี้ว่าเป็นความผิดพลาดและตำหนิความผิดของตนด้วยตนเอง

만 : 다른 것은 제외하고 어느 것을 한정함을 나타내는 조사.
แค่..., ...เท่านั้น, เพียง...เท่านั้น, เฉพาะ...เท่านั้น
คำชี้ที่แสดงการยกเว้นสิ่งอื่นและจำกัดสิ่งใด ๆ

남다 (คำกริยา) : 잊히지 않다.
เหลืออยู่, ตกทอดไว้, ยังคงอยู่
ไม่ถูกลืมเลือน

-더라도 : 앞에 오는 말을 가정하거나 인정하지만 뒤에 오는 말에는 관계가 없거나 영향을 끼치지 않음을 나타내는 연결 어미.
แม้ว่า..., ถึงแม้ว่า...
วิภัตติปัจจัยเชื่อมระหว่างประโยคที่แสดงการสมมุติหรือยอมรับคำพูดข้างหน้าแต่ไม่เกี่ยวข้องหรือไม่มีผลกระทบต่อคำพูดตามมาข้างหลัง

어떤 사람+이+ㄴ지 궁금하+여.
사람인지 궁금해

어떤 (คุณศัพท์) : 사람이나 사물의 특징, 내용, 성격, 성질, 모양 등이 무엇인지 물을 때 쓰는 말.
อะไร
คำที่ใช้ในประโยคคำถาม เมื่อต้องการถามถึง เอกลักษณ์, เนื้อหา, ลักษณะนิสัย, คุณสมบัติ หรือ ลักษณะรูปร่าง เป็นต้น ของคนหรือวัตถุต่างๆว่าเป็นเช่นไร

사람 (คำนาม) : 생각할 수 있으며 언어와 도구를 만들어 사용하고 사회를 이루어 사는 존재.
คน, มนุษย์
สิ่งที่ดำรงอยู่ร่วมกันเป็นสังคม มีความรู้สึกนึกคิด มีการประดิษฐ์เครื่องมือและภาษาเพื่อใช้งาน

이다 : 주어가 지시하는 대상의 속성이나 부류를 지정하는 뜻을 나타내는 서술격 조사.
เป็น
คำชี้ภาคแสดงการกที่แสดงความหมายที่กำหนดประเภทหรือคุณสมบัติของเป้าหมายที่ประธานบ่งชี้

-ㄴ지 : 뒤에 오는 말의 내용에 대한 막연한 이유나 판단을 나타내는 연결 어미.
...หรือไม่ จึง..., ...หรือเปล่า จึง...
วิภัตติปัจจัยเชื่อมระหว่างประโยคที่แสดงเหตุผลหรือการพิจารณาตัดสินที่ไม่ชัดเจนเกี่ยวกับเนื้อความในประโยคหลัง

궁금하다 (คำคุณศัพท์) : 무엇이 무척 알고 싶다.
สงสัย, อยากรู้อยากเห็น
อยากรู้อะไรเป็นอย่างมาก

-여 : (두루낮춤으로) 어떤 사실을 서술하거나 물음, 명령, 권유를 나타내는 종결 어미.
วิภัตติปัจจัยลงท้ายประโยคที่ใช้ในการลดระดับภาษาโดยทั่วไป
(ใช้ในการลดระดับอย่างไม่เป็นทางการ)วิภัตติปัจจัยลงท้ายประโยคที่แสดงการบอกเล่าข้อเท็จจริงบางอย่าง หรือการถาม การสั่ง หรือการชักชวน <การพูดตามลำดับ>

너+의 그 향기+가 궁금하+여.
궁금해

너 (สรรพนาม) : 듣는 사람이 친구나 아랫사람일 때, 그 사람을 가리키는 말.
เธอ, แก, เอ็ง
คำที่ใช้เรียกชี้บ่งคนนั้นที่เป็นผู้ฟังในกรณีที่เป็นผู้น้อยหรือเพื่อน

의 : 앞의 말이 뒤의 말에 대하여 소유, 소속, 소재, 관계, 기원, 주체의 관계를 가짐을 나타내는 조사.
ของ...
คำชี้ที่แสดงว่าคำพูดข้างหน้ามีความสัมพันธ์กับประธาน แหล่งกำเนิด ความสัมพันธ์ วัตถุดิบ การสังกัด การเป็นเจ้าของต่อคำพูดข้างหลัง

그 (คุณศัพท์) : 듣는 사람에게 가까이 있거나 듣는 사람이 생각하고 있는 대상을 가리킬 때 쓰는 말.
นั่น, นั้น, สิ่งนั้น, อันนั้น
คำที่ใช้เมื่อบ่งชี้ถึงเป้าหมายที่อยู่ใกล้กับผู้ฟังหรือที่ผู้ฟังกำลังคิดอยู่

향기 (คำนาม) : 좋은 냄새.
กลิ่นหอม
กลิ่นที่ดี

가 : 어떤 상태나 상황에 놓인 대상이나 동작의 주체를 나타내는 조사.
คำชี้ประธาน
คำชี้ที่ใช้แสดงสิ่งที่อยู่ในสถานการณ์หรือสภาพใด ๆ หรือผู้ที่เป็นประธานของอากัปกริยา

궁금하다 (คำคุณศัพท์) : 무엇이 무척 알고 싶다.
สงสัย, อยากรู้อยากเห็น
อยากรู้อะไรเป็นอย่างมาก

-여 : (두루낮춤으로) 어떤 사실을 서술하거나 물음, 명령, 권유를 나타내는 종결 어미.
วิภัตติปัจจัยลงท้ายประโยคที่ใช้ในการลดระดับภาษาโดยทั่วไป
(ใช้ในการลดระดับอย่างไม่เป็นทางการ)วิภัตติปัจจัยลงท้ายประโยคที่แสดงการบอกเล่าข้อเท็จจริงบางอย่าง หรือการถาม การสั่ง หรือการชักชวน <การพูดตามลำดับ>

어떤 사랑+이+ㄹ지 너+의 그 느낌+이.
사랑일지

어떤 (คุณศัพท์) : 사람이나 사물의 특징, 내용, 성격, 성질, 모양 등이 무엇인지 물을 때 쓰는 말.
อะไร
คำที่ใช้ในประโยคคำถาม เมื่อต้องการถามถึง เอกลักษณ์, เนื้อหา, ลักษณะนิสัย, คุณสมบัติ หรือ ลักษณะรูปร่าง เป็นต้น ของคนหรือวัตถุต่างๆว่าเป็นเช่นไร

사랑 (คำนาม) : 상대에게 성적으로 매력을 느껴 열렬히 좋아하는 마음.
ความรัก
จิตใจที่รู้สึกได้ถึงเสน่ห์ของฝ่ายตรงข้ามและชอบอย่างจริงจัง

이다 : 주어가 지시하는 대상의 속성이나 부류를 지정하는 뜻을 나타내는 서술격 조사.
เป็น
คำชี้ภาคแสดงการกที่แสดงความหมายที่กำหนดประเภทหรือคุณสมบัติของเป้าหมายที่ประธานบ่งชี้

-ㄹ지 : 어떠한 추측에 대한 막연한 의문을 갖고 그것을 뒤에 오는 말이 나타내는 사실이나 판단과 관련시킬 때 쓰는 연결 어미.
จะ...หรือเปล่า
วิภัตติปัจจัยเชื่อมระหว่างประโยคที่ใช้เมื่อมีความสงสัยที่คลุมเครือเกี่ยวกับการคาดการณ์ใดๆ และเชื่อมโยงไปถึงข้อเท็จจริงหรือวิจารณญาณที่ปรากฏในคำพูดข้างหลัง

너 (สรรพนาม) : 듣는 사람이 친구나 아랫사람일 때, 그 사람을 가리키는 말.
เธอ, แก, เอ็ง
คำที่ใช้เรียกชี้บ่งคนนั้นที่เป็นผู้ฟังในกรณีที่เป็นผู้น้อยหรือเพื่อน

의 : 앞의 말이 뒤의 말에 대하여 소유, 소속, 소재, 관계, 기원, 주체의 관계를 가짐을 나타내는 조사.
ของ...
คำชี้ที่แสดงว่าคำพูดข้างหน้ามีความสัมพันธ์กับประธาน แหล่งกำเนิด ความสัมพันธ์ วัตถุดิบ การสังกัด การเป็นเจ้าของ
ต่อคำพูดข้างหลัง

그 (คุณศัพท์) : 듣는 사람에게 가까이 있거나 듣는 사람이 생각하고 있는 대상을 가리킬 때 쓰는 말.
นั่น, นั้น, สิ่งนั้น, อันนั้น
คำที่ใช้เมื่อบ่งชี้ถึงเป้าหมายที่อยู่ใกล้กับผู้ฟังหรือที่ผู้ฟังกำลังคิดอยู่'

느낌 (คำนาม) : 몸이나 마음에서 일어나는 기분이나 감정.
ความรู้สึก, อารมณ์
อารมณ์หรือความรู้สึกที่เกิดขึ้นในร่างกายหรือจิตใจ

이 : 어떤 상태나 상황의 대상이나 동작의 주체를 나타내는 조사.
ตัวชี้ประธาน
คำชี้ที่ใช้แสดงสิ่งที่อยู่ในสถานการณ์หรือสภาพใด ๆ หรือผู้ที่เป็นประธานของอากัปกริยา

<u>궁금하+여</u>, <u>궁금하+여</u>, <u>궁금하+여</u>, <u>궁금하+여</u>, <u>궁금하+여</u>.
궁금해   궁금해   궁금해   궁금해   궁금해

궁금하다 (คำคุณศัพท์) : 무엇이 무척 알고 싶다.
สงสัย, อยากรู้อยากเห็น
อยากรู้อะไรเป็นอย่างมาก

-여 : (두루낮춤으로) 어떤 사실을 서술하거나 물음, 명령, 권유를 나타내는 종결 어미.
วิภัตติปัจจัยลงท้ายประโยคที่ใช้ในการลดระดับภาษาโดยทั่วไป
(ใช้ในการลดระดับอย่างไม่เป็นทางการ)วิภัตติปัจจัยลงท้ายประโยคที่แสดงการบอกเล่าข้อเท็จจริงบางอย่าง หรือการถาม การสั่ง
หรือการชักชวน <การพูดตามลำดับ>

< 참고(การอ้างอิง) 문헌(เอกสาร) >

고려대학교 한국어대사전, 고려대학교 민족문화연구원, 2009
우리말샘, 국립국어원, 2016
표준국어대사전, 국립국어원, 1999
한국어교육 문법 자료편, 한글파크, 2016
한국어 교육학 사전, 하우, 2014
한국어기초사전, 국립국어원, 2016
한국어 문법 총론 Ⅰ, 집문당, 2015

HANPUK

노래로 배우는 한국어 1 ภาษาไทย(การแปล)

발 행 | 2024년 6월 13일
저 자 | 주식회사 한글2119연구소
펴낸이 | 한건희
펴낸곳 | 주식회사 부크크
출판사등록 | 2014.07.15.(제2014-16호)
주 소 | 서울특별시 금천구 가산디지털1로 119 SK트윈타워 A동 305호
전 화 | 1670-8316
이메일 | info@bookk.co.kr

ISBN | 979-11-410-8948-1

www.bookk.co.kr